AF659557

पुस्तक परीक्षण

सकाळ, पुणे २८-५-२००४

आपले विचार प्रामाणिकपणे आणि परखड मांडणारी तसलिमा नासरीन ही बंडखोर बांगलादेशी लेखिका म्हणजे अनेक गोष्टींना मुळापासून उघडेवाघडे करून दाखवणारे एक वादळच आहे. स्वातंत्र्याची आंतरिक ऊर्मी घेऊन जाणारी तसलिमा जगाकडे बघण्याची एक लख्ख अशी दृष्टी बाळगते आणि मनाला कसलीही भिती न वाटू देता आपल्या विचारांना आणि भावनांना लेखणीद्वारे वाट करून देते. स्वत:च्या या मुक्तपणाची किंमतही तिने भरपूर चुकवली आहे.

बांगलादेशातील तथाकथित धर्मरक्षकांनी डोळ्यांवर झापडे बांधलेल्या लोकांनी तिला 'वाया गेलेली बाई' समजून जणू बहिष्कृतच केले. अशा 'वाया गेलेल्या' व्यक्तीला बंगाली भाषेत 'नष्ट' म्हणतात. तर या 'नष्ट' म्हणजे 'नाठाळ' किंवा 'नतद्रष्ट' बाईने केलेले लेखनच या पुस्तकातून वाचकांच्या भेटीला आले. 'नष्ट मेयेर नष्ट गद्य', म्हणजे नतद्रष्ट मुलीचे नतद्रष्ट लेखन!

मराठीत या पुस्तकाचा मृणालिनी गडकरी यांनी अनुवाद केला आहे. छोट्या आकाराच्या लेखांचे हे संकलन तसलिमाच्या मनातील खदखदणाऱ्या क्षोभाचे दर्शन घडवते.

तसलिमा प्रामुख्याने बांगलादेशातील स्त्रीजीवनाविषयी लिहित असली, तरी एकूणच जगातील स्त्रियांच्या आयुष्याशी तिच्या या लेखनाच्या प्रश्नाविषयीही तिने लिहिले आहे. या पुस्तकातून तिचे विविध विषयांवरील विचार वाचकांसमोर येतात. तिचे अनुभव आणि भावना शब्दबद्ध होऊन खुलेपणाने आपले अस्तित्व जाणवून देतात.

तसलिमा कविमनाची स्त्री आहे, हे तिच्या लेखनशैलीवरून जाणवत राहते. केवळ अन्याय-अत्याचाराच्या पलिकडचे जीवनही ती एखाद्या लेखात शब्दबद्ध करते. शांतिनिकेतनमधील वसंतोत्सवाबद्दल लिहिताना तिची लेखणी आयुष्यातील सुंदरतेचा वेध घेते.

लेखांचा अनुवादही तसलिमाच्या शैलीचा स्पर्श हरवू न देण्याचा प्रयत्न करणारा आहे.

- नंदिनी आत्मसिद्ध

नष्ट मेयेर नष्ट गद्य

नाठाळ बाईचे नाठाळ लेखन

तसलिमा नासरिन

अनुवाद
मृणालिनी गडकरी

मेहता पब्लिशिंग हाऊस

Please contact us at **Mehta Publishing House,** Pune 411030.
© +91 020-24476924 / 24460313 / Mob. No. 9545000513
Email : production@mehtapublishinghouse.com
Website : www.mehtapublishinghouse.com

NASHTYA MAEYER NASHTYA GADHYA by Taslima Nasrin
Transalated into Marathi language by Mrunalini Gadkari

नष्ट मेयेर नष्ट गद्य : तसलिमा नासरिन / वैचारिक लेख

अनुवाद : मृणालिनी गडकरी

Email : author@mehtapublishinghouse.com

मराठी अनुवादाचे व पुस्तक प्रकाशनाचे हक्क मेहता पब्लिशिंग हाऊस, पुणे.

प्रकाशक : सुनील अनिल मेहता, मेहता पब्लिशिंग हाऊस,
१९४१, सदाशिव पेठ, माडीवाले कॉलनी, पुणे ४११०३०.

मुद्रक : ट्रिनिटी ॲकॅडमी फॉर कॉर्पोरेट ट्रेनिंग लिमिटेड

मुखपृष्ठ : चंद्रमोहन कुलकर्णी

प्रकाशनकाल : ऑगस्ट, १९९९ / एप्रिल, २००७ /
पुनर्मुद्रण : सप्टेंबर, २०१८

किंमत : ₹ २५०

P Book ISBN 9788171619221
E Book ISBN 9789353170776
E Books available on : amazonkindle Apple Books Google Play Books

---

मनोगत

'नष्ट मेयेर नष्ट गद्य' हे मी अनुवादित केलेलं तसलिमा नासरिन हिचं तिसरं पुस्तक. 'निर्बाचित कलाम' या सर्वांत प्रथम अनुवादित केलेल्या पुस्तकाचा हा पुढील भाग आहे, असं म्हटल्यास वावगं होणार नाही. 'निर्बाचित कलाम' या पुस्तकाला वाचकांनी चांगला प्रतिसाद दिला. तसाच तो याही पुस्तकाला मिळेल, अशी आशा करते.

या पुस्तकात तसलिमा नासरिननं विविध विषयांवर अत्यंत अभ्यासपूर्ण लेख लिहिले आहेत. अर्थात, याही पुस्तकात स्त्रियांचे प्रश्न, त्यांच्यावर होणारा अन्याय आणि अत्याचार या विषयांवरील लेखांची संख्या जास्त आहे आणि ते स्वाभाविकही आहे.

स्त्रियांवर अगदी प्राचीन काळापासून कसा अन्याय होत आला आहे, तिचा बळी कसा दिला जात असे आणि काळाबरोबर स्वरूप बदललं, तरी ही प्रथा अजूनही कशी चालू आहे, याचं अंगावर काटा आणणारं वर्णन 'नारीबळी' या लेखात वाचायला मिळतं.

पुरुषप्रधान समाजव्यवस्थेत स्त्रियांवर सर्व बाजूंनी अन्याय होतो. धर्मावर आधारित कायदाही त्यांना न्याय देऊ शकत नाही. स्त्रियांना अतिशय दुष्ट, अमानुष वागणूक मिळते, त्यांच्या समस्यांचा गांभीर्यानं विचारच केला जात नाही, हे या पुस्तकातील छोट्या छोट्या लेखांतून तसलिमानं मुद्देसूदपणे मांडलं आहे.

हे तिचे विचार वाचल्यावर दोन गोष्टी आपल्या लक्षात येतात. पहिली म्हणजे,

स्त्रियांच्या समस्या या युगानुयुग अशाच चालत आलेल्या आहेत. दुसरी गोष्ट म्हणजे, तिनं मांडलेल्या समस्या, वर्णन केलेले अन्याय व अत्याचार हे फक्त बांगलादेशापुरतेच मर्यादित नाहीत, तर जगातील अनेक देशांत स्त्रियांच्या याच समस्या थोड्या-फार फरकानं अस्तित्वात असलेल्या दिसतात.

तसलिमाचे या पुस्तकातील लेख एकांगी किंवा अगदी टोकाची विधानं करणारे नाहीत. उलट, त्यांतून तिची चिंतनशीलता, संवेदनशीलता, अभ्यासू वृत्ती, स्त्रियांच्या प्रश्नांकडं कळकळीनं पाहण्याचा दृष्टिकोन, प्रामाणिकपणा अशा अनेकविध पैलूंचं दर्शन घडतं. बांगलादेशातील स्त्रियांच्या सद्यःस्थितीला दारिद्र्य, वाढती लोकसंख्या, अशिक्षितपणा, धर्माचा फाजील पगडा आणि शासनाची काही चुकीची धोरणं कारणीभूत आहेत, याची तिला जाणीव असल्याचं दिसतं.

तसलिमा एका सुसंस्कृत समाजाचं स्वप्न बघते आहे. ज्या समाजात कोणाचीही पिळवणूक होणार नाही आणि कोणावरही अन्याय केला जाणार नाही, असा समाज तिला अपेक्षित आहे. स्वतः नास्तिक असूनही, सुसंस्कृतपणा आणि संस्कृती जपणाऱ्या काही जुन्या रूढी-परंपरांची तिला ओढ आहे.

कोणावरही अन्याय झाल्यास तसलिमा अस्वस्थ होते, चिडते. म्हणूनच लीला नागसारख्या स्त्रीला तिचा देश नुसता विसरतच नाही, तर तिचं नावनिशाणही मिटवून टाकतो, तेव्हा ती तिच्या देशावर खरमरीत टीका करण्यासही मागंपुढं पाहत नाही. मीरा मुखोपाध्याय या जागतिक दर्जाच्या शिल्पकार. पण पश्चिम बंगाल सरकार त्यांना योग्य तो मान देत नाही, म्हणून ती या सरकारवरही नाराज आहे.

स्त्रियांना नेहमीच दुय्यम दर्जाची वागणूक दिली जाते. 'माणूस' म्हणून त्यांना जगू दिलं जात नाही. अशा परिस्थितीत ज्या स्त्रिया समाजाचा विरोध सहन करून, आपल्या ध्येयाच्या मार्गावरील अडथळे पार करून, आपल्या लक्ष्यापर्यंत पोहोचतात, त्यांच्याबद्दल तसलिमाला अतीव आदर वाटतो, ती भारावून जाते. लीला नाग, मीरा मुखोपाध्याय, हासिबा बुलमेर्काव्ह यांच्यावर लिहिलेले लेख याची साक्ष देतात.

या पुस्तकातील शांतिनिकेतनमधील 'दोलेर दिना'चं वर्णन करणारा लेख इतर लेखांपेक्षा वेगळा वाटतो. या लेखातून तसलिमाची काव्यात्म वृत्ती, निखळ, निकोप आनंदाला आसुसलेलं मन आणि गुरुदेव रवीन्द्रनाथ ठाकूरांविषयीचा आदर व्यक्त होतो. इथं स्तंभलेखिका तसलिमाऐवजी कवयित्री तसलिमा आपल्याला अचानक भेटते.

या पुस्तकाचा अनुवाद करताना मला आजच्या परिस्थितीत आणि भारताच्या संदर्भात तसलिमांच्या विचारांची किंवा चळवळीची प्रसंगोचितता [relevancy] किंवा औचित्य [propriety] काय, हा प्रश्न सतत पडत होता. कारण हल्ली

स्त्रियांमध्ये शिक्षणाचं प्रमाण वाढलं आहे. त्या आर्थिकदृष्ट्या स्वतंत्र होऊ पाहत आहेत. अनेक क्षेत्रांत त्या आघाडीवर आहेत.

याच सुमारास पुढं उल्लेख केलेले दोन लेख माझ्या वाचनात आले. 'Times Of India'च्या २४ एप्रिल, १९९९ च्या अंकात 'More women fall prey to domestic violence than believed, says study' या मथळ्याखाली Dionne Bunsha यांनी लिहिलेला रिपोर्ट छापला आहे. त्यात त्यांनी जे. जे. हॉस्पिटलनं केलेल्या पाहणीची माहिती व निष्कर्ष दिला आहे. या पाहणीनुसार असं दिसून येतं, की हॉस्पिटलमध्ये दाखल होणाऱ्या जायबंदी स्त्रियांपैकी ४४% स्त्रिया या त्यांच्यावर होणाऱ्या घरगुती हिंसक कृत्यांमुळं [Domestic Violence] दाखल झालेल्या असतात.

३ मे १९९९ च्या अंकात 'Common Cause' या सदरात Shri H.D. Shourie यांनी लिहिलेल्या लेखाचा मथळाच मुळी 'Atrocities against women are our national shame' Demee Deens. `Amidst all that is happening in the country in the field of politics and governance, one cannot disregard the fact that there is hardly any city or town where heart-rending cases of atrocities against girls and women are not taking place. These make one hang his head in utter shame. One wonders whether we have any right to be included among civilised people' ही या लेखाची सुरुवातच बरंच काही सांगून जाते. या दोन लेखांनी मला चांगलंच भानावर आणलं.

तसलिमाची पुस्तकं आपल्यांत विचारमंथन घडवून आणतात. हेही पुस्तक याला अपवाद नाही.

असं उत्तम पुस्तक अनुवादित करण्याची संधी मला 'मेहता पब्लिशिंग हाऊस'च्या श्री. अनिल मेहता आणि श्री. सुनील मेहता यांनी दिली, याबद्दल मी त्यांची मनःपूर्वक आभारी आहे.

श्री. अनिल किणीकर यांच्या काही सूचना उपयुक्त वाटल्या.

– मृणालिनी गडकरी

अनुक्रमणिका

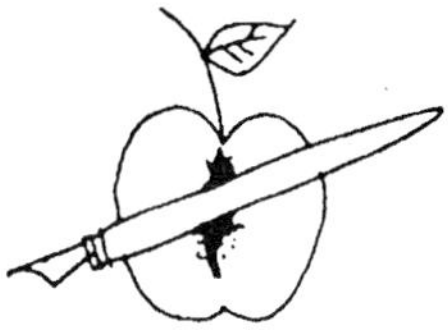

आता आणखी अंधारात ठेवू नका, आम्हाला पाहू द्या

पुष्कळ वेळा मला अगदी एकटंच हिंडावंसं वाटतं– सकाळी, दुपारी, संध्याकाळी, रात्री, केव्हाही. नदीच्या काठानं, शेताच्या बांधावरून, शहरातल्या फूटपाथवरून, बागेतून अगदी एकटं भटकावं. कधी कधी वाटतं, सीताकुडांच्या डोंगरावर जावं, नाहीतर अचानक शालबनाकडे धाव घ्यावी आणि सगळी दुपार तिथंच घालवावी किंवा 'सेंट मार्टीन'च्या समुद्रात डुंबत समुद्रपक्ष्यांचा खेळ पाहावा. एखाद्या दिवशी, मूड नसेल तर आकाशाकडं पाहात खुशाल हिरवळीवर पडून राहावं. कधी वाटतं, एकटंच संसद-भवनाच्या पायऱ्यांवर बसून राहावं किंवा मोकळ्या मैदानातील एखाद्या झाडाखाली बसून आळसात वेळ घालवावा, तर कधी ''क्रेसंट लेक'' मध्ये पाय सोडून, सगळी संध्याकाळ, एकटं बसून काढावी, नाहीतर अचानक 'शीतलक्षा'ला जाऊन नावेतून हिंडायची हौस भागवून घ्यावी.

माझ्या अशा इच्छा मी पूर्ण करायला गेले तर लोक माझी छी-थू करतील. एवढेच नाही, तर लोकांचे धक्के आणि दगडसुद्धा खावे लागतील, हे चांगलं माहीत आहे मला! मी अशी एकटीच हिंडायला लागले तर मला नुसत्याच शिव्या खायला लागणार नाहीत, तर कदाचित माझ्यावर अत्याचारही होतील. कुणी मला वेडी म्हणतील, तर कुणी वाईट चालीची. पण माझ्या जागी एखादा पुरुष असेल आणि त्याला अशी भटकायची इच्छा झालीच तर त्याला अश्लील बोलणं, अपहरण, अत्याचार, बलात्कार, हत्या ह्यांपैकी कुठल्याही गोष्टीला तोंड द्यावं लागणार नाही, हे अगदी वास्तव आहे.

अश्लील शेरे, अत्याचार, अपहरण, बलात्कार वगैरे गोष्टी फक्त स्त्रीच्याच बाबतीत घडू शकतात. कारण? कारण कुठल्याही स्त्रीनं एखाद्या पुरुषाच्या सोबतीशिवाय हिंडावंच का? पुरुषाच्या वागण्यात आणि स्वभावात अनेकदा उच्छृंखलता असते आणि ती त्यालाच शोभते. स्त्रीनं एकटीनं फूटपाथवरून फिरावंच का? झाडाच्या

सावलीत एकटंच उभं राहावंच का? पायऱ्यांवर एकटं बसावंच का? हिरवळीवर पडून राहावं असं तिला वाटावंच का? खरं म्हणजे, स्त्रीला एवढ्या इच्छा असूच नयेत. स्त्रीला तर घरातच राहयचं असतं. तिच्यासाठी घराच्या खिडकीवर झरोका असतो. त्यामधून येणारी हवा आणि उजेड स्त्रीला जगायला पुरेसा नाही का?

हो! आहे ना! स्त्रीला जिवंत राहण्यासाठी हे पुरेसं आहे, आणि स्त्रीनं फक्त जिवंत राहावं असंच सगळ्या पुरुषांना वाटत असतं. कारण 'स्त्री' ही त्यांच्या फार उपयोगाची वस्तू आहे. पुरुषांना स्त्री हवी असते भोगण्यासाठी, वंशरक्षणासाठी. स्त्रीच नसेल तर पुरुष भोग कुणाचा घेणार? त्याच्या वंशाचं रक्षण कसं होणार? तो आपलं कर्तृत्व कोणाला दाखवणार? स्वतःच्या शक्तीचं प्रदर्शन तो कोणापुढं करणार? आपला आवाज कोणापुढं चढवणार? त्याला दुसरी जागा आहेच कुठं?

खालच्या स्तरावर असणाऱ्या माणसांचं शोषण करणं, हा नियम आहे असं वरच्या स्तरावरील लोक मानतात. सबल नेहमीच दुर्बलांवर अधिकार गाजवतात. संधी मिळताच श्रीमंत गरिबांना लाथांनी उडवून द्यायला मागे-पुढे पाहत नाहीत. पुरुषांचं स्त्रियांशी वागणं अगदी असंच असतं. ते स्त्रियांवर सर्वंकष अधिकार गाजवतात. त्यांची पिळवणूक करतात. त्यांचं शोषण करतात. त्यांच्यावर प्रहार करतात. वेळप्रसंगी त्यांना घायाळ करतात. 'स्त्री' म्हणजे समाजातलं अगदी तळागाळातलं माणूस, दुर्बल, असहाय. तिच्याजवळ नसतो पैसा-अडका की घरदार. म्हणूनच स्त्रीला जिवंत ठेवून तिच्यावर हक्क सांगायची प्रत्येक सभ्य पुरुषाची इच्छा असते.

पिंजऱ्यातल्या पक्ष्याला हवा आणि उजेड मिळावा म्हणून सोय केलेली असते. त्याला वेळेवर खाणं-पिणं दिलं जातं आणि काही ठराविक शब्द तोंडपाठ करून घेतले जातात. स्त्रीचंही अगदी तसंच असतं. स्त्रीसाठी झरोक्याची व्यवस्था केलेली असते. तिला दोन वेळा जेवण दिलं जातं. समाजानं मान्य केलेल्या, काही ठराविक गोष्टी शिकवल्या जातात. ठराविक बोलणं, ठराविक मार्ग, मर्यादित आहार, मर्यादित आकांक्षा आणि स्वप्न बाळगण्यास आवश्यक तेवढंच शिक्षण तिला दिलं जातं. पिंजऱ्यातला पक्षी जसा मोकळेपणानं आकाश, जमीन, रानं-बनं ह्यांमधून संचार करू शकत नाही, तशी स्त्रीही करू शकत नाही. जगात अनंत पसरलेल्या 'हिरव्या' चा आस्वाद घेण्यापासून तिला वंचित ठेवलं जातं.

कोण म्हणतं स्त्री दुर्बल आहे? जे कोणी असं मानतात ते चूक करतात. खोटं बोलतात. जर वयानं अगदी लहान असलेल्या एकाच वयाच्या मुलाला व मुलीला पाण्यात टाकलं तर प्रथम मृत्यू मुलाचा होतो. ह्याचा अर्थ मुलीची फुफ्फुसं व हृदय हे मुलापेक्षा अधिक कणखर आहे, प्रतिकार करण्याची आणि टिकून राहण्याची मुलीची क्षमता मुलापेक्षा जास्त आहे. मग 'मुलगी वा स्त्री म्हणजे दुर्बल, कोमल,

भित्री आणि सदा लाजणारी' असं एका वाक्यात मत देऊन मोकळं होण्यात काय अर्थ आहे? खरं तर ही सर्व विशेषणं समाजानं स्त्रीवर लादलेली आहेत. विवेक आणि बुद्धी ह्यांचा स्त्री अधिक उपयोग करते. तिच्यात ममता अधिक असते. प्रेम करण्याची क्षमताही जास्त असते. म्हणूनच ती हिंसा, लढाया, मारामारी अशा फंदात पडत नाही. पण ह्याचा अर्थ ती दुर्बल आहे असा होत नाही. प्राचीन काळी, माणसं प्राण्यांचं मांस खात. ते मिळवण्यासाठी त्यांना भांडावं लागे, ओरबाडून ते मिळवावं लागे. त्या काळी स्त्री दुबळी असल्यानं, मांस ओरबडून घेऊ शकली नाही आणि म्हणून तिची उपासमार झाली असं काही दिसत नाही. स्त्री गर्भ धारण करते. त्या गर्भाला काही इजा पोहोचू नये, म्हणून ती फार श्रम करत नाही. प्राचीन काळीसुद्धा, आपल्या बाळाच्या काळजीनं ती त्याला एकटं सोडून शिकारीला जात नसेल अथवा लढाई, भांडणं ह्यांत भाग घेत नसेल. अपत्याबद्दल स्त्रीला अतोनात ममता असते. ती प्रेमापुढं नमते, वाकते. ह्यांचा अर्थ 'स्त्री दुर्बळ, भित्री, लाजरी' असा होत नाही.

समाजातील पुरुषांनीच स्त्रीला भय आणि लाज शिकवली. भीती आणि लाज ह्यांमुळे पुरुषांच्या अधिकारक्षेत्राचा विस्तार होण्यास चांगलीच मदत होते म्हणूनच ह्या भावनांना स्त्रीचे गुण मानलं गेलं. समाजात धीट आणि न लाजणाऱ्या स्त्रीला, नावे न ठेवणारे हाताच्या बोटांवर मोजण्याइतकेच असतील.

भित्रेपणा आणि लाज हेच स्त्रीचे मुख्य गुण मानले गेल्यामुळे आणि विशिष्ट वाटेवरूनच स्त्रीनं वाटचाल करावी असं समाजानं निश्चित केल्यामुळे जर एखादी स्त्री बागेत, रस्त्यावर, टेकडीवर किंवा हॉटेलमध्ये एकटीच गेली, तर लोक तिच्याकडे संशयानं पाहतात. तिच्याकडे बघून शिट्या मारतात, तिच्या अंगाशी लगट करून ती वेश्या आहे का नाही ह्याची खात्री करून घेतात. कारण समाजाच्या मते वेश्येशिवाय दुसरी कोणतीही स्त्री अशी मर्यादा सोडून भटकत नाही, ठरलेली वाट सोडून दुसऱ्या वाटेनं जात नाही.

जी स्त्री जास्तीत जास्त घरात राहते, जी नवऱ्याच्या किंवा घरातील एखाद्या पुरुषाच्या सोबतीनंच घराबाहेर पडते आणि ठराविक ठिकाणापर्यंतच जाते, काम होताच घरी परतते तिला समाज 'सभ्य' म्हणून नावाजतो. ह्या 'सभ्यते'च्या मर्यादा ओलांडताच तिला 'वेश्या' म्हणून शिवी दिली जाते. वेश्यांना पुरुष शिव्या देतात खरे, पण त्यांच्याशिवाय त्यांचं चालतही नाही. पुरुषांनीच स्वतःच्या स्वार्थासाठी, स्वतःच्या सोयीसाठी, हाताच्या अंतरा-अंतरावर कुंटणखाने काढले आहेत.

पुरुष आपल्याला 'वेश्या' म्हणून नावं ठेवतील ह्या भीतीनं स्त्री एकटी कुठे जात नाही. दुपारी मोकळ्या बागेत जाऊन बसत नाही, इच्छा असूनसुद्धा 'चंद्रनाथ' डोंगरावर जात नाही, नदीकाठच्या झाडाच्या सावलीत बसून गाणं गुणगुणत नाही,

एकटीच निर्जन रस्त्यावरून भटकत नाही. 'वेश्या' ह्या शब्दाला स्त्री फार घाबरते. ह्या शब्दापासून ती दूर राहायला बघते. पुरुषाला आकर्षित करण्यासाठी स्त्री साज-शृंगार करते. डोळे, गाल, ओठ रंगवते. जगात प्रसाधन साधनांचं उत्पादन किती वाढतंय ह्याचा हिशेब करणं माझ्या आवाक्याबाहेरचं आहे. वेश्या साज-शृंगार करतात, असभ्य गिऱ्हाइकांसाठी आणि कुलीन स्त्रिया नटतात सभ्य गिऱ्हाइकांसाठी. दोन्ही साज-शृंगारांचा उद्देश एकच– 'गिऱ्हाईक' मिळवणं. जेवढं चांगलं 'गिऱ्हाईक' तेवढ्या इहलोकीच्या सुखसोयी जास्त. स्त्रीला सुखसोयी, ल्यायला-प्यायला देण्याच्या बोलीवर, पुरुष तिच्या पायांत बेड्या अडकवतो. बकरीच्या गळ्यातील दोरी खुंटाला बांधून जसं तिला चरायला सोडलं जातं, तसंच स्त्रीलाही ठराविक मर्यादेपर्यंत जाण्याचीच मोकळीक असते. तिला गुराढोरांप्रमाणे एका ठराविक हद्दीतच फिरण्याची मुभा दिली जाते. पुरुष दोरी बांधलेल्या स्त्रीचा भोग घेतो तसाच दोरी सोडलेल्याही. मुख्यतः पुरुषाची इच्छापूर्ती करण्यासाठीच स्त्रीला एकदा घरात कैद व्हावं लागतं, तर अनेकदा घराबाहेर पडावं लागतं. पण घरंदाज स्त्री असो की वेश्या, स्त्री ही शेवटी स्त्रीच असते. यातना सहन करण्यासाठीच तर तिचा जन्म असतो.

समाजात राहणाऱ्या स्त्रियांना इच्छा असूनही महास्थानगडावर फिरून येता येत नाही, औदासीन्य घालवण्यासाठी श्रीमंगलच्या चहाच्या मळ्यात हिंडता येत नाही, ब्रह्मपुत्रेत आनंदानं डुंबता येत नाही, सुंदरबनात पौर्णिमेच्या चांदण्यात भिजता येत नाही. कारण त्यांना 'पुरुष आपल्यावर अत्याचार करतील', किंवा 'आपल्याला नावे ठेवतील' अशी भीती सतत वाटत असते. खरं म्हणजे माणसाचा जन्म एकदाच मिळतो. पण हे जीवन स्त्री आपल्या इच्छेप्रमाणे जगू शकत नाही. माणसं, आकाश आणि नक्षत्रं, पाणी व हवा, हिरवी रानं, नदीचा किनारा ह्या सगळ्यांच्या अगदी निकट जाऊन जीवनाची ओळखच स्त्री करून घेऊ शकत नाही. ती स्वतःच्या इच्छा, आकांक्षा, स्वप्नं ह्यांची होळी करून पुरुषांचं घर उजळते.

स्त्रीच्या ह्या व्यर्थ जीवनाकडे पाहून मला दुःख होतं, संताप येतो, माझी मान खाली जाते. वाचक हो! तुमच्यात 'माणुसकी' म्हणून काही चीज असेल, तर तुमचीही मान खाली जावी!

□

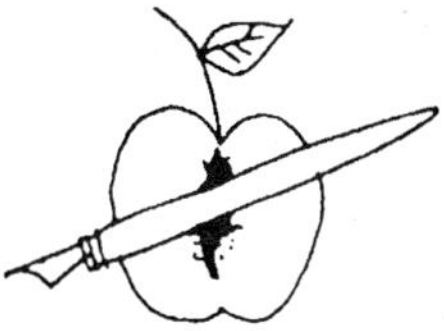

मी आशेवर जगते

एकवीस फेब्रुवारीला दुपारी 'बांगला ॲकॅडमीच्या गेट' जवळ होणाऱ्या गर्दीबद्दल तीन एक वर्षांपूर्वी एका वर्तमानपत्रात मी पुढीलप्रमाणे लिहिलं होतं– 'अंगावर साडी नाही, ब्लाऊज फाटलेला अशा अवस्थेत एकवीस-बावीस वर्षांची एक तरुणी गर्दीतून बाहेर आली. नुकताच बलात्कार झालेल्या स्त्रीप्रमाणेच तिचा अवतार होता. तिला पाहून माझ्या अंगावर काटा उभा राहिला. ही अशीच जर एकवीस फेब्रुवारीची दुपार असेल, अशा तऱ्हेनंच जर "भाषा आंदोलनातील" हुतात्म्यांना श्रद्धांजली वाहिली जाणार असेल, तर असा विकृत आनंद लुटल्यानंतर, सभ्य माणसांप्रमाणे ह्या मेळ्यात सामील होणाऱ्या, पुस्तकं पाहणाऱ्या व विकत घेणाऱ्या आणि "आपल्या बांधवांच्या रक्तानं रंगलेल्या..." सारखी गाणं म्हणणाऱ्या बंगाल्यांचा धिक्कार असो! २१ फेब्रुवारीचे गाणं गाणाऱ्यांचा धिक्कार असो!' मी पुढं असंही लिहिलं होतं, "ह्या एकाच तरुणीवर असा प्रसंग ओढवला असं नाही. मेळ्यामध्ये जाण्यासाठी गर्दीत शिरणाऱ्या प्रत्येक स्त्रीच्या अंगाला पुरुषाचा गलिच्छ स्पर्श होतोच. मी अनेकजणींना गर्दी पाहून परत जाताना पाहिलं आहे. कारण कोणत्या घाणेरड्या परिस्थितीला तोंड द्यावं लागेल, हे त्या जाणून होत्या. गर्दीतून बाहेर पडणाऱ्या स्त्रियांतील काही संतापानं धुमसत होत्या, तर काहींच्या माना शरमेनं खाली गेल्या होत्या. जणू सगळा अपराध त्यांचाच होता, स्त्री असणं हेच त्यांचं मोठं पाप होतं आणि स्त्रीजन्माला येण्याचं प्रायश्चित्त त्यांना अशा रीतीनं मिळत होतं. एकवीसच्या उत्साहानं पेटलेले पुरुष आपल्या स्त्री-सहकाऱ्यांचं स्वागत अशा प्रकारे करतात!"

ह्या वर्षी ॲकॅडमीच्या पटांगणात विद्यार्थिनींची 'ब्रिगेड' उतरलीय. ग्रंथजत्रेत घडणाऱ्या सगळ्या दुर्घटनांचा प्रतिकार करण्याचा ह्या पथकाचा उद्देश आहे. ग्रंथजत्रेच्या व्यवस्थापकांनी ह्या उपक्रमांचं कौतुक केलंय. ह्या पथकातील एक-दोघींना मी पाहिलंय. पांढरा ॲप्रन घालून त्या इकडे-तिकडे धावपळ करत होत्या.

त्यांनी आतापर्यंत किती गुंडांना धडा शिकवला ते मला माहीत नाही. किती अश्लील वाक्यांना त्यांनी प्रत्युत्तर दिलं, कोण जाणे! स्त्रियांच्या अंगाला स्पर्श करू पाहणाऱ्या किती हातांना त्यांनी दूर ढकललं ह्याचा तपास मी केला नाही. पण विद्यार्थिनींची ही 'ब्रिगेड' पाहयला गटा-गटानं पुरुष ग्रंथजत्रेला जाताहेत, हेही मला कळलं. दोन हात, दोन पाय, डोळे, नाक, ओठ असलेला, माणसाप्रमाणेच दिसणारा एक अजब प्राणी जणू ग्रंथजत्रेत अवतरलाय!

ग्रंथजत्रेत चर्चा पुस्तकांची नाही, तर विद्यार्थिनींच्या ब्रिगेडची आहे. ह्या विद्यार्थिनींच्या चारी बाजूला गर्दी करताहेत नव्या पिढीतील उमदे तरुण.ते आता ह्या विद्यार्थिनींकडेच पाहून शिट्या वाजवताहेत, डोळे मारताहेत. सभ्यतेचा बुरखा पांघरून अश्लील बोलताहेत. सुरक्षिततेसाठी आता ह्या विद्यार्थिनींनाच संध्याकाळी सहा वाजता निघून जायला सांगण्यात आलंय. 'ज्या स्वतःचं रक्षण करू शकत नाहीत, त्या दुसऱ्यांचं रक्षण कसे करणार?' असा शेरा आता इतर लोक मारताहेत. पुष्कळांच्या मते ही 'पाखरं' पाहण्यासाठीच तर गर्दी वाढतेय. लोक काहीही बोलतात. बोलू देत! ह्या समाजातील सगळ्याच स्त्रिया 'पाखरं'च तर आहेत. पुरुष ज्या स्त्रियांचा अपमान करतात त्याही 'पाखरं' आणि अपमानापासून स्त्रियांचं रक्षण करायला ज्या सरसावतात त्याही 'पाखरं'च. ह्या सगळ्याच पाखरांवर पुरुष अश्लील कोट्या करतात, दगडफेक करतात, त्यांची छी-थू करतात.

ह्या सगळ्यांच्या विरोधात विद्यार्थिनींना देखरेख करताना पाहून, धीटपणे फिरताना पाहून मला खरंच खूप समाधान वाटतं. पुरुषांच्या अश्लीलतेला मुळापासून उपटून फेकून देणं ह्या विद्यार्थिनींना शक्य नाही, असभ्य पुरुषांच्या जिभा छाटणंही शक्य नाही. तरीसुद्धा सौंदर्याच्या बागेतील कुरूपतेला उखडून टाकायला त्या उभ्या राहिल्यात हेच खूप आहे. विरोधाचा सूर उंच करायला एक एक करत अनेकांनी जमणं ही कमाई काही कमी नाही. फेब्रुवारीत, स्वतःच्या भाषेच्या गौरवासाठी बंगाली लोक हा उत्सव आनंदानं साजरा करतात. आपली पूर्वापार चालत आलेली संस्कृती आणि सभ्यता ह्यांच्या प्रकाशात स्वतःला उजळवून घेऊन पुढे चालायला सुरवात करतात. ह्याच महोत्सवात अश्लीलतेला विरोध करण्यासाठी विद्यार्थिनींच्या पथकाला उभं राहावं लागावं हे खरोखरच ह्या देशाला, आपल्या संस्कृतीला लज्जास्पद आहे. एवढ्या मोठ्या सर्जनशील आणि सांस्कृतिक कार्यक्रमात काही बंगाली गलिच्छपणे वागून सगळ्याचाच विचका करतात. विद्यार्थिनींचं पथक त्यांच्या असभ्यतेला विरोध करायला उभं ठाकलंय. बंगाली जेवढे सभ्य आहेत, तेवढे असभ्यही आहेत, ही अतिशय शरमेची गोष्ट आहे. म्हणूनच 'विद्यार्थिनी ब्रिगेड'चं अभिनंदन! ग्रंथजत्रेच्या व्यवस्थापकांचं अभिनंदन! स्त्री आज स्त्रीच्या फायद्यासाठी घराबाहेर पडलीय. फक्त ग्रंथजत्रेतच नाही, तर इतर कुठंही स्त्रीचा छळ होत असेल, स्त्री भरडली जात असेल

तर तिचं रक्षण कोण करणार? त्यासाठी राष्ट्रानं एखादी 'बिग्रेड' घरा-घरातून अथवा घराबाहेर उभी केलीय का? हे यच्चयावत अत्याचार, अगणित बलात्कार, अपहरण, अश्लीलता– कोण निवारण करणार ह्या सर्वांचं? स्त्रियांना पिळून काढणारी असंख्य बंधनं कोण तोडणार? ग्रंथजत्रेत येणाऱ्या सुशिक्षित आणि जागृत लोकांमध्येही स्त्री सुरक्षित नसेल, तर संपूर्ण राष्ट्रातील मूर्ख, धर्मांध, अशिक्षित समाजात 'स्त्रीची सुरक्षितता' ही काही सामान्य घटना ठरू शकत नाही.

पुरुषांनी तयार केलेल्या तऱ्हेतऱ्हेच्या नीतिनियमांचे दंश स्त्रीला जन्मापासूनच सहन करावे लागतात. त्यामुळे स्त्रीचं शरीरच रक्तबंबाळ होतं असं नाही, तर हृदयही होतं. तिच्या मार्गावर अनेक काटे पसरले जातात. स्त्री त्या मार्गावरून जितक्या वेगानं आणि लांब पल्ल्यापर्यंत जायचा प्रयत्न करते, तितकी ती अधिकच रक्तबंबाळ होते, तिच्यावर भूतकाळातील असंख्य जखमांचे व्रण दिसू लागतात, तिच्यावर सतत आघात होत राहिल्यानं ती घायाळ होते.

सुरक्षिततेची आवश्यकता कोणाला असते? दुर्बळांना, मुलांना, लुळ्या-पांगळ्यांना आणि स्त्रियांना. ग्रंथजत्रेत विद्यार्थिनींची ब्रिगेड उतरल्यानं स्त्रीची दुर्बलता कमी झाली की स्त्री दुर्बल असल्याचं सिद्ध झालं? माहीत नाही! पण असत्याच्या विरोधात उभा राहिलेला हा प्रतिकार क्षीण असला, मवाळ असला तरी तो एक-ना-एक दिवस ग्रंथजत्रेतून हळूहळू मोठ्या रस्त्यावर येईलच, ह्याच विचारानं मला समाधान वाटतं.

□

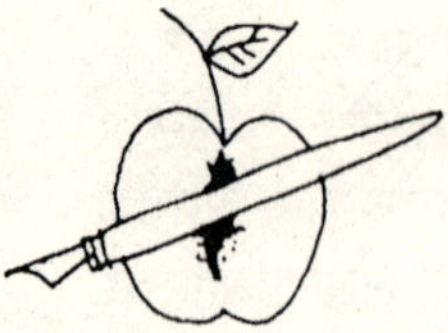

आमचे बुद्धिजीवी

१.

सुप्रसिद्ध कवी हुमायून आझाद ह्यांनी, दोन आठवड्यांपूर्वी 'बिचित्रा'ला एक मुलाखत दिली. त्या मुलाखतीत त्यांनी स्वतःची स्तुती व इतर कवींची निंदा करून सगळ्यांची चांगलीच करमणूक केली आणि लोकांचं लक्ष आपल्याकडे वेधून घेतलं. संपूर्ण कविकुलाची निंदा करताना त्यांनी माझंही नाव त्या यादीत घातलं. त्यांनी अगदी ठासून सांगितलं की तसलिमा नासरिन अजून कवयित्री झालेली नाही. हे त्यांचं बोलणं मी अजिबात मनावर घेतलं नाही. कारण निर्मलेंदू गुणांच्या प्रेमकवितेविषयीही त्यांनी 'ह्या कवितेमध्ये फक्त व्यक्तिगत कामना आणि वासना उतरलीय', असे उद्गार काढले. एवढेच नाही, तर ते स्वतः आणि त्यांच्या वर्तुळातील एक-दोघं ह्यांनाच त्यांनी 'कवी' म्हणून मान्यता दिली. असंच जर असेल तर असल्या स्पर्धेत माझं नाव नाही, हे मी माझे सुदैवच समजते.

हेच हुमायून आझाद, काल ग्रंथजत्रेत, माझ्या कवितांच्या इंग्लिश अनुवादांचं पुस्तक चाळत होते. त्या पुस्तकाचे अनुवादक त्यांच्या शेजारीच उभे होते. हुमायून आझादांनी त्यांना विचारलं, "सात दिवस सकाळी मी गवताच्या काड्या गोळा करायला गेले आणि माझी टोपली मात्र फुलांनी भरून गेली. हीच माझी कामना होती का?' अशा भावार्थाची तसलिमाची एक कविता आहे. तिचा अनुवाद ह्या पुस्तकात नाही का?" अनुवादकांनी नकारार्थी मान हालवली. तेव्हा हुमायून आझाद म्हणाले, 'त्या कवितेचा अनुवाद असणारच नाही. कारण उत्तम कवितेचा अनुवाद करणं कोणालाही शक्य नसतं.' त्यांचं हे बोलणं ऐकून मी आश्चर्यानं विचारलं, 'माझ्या कवितेला आपण चांगलं म्हणता?' आझाद म्हणाले, 'तुमच्या पुष्कळ कविता मला आवडतात.' आता मात्र मला हसू आलं. मी विचारलं, 'मग त्या मुलाखतीत तर माझी गणना कवीत होऊ शकत नाही, असं का सांगितलंत?' भाषाप्रभू आझादांना

आता बोलण्यासाठी शब्दच सुचेनात. ते तेथून निघूनच गेले. ते असे घाईघाईनं निघून गेले नसते तर मी त्यांना 'बालक' म्हणून नक्कीच हिणवलं असतं. कारण मी आणि आझाद एकाच वर्तमानपत्रात कॉलम्स लिहीत होतो. त्या वेळी त्यांच्याशी एकदोनदा माझं जे काही बोलणं झालं, त्यावरून ते माझे लेखन वाचत होते, हे अगदी स्पष्ट होतं. मी काही महिने लिहीत नव्हते, तेव्हा त्यांनी मला उपदेशही केला होता की लिहिणं बंद करू नका, लिहीत राहा.'

पण ह्याच हुमायून आझादांनी मुलाखतीत सांगितलं की तसलिमा नासरिनचे कॉलम्स फार तर मुलांना वाचण्याच्या योग्यतेचे असतात. ते आमच्यासारख्यांसाठी नाहीत. मग आझादांना 'बालक' म्हणण्याची इच्छा मला का बरं होणार नाही?

२.

कवी मुहम्मद नुरूल हुदा बांगला ॲकॅडमीचे उपसंचालक आहेत आणि ग्रंथजत्रेच्या व्यवस्थापकीय समितीचे एक सदस्यही आहेत. १७ फेब्रुवारीच्या संध्याकाळी काही गुंड अश्लील वाक्य लिहिलेला एक फलक घेऊन ग्रंथजत्रेत पोहचले. हे कळताच, पुढची दुर्घटना टाळण्यासाठी मुहम्मद नुरुल हुदांनी बरेच श्रम घेतले. माझ्या सुरक्षिततेची व्यवस्था तर त्यांनी केलीच, पण गुंडांना समज देऊन सर्व ग्रंथजत्रेत एक फेरीही मारली. त्यांच्या कर्तव्यतत्परतेनं मी स्तिमितच झाले.

पण एक दिवस मुहम्मद नुरूल हुदा अचानक बोलून गेले की हे सर्व एक पूर्वनियोजित कृत्य होतं. अश्लील फलक घेऊन ग्रंथजत्रेत फिरणं, स्टॉलवरची पुस्तकं फेकणं, माझी पुस्तकं स्टॉलवर ठेवली म्हणून धमकी देणं– हे सगळं आधी योजून, ठरवून केलं होतं. कोणी योजलं हे सर्व? मी? मी माझ्याचसाठी एवढं कारस्थान रचलं?

मी अजून खरोखरच बुद्धिजीवी झालेली नाही. म्हणून तर माझी बुद्धी अजून काम करायला लागलेली नाही. नाहीतर स्वतःच्या स्वार्थासाठी, स्वतःच अधून-मधून अशा काही गोष्टी ठरवून घडवून आणायच्या असतात, हे मला कळलं असतं.

३.

कथाकार सैयद शमसुल हक ह्यांना माझा परिचय 'त्यांची कन्या' असा इतरांना करून द्यायला आवडायचं. मी लिहावं म्हणून मला ते प्रोत्साहन द्यायचे. ते मला म्हणायचे, 'लिहीत जा. मी आहेच तुझ्या पाठीशी.' पण जेव्हा माझ्या पाठीशी उभं राहण्याची खरोखरच वेळ आली, स्वतःची मुलगी मानलेल्या लेखिकेवर शारीरिक हल्ला झाला, तेव्हा मात्र पाठीशी उभं राहण्याऐवजी त्यांनी सगळ्यातूनच अंग काढून घेतलं. माझ्या विरोधकांना प्रतिकार करणं बाजूलाच राहिलं. अशा लोकांचं 'कन्या' किंवा अशीच काही नाती जोडणं हे नावापुरतं असतं किंवा त्यांच्या फायद्यापुरतं असतं, वेळ आल्यावर ते सर्व नाती तोडून मोकळे होतात.

४.

माणसाचं जीवन अगदी अल्प असतं. पण त्यातही तऱ्हेतऱ्हेची माणसं पाहायला मिळतात. आमचे बुद्धिजीवी 'माणसं' नाहीत, तर 'महामानवां'पैकी आहेत. हल्ली 'माणसा'पेक्षा 'महामानव' शोधणं सोपं आहे, असं मला वाटतं. मी बुद्धिजीवींना 'महामानव' म्हणते. कारण ते अशा काही चमत्कारिक आणि अजब प्रसंगांची निर्मिती करतात की जे सामान्य माणसाच्या स्वप्नातही येणार नाहीत. त्यांच्याजवळ दुसरं काही नसलं तरी बुद्धी असते. पण ती बुद्धी ते सरळपणं वापरत नाहीत, चलाखी करतात, ह्याचं मात्र वाईट वाटतं.

□

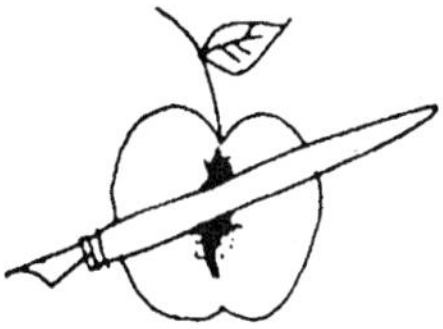

लक्षणीय बदल

लहानपणी लग्नघराची सजावट करताना मी पुष्कळ वेळा पाहिलं होतं. म्हणून आजही ती आठवण ताजी आहे. लग्नघराचं मुख्य दार केळीच्या खांबांनी सजवलं जायचं. दाराच्या दोन्ही बाजूला केळीचे खांब रोवले जायचे. केळीचे खांब मिळाले नाहीत तर बांबूच्या कांबीची चौकट बनवली जायची आणि ती पाना-फुलांनी सुशोभित केली जायची. शिप्तरावर निरनिराळ्या रंगांनी 'शुभ-विवाह' असं रंगवून ते दारावर लावलं जायचं. मातीच्या घड्यावर नक्षी काढून तो सजवून ठेवायला लागायचा. हळद लावण्याच्या दिवशी, नक्षी काढलेल्या रंगीबेरंगी, मऊ सतरंज्या सगळीकडं अंथरल्या जायच्या. शिवाय सर्व घरभर रांगोळ्या काढल्या जायच्या. लाल, निळे कागद कापून त्याच्या झिरमिळ्या भिंतींवर आणि छतांतून सोडल्या जायच्या.

हल्ली असं काहीही पाहायला मिळत नाही. कारण आता लग्नाघराची सजावट करायची असो की बारशाची, हळद लावण्याचा समारंभ असो वा मुंजीचा, मुसलमानांचा समारंभ असो वा हिंदूंचा, मीलाद मैफल असो वा अकिक– सगळ्या समारंभांची सजावट सारखीच केली जाते. शहरांमधून डेकोरेटर्सचा धंदा सध्या तेजीत आहे. त्यांना कुठल्याही समारंभाची सजावट करायला सांगा, कापडाची सजावट करून ते मोकळे होतात. कापडानं ते घुमटासारखे काहीतरी बनवतात. अशा प्रकारच्या सजावटीत इस्लामी स्थापत्याशी साम्य साधलं जातं, ही गोष्ट लक्षात आल्यावाचून राहत नाही. ढाक्याच्या व्ही. आय. पी. रोडवरच्या एक भिंतीवरच्या इस्लामी स्थापत्याला विरोध केला गेला. सरकार बदललेय. तेव्हा भिंतीवरचा इस्लामचा प्रचार तात्पुरता बंद आहे. मी 'तात्पुरता' हा शब्द मुद्दामच वापरलाय. कारण प्रत्येक सरकार 'इस्लाम' ला त्यांचा राजकीय स्वार्थ साधण्याची अतिशय उपयुक्त गोष्ट मानतं. तेव्हा भिंतींवर, रस्त्यांवर, फूटपाथवर किंवा चौका-चौकात इस्लाम चितारण्यास

सुरवात व्हायला कितीसा वेळ लागणार?

संस्कृती बदलतेय. तसा बदल व्हावा म्हणून जोराचे प्रयत्न सुद्धा चाललेत. एका नवीन आणि महत्त्वाच्या गोष्टीची चाहूल, एवढ्या वर्षांच्या अनुभवावरून अगदी आतून जाणवतेय. एक प्रलय येतोय. हा प्रलय आमच्या इतक्या वर्षांच्या भावना आणि विश्वास उलटा-पालटा करून टाकणार, आमचा भूतकाळ पुसून टाकणार, असंच दिसतंय.

हल्ली हळद लावण्याचा समारंभ असो, कान टोचण्याचा असो की बारशाचा असो, सजावट केली जातेच. मला वाटतं, सजावटीची कारणं अनेक असतात. सजावटीवरून त्या विशिष्ट ठिकाणी काही समारंभ आहे, हे समजतं. ती एक समारंभाची खूण आहे, भाषा आहे. पण ही भाषा दिवसेंदिवस कृत्रिम होत चाललीय. हळूहळू सर्व औपचारिक व्हायला लागलेय. पूर्वी सजावट घरातील लोक स्वतःच करायचे, शेजारी आणि नातेवाईक त्यांना मदत करायचे. त्यामध्ये तारुण्याचा जोष आणि उल्हास असायचा. सर्वांनी मिळून काम करण्यात आनंद असायचा. हल्ली रांगोळ्या काढणं, कागद कापून झिरमिळ्या करणं, दाराची सजावट करणं वगैरे कुठल्याच कामाची धूमधाम नसते. पैसे फेकताच धंदेवाईक लोक येऊन त्यांच्या मनाप्रमाणं सजावट करून मोकळे होतात. रोषणाईसुद्धा त्यांच्याच पसंतीप्रमाणे केली जाते.

माणूस सभ्य होत चाललाय, शिक्षित होत चाललाय, त्याचबरोबर पैसा टाकून कृत्रिमता, निरर्थक गोष्टी खरीदण्याचं प्रमाणही वाढतंय. म्हणजेच ह्या देशात एक प्रकारची कृत्रिमता आणि एक अनोळखी संस्कृती येतेय.

'रमजान'चा महिना हा 'उपवासाचा महिना' मानला जातो. पण ह्या महिन्याला उपभोगाचा, विलासाचा महिना मानायला पाहिजे, असंच मला वाटू लागलंय. ह्या 'उपवासाच्या महिन्या'त इतक्या मेजवान्या दिल्या जातात की खाद्यपदार्थ, भाज्या, मांस, मासे ह्या सगळ्यांचे भाव वाढतात. मुसलमान विक्रेते ह्या वस्तू चढ्या भावानं विकतात. संध्याकाळी घरोघरी 'इफतार पार्ट्या' होतात. असंख्य, चविष्ट खाद्यपदार्थांनी टेबलं सजवली जातात. हे सर्व पाहून हा महिना उपवास करण्याचा, संयम पाळण्याचा आहे असं मात्र मुळीच वाटत नाही, 'हा देश दरिद्री आहे' ह्यावर विश्वास बसतच नाही.

आमचा देश एखाद्या मोठ्या खेड्यासारखा आहे. त्याचं विटा-दगडांच्या रूपानं जे शहरीकरण होतंय, त्याला जी वेगळी संस्कृती स्वीकारावी लागतेय, त्याला कारण आहे देशाबाहेरील आणि देशातील राजकीय दबाव. ह्या 'खिचडी' संस्कृतीमुळे धड ना शहर, धड ना खेडं, अशा सरमिसळ परिस्थितीत बंगाली माणूस जगतोय. [म्हणजे त्याचे हात, पाय, डोकं वगैरेची वाढ होते, पण तो सच्चा बंगाली होत

नाही, खराखुरा स्वाभाविक माणूस राहत नाही.]

आमच्या संस्कृतीवर, शबबरातची रोटी आणि हलवा, फटाके आणि फुलबाज्या ह्यांचा लेप चढवला जातोय. आमच्या संस्कृतीत हल्ली काही सुखसंवाद होत असेल तर तो मीलाद मैफलीत. आता आमच्या संस्कृतीला मोठेपणा मिळणार असेल तर तो गाई-बैलांचा बळी देऊन, त्यांचे मांस तेलात आणि मसाल्यात शिजवून खाण्यानंच मिळणार आहे. आमच्या संस्कृतीत घुसलाय कुर्मा, पुलाव, बिर्यानी, खिमा, कबाब, कोफ्ता, जर्दा, खजूर. आमच्या निरोगी, स्वास्थ्यपूर्ण संस्कृतीत मांडी ठोकून बसल्यात तेलात माखून निघालेल्या उपभोग्य वस्तू. भुकेल्या देशासमोर ही रोषणाई, वस्त्रहीन लोकांच्या देशासमोर कापडाची सजावट, समारंभात आणि मिरवणुकींत लोकांच्या देहांवर अत्तराचा सढळ वापर, तेलात तळलेले मसालेदार मांसाचे पदार्थ, केशरी पुलाव.

आम्ही बंगाली कुठल्या दिशेला पसरतोय हात? कुठल्या संस्कृतीच्या दिशेला? कुठल्या सभ्यतेकडे? आमचा देश कोणता, आमची संस्कृती कोणती हे निश्चित करण्याची हीच वेळ नाही का? परकीय संस्कृती आम्हांला गिळू पाहतेय. आता जर आपण बंगाली जागे झालो नाही तर विध्वंस सोडून दुसरं काहीही आपल्या हाती लागणार नाही.

मिलाद किंवा मीलाद – १. जन्मकाळ २. हजरत मुहम्मद साहेबांच्या जयंतीची सभा.

मैफल किंवा महफिल – सभा, संमेलन, जलसा.

अकिक किंवा अकीक – मुसलमान मुलांचा मुंडन– नामकरण संस्कार. हा जन्मानंतर सातव्या दिवशी करण्यात येतो. ह्या वेळी जी बकरी बळी देण्यात येते तिलाही 'अकीक' असेच म्हणतात.

इपतार किंवा इफ्तार – उपवास सोडणे, रोज्याचे पारणे

शबबरात – मुसलमानांचा एक सण. (शाबान महिन्याच्या १४ तारखेस येणारा)

□

एक [कटू] अनुभव

आम्ही लेखकांनी एक नियम केलाय. वर्षातील एक महिना आम्ही लिहीत नाही. म्हणजेच अकरा महिने लेखन करायचं आणि एक महिना लेखन बंद. अकरा महिने कष्ट करायचे आणि एक महिना आनंदात घालवायचा. त्या नियमाबरोबर आणखीही एक असा नियम आहे की ह्या सुटीच्या महिन्यात लेखकांनी एकत्र जमायचं, भेटायचं आणि वर्षभरात साठून राहिलेल्या गप्पागोष्टी करायच्या. कारण वर्षभर भेटीगाठी घेणं जमत नाही. लेखकांप्रमाणेच वाचकांनाही भेटायचं. त्यांच्याशीही बातचीत करायची हेही ठरलेलं असतं.

हा आनंदाचा महिना म्हणजे फेब्रुवारी. हा महिना आम्ही आमचा म्हणून निश्चित केलाय. जे वर्षभर कष्ट करतात, त्यांनी एक महिना आनंदात घालवायला काय हरकत आहे? काहीच नाही. म्हणून तर हा उत्सव. ह्या महिन्यातील संध्याकाळचा वेळ मी कवी, कादंबरीकार, कथाकार, प्रबंधकार– थोडक्यात जे माझ्यासारखाच विचार करणारे आहेत– त्यांना भेटण्यात, त्यांची विचारपूस करण्यात घालवते.

ह्या वर्षीच्या ग्रंथजत्रेत एक अप्रिय घटना घडली. जे तिथे गेले होते त्यांनाही हे ठाऊक आहे आणि जे गेले नव्हते त्यांनाही हे ठाऊक आहे. त्याचं असं झालं की दहा-बारा तरुणांना माझं काही लेखन पसंत पडलं नाही. म्हणून त्यांनी ग्रंथजत्रेतील स्टॉलवरची माझी पुस्तकं फाडून फेकून दिली, पुस्तक-विक्रेत्यांना 'माझी पुस्तकं त्यांनी विकू नयेत' म्हणून धमकी दिली. एवढंच नाही, तर मी तिथं गेल्यास माझ्यावर अत्याचार होण्याची व मला मारण्याची शक्यताही त्यांनी जाहीरपणे बोलून दाखवली.

माझ्या 'दौड, दौड' (धाव, धाव) आणि 'बालिकार गोल्लाछुट' (मुलींचा चकवा चेंडू) ह्या कवितांवरून त्या तरुणांनी एवढं रण माजवलं होतं.

'दौड, दौड' ह्या कवितेचा साधारण अर्थ असा आहे :

तुमच्या मागे कुत्र्यांची झुंड लागली,
तर लक्षात असू द्या,
त्यांच्या शरीरात रेबीज असतो.
तुमच्या मागे पुरुषांची झुंड लागली,
तर लक्षात ठेवा,
सिफिलिस्

'बालिकार गोल्लाछुट' कवितेत मी असं म्हटलंय,

'आम्हा मुलींना जो खेळ खेळायला मिळावा,
म्हणून पृथ्वीवर दुपार होते,
तो खेळ म्हणजे 'गोल्लाछुट.'
सगळ्या पटांगणाभर मग असतो नुसता आरडा-ओरडा, गदारोळ.
या निर्भेळ आनंदाच्या किलबिलाटात,
हळूहळू कुठूनतरी येते एक गर्द छाया.
शेकडो दुःखांनी भरून राहिलेली.
मग सगळ्यांची पांगापांग.
कोण कुठल्या दिशेला पळालं,
काही कळलं नाही.
निर्भेळ आनंद कुणाला मिळाला कोण जाणे!
अजूनही मुली 'गोल्लाछुट' खेळतात का?
त्यांचे केस वाऱ्यावर भुरभुरतात का?
मला आत्तासुद्धा वाटतं खेळावंसं.
पाय वळवळतात पटांगणाकडे धाव घेण्यासाठी.
त्यांना धुळीत माखायचं असतं.
मला खेळावंसं वाटतं, फार फार.
पृथ्वीवरच्या सगळ्या प्रौढ मुलींना
द्यावीशी वाटते 'गोल्ला'पासून सुट्टी.

'पृथ्वीवरच्या सर्व प्रौढ मुलींना 'गोल्ला'पासून 'सुट्टी' द्या ओळीचा अर्थ 'मी सर्व घरांतील आयाबहिणींना घरातून बाहेर काढू इच्छिते' असा लावून मला अपराधी ठरवण्यात आलं. 'पुरुषांच्या शरीरात 'सिफिलिस' असं लिहून सर्व पुरुषजातीला मी दोषी ठरवलं,' असाही एक आरोप माझ्यावर करण्यात आला.

हे दोन्ही आरोप सरळसरळ माझ्या तोंडावरच केले गेले. माझ्या कवितांमागच्या भूमिकेची सफाई मला कुणापुढं द्यावी लागली? तर आधुनिक काळात जन्मलेल्या पण कालबाह्य झालेल्या, जुनाट समजुतींना कवटाळून बसलेल्या सशस्त्र तरुणांपुढे.

मला स्पष्टीकरण द्यावं लागलं कवितेचं, तिच्यामधील प्रत्येक ओळीचं, प्रत्येक शब्दाचं. जणू काही मी लिहिते हाच माझा अपराध. स्त्रीला बेड्या तोडून बाहेर येण्याचं आवाहन मी केलं. स्त्रीला 'माणूस' म्हणून जगण्याची प्रेरणा मी दिली, हाच माझा गुन्हा. ह्या गलिच्छ समाजात छळल्या गेलेल्या, शोषित स्त्रियांच्या बाजूनं उच्चारलेला प्रत्येक शब्द हा 'अश्लील' गणला जातो.

कोणत्या कवितेत, कोणता शब्द, मी का वापरला ह्याची कसून चौकशी केली गेली. बराच वेळ मी गप्पच बसले. 'गोल्ला'चा मला अभिप्रेत अर्थ होता हे बंदिस्त जीवन. गोल्ला म्हणजे बेडी. गोल्ला म्हणजे ज्या अंधाऱ्या घराला स्त्रीचं सर्व जग मानलं जातं ते घर. स्त्रीला पिळवणूक, पराधीनतेच्या बेड्या तोडून बाहेर पडण्यास सांगणं हा अन्याय झाला, असं मानून माझ्यावर खटला भरण्यात आला.

२१ व्या शतकाच्या उंबरठ्यावर उभं राहून मला अशा प्रश्नांना तोंड द्यावं लागतं. कारण मी समाजात प्रचलित असलेल्या नीतिनियमांपेक्षा वेगळं काही सांगितलं, प्रचलित जीवनसरणीपेक्षा वेगळी वाट चोखाळण्याचं आवाहन केलं. माझ्या ह्या अपराधाला क्षमा नाही. ज्यांनी माझ्या हातातून लेखणी काढून घ्यायचा निश्चय केलाय, त्यांच्याकडून तरी नाहीच नाही.

मला माझ्या देशाची, माझ्या सहकाऱ्यांची, माझ्या वाचकांची लाज वाटते. खरोखरच लाज वाटते. पण त्यामुळे माझा राग थोडाच कमी होतो? भावनेच्या भरात मी आता लिहिते तसं लेखन ह्यापुढं लिहायचं नाही असं ठरवलं. लिहावंसं वाटलंच तर हुमायून अहंमदांसारख्या कादंबऱ्या लिहायच्या किंवा सुरय्या खानमप्रमाणे कविता लिहायच्या. मग कुणी फाशी द्यायला निघणार नाही, कुणी ग्रंथजत्रेत माझी पुस्तकं फेकून देणार नाही, कुणी मला विवस्त्र करण्याची धमकी देणार नाही. थोडक्यात मी निरुपद्रवी ठरीन आणि जगू शकीन.

पण माझा हा निर्णय फार काळ टिकला नाही. मी नव्यानं काही निश्चय केला आणि सर्व काळज्या दूर सारल्या. मला धर्मनिंदक ठरवून मौलवींनी फाशी दिलं तरी चालेल, त्यांनी नवीन पिढीकडून माझी पुस्तकं फाडून फेकून दिली तरी चालतील, माझ्या हातातून लेखणी काढून घेतली तरी चालेल, मला विवस्त्र केलं तरी चालेल. मी ह्या सगळ्या जुलमांच्या विरोधात उभं राहायचं असं ठरवलंय. आता मी स्त्रीचा झळ करणाऱ्यांच्या– धर्म, राष्ट्र, समाज ह्यांच्या– विरोधात उभी ठाकलीय. मला सगळ्यांनी वाळीत टाकलं तरी चालेल.

मी कुठल्याही गुंडप्रवृत्तीबरोबर तडजोड करणार नाही. कारण त्यांनी माझ्यावर आणखी एक आरोप लादलाय. हा आरोप माझ्या 'जय बांगला' ह्या नावाच्या कवितेच्या संदर्भात आहे. त्या कवितेत मी असं म्हटलंय की 'जय बांगला' हा घोष ज्यांच्या रक्ता-मांसात भिनला नाही, ज्यांच्या जीवनात तो मुरला नाही अशा दुर्भागी

लोकांचा नाश होवो! त्यांना मरण येवो! त्याचा अर्थ मी माझ्या देशातील अनेक बांधवांचं मरण इच्छिते असा लावला गेला.

'जय बांगला' हा घोष माझ्या रोमा-रोमात भिनलाय, हा माझा अपराध. माझे एवढे अपराध आहेत की त्यांतून सुटण्याची शक्ती माझ्यात नाही. माझ्या अंगावर चालून येणाऱ्या, राष्ट्राच्या आणि समाजाच्या बुलडोझरला मी शारीरिक बळानं नव्हे, तर सत्याच्या बळावर रोखू इच्छिते, ह्याचा मला गर्व आहे. हा गर्व माझ्या बुद्धीला व मनाला समृद्ध करतो. ह्याला कुणी 'दोष' ही म्हणतील. म्हणोत बिचारे! मला अधिकाधिक दोषी व्हायला आवडेल.

गोल्लाछुट– म्हणजे चकवा चेंडू. डॉजबॉलसारखा खेळ.

□

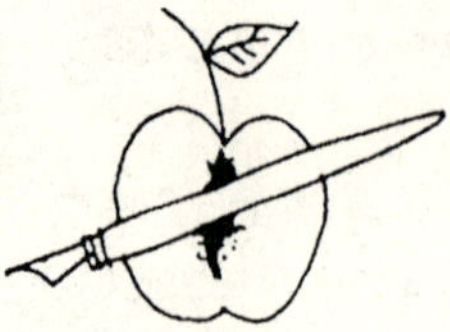

घरातला शत्रू : बिभीषण

माझ्या आयुष्यात संकटं काही कमी आली नाहीत. 'मला फाशी द्यावं' म्हणून मौलवींनी चळवळ केली होती. त्यातून मी वाचले. पण मला फार सोसावं लागलं. समाजातील सभ्य, पण माझ्याविरुद्ध असलेल्या लोकांचे फटके तर मला सतत खावे लागले. त्यामुळे आता मला कशाचंही वाईट वाटत नाही, मला कशामुळेही वेदना होत नाहीत, मला कुठल्याही गोष्टीचं आश्चर्य वाटत नाही. मी अगदी बधिर झालेय.

पण असं असूनसुद्धा, त्या दिवशी अचानक बसलेल्या धक्क्यानं मी चकित झाले, अवाक झाले. ती फेब्रुवारीची सतरा तारीख होती. 'बांगला ॲकॅडमी'च्या ग्रंथजत्रेत काही तरुण एक कापडी फलक घेऊन आले. त्या फलकावर एक अश्लील वाक्य लिहिलेलं होतं आणि त्याखाली लिहिलं होतं, 'तसलिमा नासरिन दमन समिती'. मी हे स्वतः पाहिलं नाही. मला इतरांकडून सर्व हकिकत समजली. माझे काही हितचिंतक ह्या प्रकारानं चिडले. त्यांनी ही हकिकत ॲकॅडमीच्या महासंचालकांच्या कानावर घातली. महासंचालकांनी तत्परतेनं मला सुरक्षा व्यवस्था पुरवून त्यांच्या ऑफिसमध्ये बोलावून घेतलं. अर्थात ही सुरक्षा व्यवस्था त्यांच्या ऑफिसमध्ये येण्यापुरतीच होती. ते लगेच स्टेजवर गेले आणि कापडी फलक घेऊन फिरणाऱ्यांची त्यांनी कडक शब्दांत कानउघाडणी केली. नंतर कळलं की तो कापडी फलक हिसकावून घेण्यासाठी काही तरुणच पुढे सरसावले होते.

महासंचालक त्यांच्या ऑफिसमध्ये आले व त्यांनी मला प्रश्न केला, 'तुमच्यामुळेच एवढी गडबड का होते?' मला ह्या प्रश्नाचं उत्तरच देता येईना. ही गडबड का? ह्या मागचा हेतू काय? मला काहीच माहीत नव्हतं. मी गप्प बसले हे पाहून महासंचालकांचा पारा चढला. कारण त्यांना वरील अवघड प्रश्नाचं उत्तर मिळायलाच पाहिजे होतं आणि ते उत्तर फक्त मीच देऊ शकते अशी त्यांची ठाम समजूत होती. माझ्या गप्प

बसण्यानं त्यांचा गैरसमज होईल असं मला वाटलं. म्हणून मी उत्तर दिलं, 'बहुधा माझ्या लेखनावरून हे सगळं घडलं असावं.' माझ्या ह्या सरळ उत्तरानं महासंचालक चांगलेच संतापले, त्यांच्या कपाळाला आठ्या पडल्या. त्यांच्या डोळ्यांत मला अविश्वास दिसला. त्यांच्या तोंडातून एक विचित्र वाक्य बाहेर पडलं, 'लेखन तर पुष्कळजण करतात. त्यांच्याविरुद्ध कुणी आवाज काढत नाहीत ते!'

ह्या वाक्यानं मला पुन्हा एकदा चकित केलं. महासंचालकांच्या ह्या बोलण्यावर तिथं हजर असलेले चार-पाच लेखक फार चिडले. त्यांनी आपला राग व्यक्तही केला. त्यात काहींचा स्वर चढा होता. माझ्याविरुद्धच अशी गडबड का होते? ह्या देशात अनेक लेखक आहेत. त्या सगळ्यांना सोडून ह्या 'देशांच्या सुपुत्रां'नी मलाच का निवडलं? महासंचालकांच्या ह्या प्रश्नामधून एक सूक्ष्म उपहास डोकावत होता. मी 'बांगला ॲकॅडमी'च्या उच्चशिक्षित महासंचालकांबरोबर बोलतेय, ह्यावर माझा विश्वासच बसेना. मी ज्यांच्याशी बोलत होते, त्यांना 'सत्याच्या विरोधात बंड करून उठलेल्या उन्मत्त असत्याच्याविरुद्ध बोलायला गेल्यास समाजाकडून किती छळ, त्रास सोसावा लागतो, दबावाची शिकार व्हावी लागते.' हे माहीत नसावं, हे मला खरंच वाटेना. त्यातून विरोध करणारा तडजोडीला तयार नसेल, त्याचा स्वर चढा असेल, तर त्याचा गळा दाबायला सर्वच तयार असतात. महासंचालकांनी आयुष्याचं अर्धशतक ओलांडलं होतं, पण ते सर्व इतिहास विसरले होते. गॅलिलिओ गॅलिली, लिओनार्दो, ब्रुनो, सॉक्रेटिस, जोन ऑफ आर्क, मेरी ऑलस्टोनक्राफ्ट, लेनिन, ईश्वरचंद्र विद्यासागर, रोदाँ, सलमान रश्दी ह्या सर्वांना ते विसरले होते.

असा विरोधाचा स्वर कुणा स्त्रीचा असेल तर? तर कोण ह्या समाजात तिला राहू देईल? आपल्या लक्ष्यापर्यंत पोहोचायला स्त्रीला किती अडथळे पार करावे लागतात, हे स्त्रीच जाणे! तिची वाट अनेक खाचखळग्यांनी भरलेली असते. स्त्रीवर वाईट प्रवृत्तीच्या पुरुषांकडून घरात आणि घराबाहेर जे अत्याचार होतात, त्याबद्दल महासंचालक– हरुन-अल्-रशीद साहेब अंधारात असावेत.

तेवढ्यात, महासंचालक औचित्याला सोडून एक वाक्य बोलून गेले, 'मी तुमचं लेखन अजिबात वाचलेलं नाही. पण हुमायून आझादांनी एका मुलाखतीत सांगितलं होतं की 'लिहावं कसं' हे अजूनही तुम्ही शिकला नाही आहात.' मी आश्चर्यानं त्यांच्या तोंडाकडे पाहतच राहिले. लिहिण्यासाठी हुमायून आझादांच्या शिफारशीची आवश्यकता आहे, हे माझ्या कधी मनातही आलं नव्हतं. हुमायून आझाद तर मुलाखतींमध्ये वाटेल ती विधानं करतात. 'पौर्वात्य आणि पाश्चात्त्य लेखकांत चिंतनशील 'लेखक' तेच एकटे आहेत.' असं ते सांगतात. ते स्वतःलाच 'संपूर्ण' समजतात. त्यांच्या मते निर्मलेंदु गुण फार मोठे 'अ-कवी' आहेत, हुमायून अहंमद 'अपन्यास' लिहितात, सैय्यद शमसुल हक 'कपट कवी' आहेत, तर

तसलिमा नासरिन अजून कवयित्री झालेलीच नाही. हुमायून आझाद स्वतःची प्रशंसा करताना वाटेल ती चमत्कारिक विधानं करतात. फक्त स्वतःलाच शहाणं समजायचं आणि इतर सगळ्यांना गाढव हे काही निरोगी मनाचं लक्षण नाही. हे सर्व ते सवंग लोकप्रियतेसाठी करतात, हे अगदी स्पष्ट आहे.

हुमायून आझादांनी 'लेखक' म्हणून मला मान्यता दिली नाही, म्हणून महासंचालकही माझ्यावर रुष्ट होते. उद्या हुमायून आझादांनी महासंचालकांना 'माणूस' म्हणून मान्यता दिली नाही, तर ते स्वतःला 'माणूस' मानतील का नाही कोण जाणे!

मी ह्या आश्चर्याच्या धक्क्यातून पुरती सावरले नव्हते तेवढ्यात पुन्हा एक आश्चर्याचा धक्का महासंचालकांनी दिला. ते म्हणाले, 'असं काही लिहा की ज्यामुळे काही गडबड होणार नाही. तुम्ही 'बाईमाणूस' आहात. पुरुषीपणानं लिहिण्याची काहीही आवश्यकता नाही. धर्माच्या विरुद्ध कशाला लिहिता? ग्रंथजत्रेत पुन्हा काही गडबड झाली तर मला तुमची पुस्तकं स्टॉलवरून काढून टाकावी लागतील.'

महासंचालक मला 'कसं लिहावं,' 'काय लिहिलं म्हणजे लोक त्याविरुद्ध गडबड-गोंधळ करणार नाहीत, हुमायून आझादांच्या पसंतीला काय उतरेल,' हे समजावून सांगण्याचा प्रयत्न करत होते. ह्या जंगली शिक्षणाचा माझ्यावर सुदैवानं काहीही परिणाम झाला नाही. तो कापडी फलक घेऊन मिरवणाऱ्या दुष्प्रवृत्तीच्या तरुणांपेक्षा ह्या पुरोगामी म्हणविणाऱ्या मूर्ख लोकांपासून स्वतःचं रक्षण करणं जास्त आवश्यक आहे, हे माझ्या लक्षात आलं आणि मी तात्काळ तिथून निघून गेले.

□

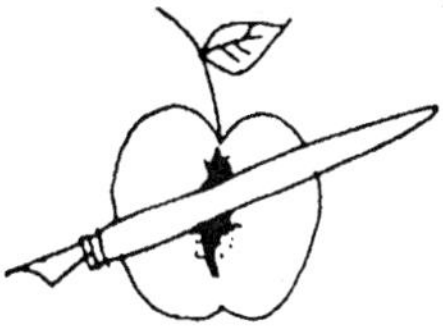

कुणाची करता निंदा? शरमेनं खाली घाला मान, हे तुमचं- आमचं पाप!

माझा जन्म शहरातला. मी मोठी झाले शहरातच. लहानपणी वडिलांच्याकडून खेडेगावच्या गोष्टी ऐकल्या होत्या, पुस्तकांतूनही काही वाचलं होतं. त्यांवरून वाटायचं, खेडेगाव म्हणजे धान्यानं भरलेल्या कणग्या, गुरांनी भरलेले गोठे. एकाहत्तरच्या युद्धाच्या वेळी प्रत्यक्ष खेडेगाव पाहिलं होतं. पण खरं म्हणजे ते खेडेगाव नव्हतंच. लहानसं शहरच होतं म्हणा ना! तिथंही फार दिवस राहता आलं नाही. शेतांच्या बांधांवरून फिरता फिरता आणि तळ्यात पोहायला शिकता शिकता पाच-सहा महिने हा हा म्हणता सरले आणि पुन्हा शहरात परतावं लागलं.

खेडेगावाचं खरं दर्शन मला झालं होतं ते आगगाडीच्या खिडकीतून. तिकीट काढतानाच मी खिडकीजवळची जागा पाहिजे म्हणून अटच घालते. प्रवास मी खिडकीजवळ बसूनच करते.– मग थंडी असो की पाऊस. खिडकीतून दिसतात छोटी छोटी गावं, त्यांतील शाकारलेली घरं, मातीच्या सारवलेल्या अंगणात रचलेल्या गवताच्या गंजी, झाडांच्या सावलीत बसून गुरं रवंथ करत असतात. गावातलं बांधलेलं स्वच्छ पाण्याचं तळं आणि वड-पिंपळ मला फार आवडतात. दूरवर क्षितिजापर्यंत पसरलेला हिरवा रंग झाडाच्या सावलीत बसून पाहणं ह्यासारखं दुसरं सुख नाही.

एकदा मला एक दिवस खेडेगावी जाऊन राहण्याची संधी मिळाली. अर्थातच मला खूप आनंद झाला. एकाहत्तरमध्ये मी तिथलं आदरातिथ्य अनुभवलं होतं. लाल हिरव्या रंगांनी पानं-फुलांची नक्षी काढलेल्या काचेच्या ग्लासमधून पाणी दिलं जाई, दारची फळफळावळ- जांभळं, पेरू, आंबे वगैरे जे काय असेल ते– समोर आणून ठेवलं जाई, पाठीवरून प्रेमानं हात फिरवून विचारपूस केली जाई. पत्र्याच्या ट्रंकेत जपून ठेवलेल्या, फुलांची नक्षी असलेल्या चिनीमातीच्या प्लेट्स खास आमच्यासाठी

काढल्या जात आणि त्यांत गरम गरम भात वाढला जाई, त्याच्या जोडीला असे दारची भाजी आणि तळ्यातले मासे. माझ्या डोळ्यांसमोरचं खेडं हे असं होतं.

पण ह्या वेळचा अनुभव वेगळा होता. माझ्याभोवती मुलांची गर्दी जमली होती. ती सर्वजण मला निरखीत गुपचूप उभी होती. कुणी आपल्याकडे असं पाहू लागलं तर कससंच होतं, अस्वस्थ वाटतं. ह्या कोंडीतून सुटण्यासाठी मी अंगणात येऊन उभी राहिले. घरातील जाणत्या मुली अलिप्तपणे माझ्याकडे पाहत होत्या. त्या घरातली गृहिणी घरकामात गुंग होती. कुणी माझ्यासाठी शहाळं आणलं नाही, कुणी झरझर झाडावर चढून पेरू काढले नाहीत. जणू मी म्हणजे शहरातून आलेला अद्भुत प्राणी होते– जणू मला भूक लागत नव्हती, तहान लागत नव्हती, फळं खाणं मला ठाऊकच नव्हतं!

ज्या घरी उतरले होते, तिथल्या कुणीही, दुपार झाली तरी माझ्या खाण्यापिण्याची चौकशी केली नव्हती. शेवटी दुपारी तीन-साडेतीन वाजता एक बाई थाळीत माझ्यासाठी भात घेऊन आली. तीच त्या घरची गृहिणी असावी. भाताबरोबर होतं डाळीचं पाणी. मी तिला विचारलं, 'तुम्ही जेवलात?'

'नाही.'

भात माझ्या घशाखाली उतरत नव्हता. मला तो खाववतच नव्हता. ती बाई तशीच उभी होती. मी तिला विचारलं, 'मुलं किती तुम्हाला?' 'अकरा.' तिच्या उत्तरानं मी चमकले. एवढी मुलं होऊ शकतात?

'सगळी तुमचीच?'

'हो.' तोंडावर पदर ओढत तिनं उत्तर दिलं.

'इथं 'कुटुंब-नियोजना'चे लोक कधी येत नाहीत का?' भात कालवता कालवता मी विचारलं.

'येतात.'

'मग ते काही सांगत नाहीत?'

'त्यांना घरातच येऊ देत नाही.'

'कोण येऊ देत नाही?'

'सिराजचा बाप.'

सिराजचा बाप म्हणजे ह्या बाईचा नवरा. मी पुन्हा विचारलं, 'तुम्हाला मुलगे किती?'

'सात.'

मला वाटलं होतं की मुलगा व्हावा म्हणून वाट पाहिली असेल म्हणून इतकी मुलं झाली असतील. नुसत्या मुलीच होत राहिल्या असतील आणि शेवटी अकरावा मुलगा झाला असेल. पण ह्या बाईला चांगले सात मुलगे होते!

'कुणी शिकतात की नाही?'

पदर आणखी पुढे ओढून घेत ती म्हणाली, 'नाही.'

माझं जेवण तसंच राहिलं. मी हात धुतले. हे लोक माझे लांबचे नातेवाईक आहेत. मी प्रथमच त्यांच्याकडे आले होते. मला वाटलं होतं की मला खेड्याचा 'हिरवा प्राण' डोळे भरून पाहता येईल. एवढ्या मुलांना हे खायला-प्यायला कसं घालत असतील?

एवढ्यात सिराजचे बाबा आले. त्यांना मी हाच प्रश्न विचारला.

'अल्लाच्या बंद्यांना अल्लाच खायला घालतो.'

'अल्ला खायला घालतो? म्हणजे? तुम्ही रोज शेतावर जाता. सगळा दिवस अंग मोडून मेहनत करता. जे मिळतं त्यातून तुम्ही ह्यांना खायला घालता. तुम्ही ह्यांना खायला घातलं नाहीत, तर अल्ला घालतो का ते पाहाच. आणि अल्ला खायला घालत असेल, तर तो तुम्हाला अंडी, दूध, मांस, मासळी का देत नाही?

सिराजचे बाबा काही बोलले नाहीत. फक्त हसले.

'कुटुंब-नियोजनवाल्यां'ना तुम्ही घरात येऊ देत नाही म्हणे!' सिराजचे बाबा ओसरीवर अंगणाकडे नजर लावून बसले होते. ते म्हणाले, 'त्यांच्या सांगण्याप्रमाणे वागलं तर पाप लागेल ना!'

'कुटुंब-नियोजन' पाप आहे?'

'हो! मन मारणं पाप आहे. कारण मन ही देवाची 'देन' आहे व जे तुम्ही निर्माण करू शकत नाही, ते मारणं पाप आहे, असं अल्लानंच सांगितलंय. अल्लानं दिलेलं मन मारणं म्हणजे अल्लाचा कोप ओढवून घेणं.'

सिराजच्या बापानं अल्लाच्या कोपाच्या भीतीनं 'कुटुंब-नियोजन' केलं नव्हतं. त्यांना स्वर्ग मिळवायचा होता. सगळ्यांनाच स्वर्गात जाण्याचा फार "शौक" असतो. स्वर्ग मिळावा म्हणूनच सिराजचा बाप– रईसुद्दीन– दाढी ठेवतो, टोपी घालतो, दिवसातून पाच वेळा नमाज पढतो.

'तुम्ही अरबी भाषेतल्या 'सूरा' म्हणता, त्याचा अर्थ समजतो का?'

'नाही. अल्लाचं नाव घ्यावं असं सांगितलंय म्हणून म्हणतो. आम्ही खेड्यातली अडाणी माणसं! अर्थ समजावून घेऊन काय उपयोग?'

खेडं म्हणजे फक्त हिरवीगार शेतं नाहीत, फक्त स्वच्छ पाण्याचं तळं नाही, नुसती झाडांची थंडगार सावली नाही. खेडं म्हणजे खेड्यातला माणूस. तो अकरा मुलांना जन्म देऊन जगात गरिबी वाढवतो. मग दारिद्र्याचा चाबूक सतत पाठीवर सपकारे देत राहतो. तो स्वर्गप्राप्तीच्या लोभानं आपलं आयुष्य नियतीच्या हातात सोपवून मोकळा होतो. नियतीही ह्या मूर्ख आणि दुर्बल अशा 'माणूस' नावाच्या प्राण्याबरोबर खेळ खेळते.

आम्ही शहरातली शिकलेली माणसं नाना तऱ्हेच्या तत्त्वज्ञानाच्या गोष्टी करतो, मार्क्सवाद आम्हाला माहीत असतो, अर्थकारण आणि राजकारण ह्यांतील फायदे-तोटे आम्ही जाणतो. पण खेड्यांतील लोकांचा उद्धार करणं मात्र आम्हाला जमत नाही. पारलौकिकाच्या धाडीपासून आपल्या हिरव्या खेड्यांचं रक्षण करण्याच्या बाबतीत मात्र आम्ही अडाणी आहोत.

□

विषण्ण रात्रीचं गाणं

ढाक्यात माझे हितचिंतक किती आहेत कोण जाणे! पण शत्रू मात्र भरपूर आहेत. माझ्या हितचिंतकांनीच तर मला माझ्या शत्रूंची माहिती पुरवलीय. 'मी एकटीनं घराबाहेर पडणं ठीक नाही,' असं त्यांना वाटतं. 'तुम्हाला एवढे शत्रू का?' असंही काहीजण मला विचारतात.

मला ह्या प्रश्नाचं उत्तर खरोखरच माहीत नाही. मी एका आदर्शवादी डॉक्टर पित्याच्या आणि धर्मभीरू, अर्धशिक्षित मातेच्या पोटी जन्मलेय. आम्ही कधीच गडगंज श्रीमंत नव्हतो. पण आमची सुस्थिती होती. मी आणि माझ्या भावंडांनी शिक्षण घेतलं. आम्ही दुसऱ्यांशी नम्रपणे वागायला शिकलो, उत्तम शिष्टाचार शिकलो आणि माणसानं माणसाशी दुष्टपणा करू नये, हेही शिकलो. आमचे दूरचे नातेवाईक आमच्याजवळ जे काय असेल ते ओरबाडून घेत, हे मी माझ्या लहानपणापासूनच पाहत आलेय. शेजाऱ्यांची गुरं आमच्या बागेची नासधूस करत. पण शेजाऱ्यांना ह्याबद्दल विचारायला गेल्यास ते भांडायला उठत, शिव्याशाप देत. आमच्या भरपूर पाणी असलेल्या तळ्यावर दांडगट लोक हक्क सांगत. महिन्या-महिन्याला घरावर दरोडा पडे, दरोडेखोर सर्व पैसा-अडका लुटून नेत. आम्ही गरीब माणसं एकाहून एक शिरजोर गुंडांकडून पुरते लुटले गेलो.

माझ्या व्यक्तिगत जीवनातही मी खूप लोकांकडून अपमान सहन केलाय. 'शिक्षणामुळे सर्व दुःखं नाहीशी होतात,' असं माझ्या बाबांना वाटायचं. मी चांगलं शिक्षण घेतलं, मोठी झाले. पण माझ्या शरीराबरोबर माझं दुःखही वाढत गेलं. आता तर त्या दुःखाचा पर्वत झालाय. हा पर्वत पार नाहीसा करून टाकायला लागेल एवढं पाणी माझ्याजवळ नाही. आजपर्यंत मी कुणाचंही वाईट केलेलं नाही, नकळतसुद्धा कुणाचं नुकसान केलेलं नाही, हे अगदी खरं आहे. पण माझं नुकसान? ते तर मी माझ्या मनातच साठवून ठेवलंय.

'मी लिहिते,' हाच माझ्या हातून झालेला अन्याय असावा. दुसरा कोणताही अन्याय मी केलाय, असं मला वाटत नाही. मी अभिमानी आहे; अंतर्मुख आहे; स्वभावानं गरीब आहे; एकाकी आहे. मी माझा राग, माझं दुःख, माझे कष्ट माझ्या लेखनातून अत्यंत सरळपणे मांडते. ह्यामुळे शत्रू वाढतात? का लिहिते मग मी? का उचलली मी ही माझी सतत चालणारी लेखणी? का हातात धरली ही मला सतत मोह घालणारी लेखणी?

शत्रू वाढताहेत. मला हे चटकन कळत नाही. पण माझ्या हितचिंतकांना कळतं. कारण ते सभांना जातात, चर्चेच्या वेळी हजर असतात. तिथं माझ्या शत्रूंनी मारलेल्या टोमण्यांनी ते दुखावतात. माझं सुदैव म्हणा की दुर्दैव, मी कुठल्याच सभांना जात नाही.– मग भल्या त्या साहित्यिकांच्या का असेनात. अशा ठिकाणी जाण्याची माझी योग्यता नाही, असंच मला वाटतं. एवढ्या 'ज्ञानी,' 'गुणी' लोकांसमोर मी म्हणजे किस झाडकी पत्ती! म्हणून मी आपली मागेच राहते.

मी लिहिते ते अगदी सामान्य असतं. त्यांत गर्व करण्यासारखं काही नसतं. समजा एखाद्या दिवशी मी लेखन सोडलं तर मला वनवास पत्करावा लागणार नाही की मी लगेच हवेत विरून जाणार नाही. पण असं असूनही कुणी 'दमन समिती' स्थापन करतात, मौलवी मला फाशी व्हावी म्हणून सरकारवर दबाव आणू पाहतात, कुणाचे माझ्याबरोबर मतभेद झाले तर ते वर्तमानपत्रांतून निनावी पत्रं लिहितात. एका अश्लील मासिकाच्या कार्यकारी संपादक माझ्याकडे तीन-एक दिवस चकरा मारीत होत्या. त्यांना माझी मुलाखत पाहिजे होती. मी मुलाखत द्यायला तयार झाले नाही, तेव्हा ह्या बाईंनी मासिकातून मला हव्या तशा शिव्या दिल्या. ह्यामुळे नुकसान कुणाचं झालं? आश्चर्य म्हणजे माझा अपमान होवो की सन्मान, माझ्या शत्रूंच्या संख्येत सतत वाढच होते. माझा कुणी फार मोठा अपमान केला तर प्रत्येक वर्तमानपत्र त्याची दखल घेतं. अर्थात बऱ्याच वेळा बातमी उलटसुलट छापलेली असते आणि काल्पनिकही असते. पण माझा कुणी सन्मान केला तरी परिस्थिती ह्याहून वेगळी नसतेच! इतर कुणाचा न करता माझाच सन्मान का? झालं! ह्या कारणावरून माझ्या शत्रूंची संख्या दुपटीत नाही तर चौपटीत वाढते. सर्वजण निंदा करायला टपलेलेच असतात. मातीला 'साक्षात सहनशीलता' मानतात. मी तिच्याप्रमाणेच स्वस्थ राहते. तिच्याप्रमाणेच मी माझं जीवन लोकांपुढे पसरलंय. ते त्याच्यावर हल्ला करतात आणि थयथय नाचतातसुद्धा.

'मी कधीही कुणाला दुखावलेलं नाही,' हे मीच नाही, तर माझं मनही समजून आहे. इतकंच नाही, तर स्वभावानं अत्यंत गरीब, निष्पाप असणारी माझी माणसंही जाणून आहेत. मी कधीच कुणाच्या आयुष्यात विष कालवलं नाही, कुणाचं कधी वाईट चिंतिलं नाही. मी अगदी निरुपद्रवी, मठ्ठ, नगण्य आहे. तरीही दातओठ खात,

विळे-कोयते घेतलेले हात मलाच शोधत येतात. मला प्रवाहाच्या विरुद्ध दिशेनं पोहोत जायचंय. आणि आधार काय तो काडीचा! मला गटांगळ्या खाव्या लागतात, मरावंही लागतं. हो! मला मरावंही लागतं. कधी कधी मी मेलेय की जिवंत आहे, हे माझं मलाच नीटसं कळत नाही. 'जगणं' म्हणजे नक्की काय? कसा श्वास घेतला तर ते जगणं होतं? मातीवर पाय ठेवणं म्हणजे जगणं, की धावणं, हसणं, रडणं म्हणजे जगणं? काही कळतच नाही. मला वाटतं की मी 'जगायला योग्य' असं माणूसच नाही.

केवळ सरळपणा जीवनात यशस्वी व्हायला उपयोगी पडत नाही, तर थोडी चलाखी, थोडा नाटकीपणा हवाच. कुणी आपल्याला थप्पड मारली तर आपल्यालाही उलट थप्पड मारता आली पाहिजे. पण बाबांनी आम्हाला हे काही शिकवलंच नाही. उलट, बाबांच्या मते एका गालावर कुणी थप्पड मारल्यास त्याच्यापुढे दुसरा गाल करावा! बाबांनी आम्हाला फक्त सहिष्णुता आणि उदारताच शिकवली.

शत्रू वाढताहेत. पण त्यांच्यावर नियंत्रण ठेवण्याचं कोणतंच साधन माझ्या हातांत नाही. मी रिकाम्या हातानं एकटीच उभी आहे. माझ्याजवळ पैसा नाही, यश नाही. फक्त हृदय आहे.– तेही घायाळ झालेलं. माझं मन आघातांनी, आगीनं पोळलंय. मी हात जोडून क्षमा मागते.– असंख्य गुणी लेखकांची, विद्वान वाचकांची, सन्मान्य शत्रूंची आणि निंदकांची. मला क्षमा करा. मी उजवीकडे वळले तरी वाईट, डावीकडे वळले तरी वाईट! उजवीकडे वळले तर लोक विचारणार, 'उजवीकडेच का? नक्कीच काहीतरी वाईट हेतू असणार!' डावीकडे वळले तर लोक म्हणणार, 'नक्कीच एखादा परीस मिळालाय वाटतं!' हाही गुन्हाच! कुणी मला थप्पड मारली तरी तो माझा दोष आणि नाही मारली तरी माझाच! आता तर माझं जगणं हाही अपराधच ठरलाय! कदाचित मरणं हाही दोष धरला जाईल. दोषाच्या पंजातून माझी सुटका नाही हेच खरं!

□

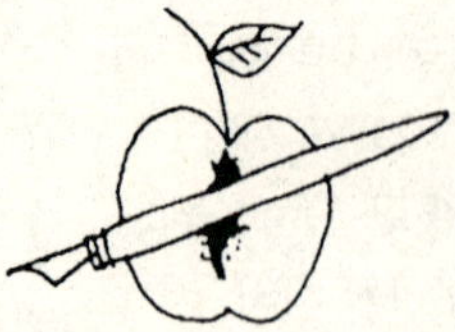

वृत्ती

आतापर्यंत चित्रकलेत स्त्री-शरीर ज्या प्रमाणात रंगवलं गेलंय त्याच्या एक शतांशानं तरी पुरुषाचं शरीर रंगवलं गेलंय का? ह्या प्रश्नाचं उत्तर एका शब्दात देता येईल, 'नाही.'

स्त्रीचे स्तन, कमर, नितंब, मांड्या, पाय ह्यांच्याबद्दल चित्रकारांना प्रचंड आकर्षण वाटतं. तेवढं आकर्षण पुरुषाची कमर, हात, पाय आणि गुह्यांग ह्यांच्याबद्दल वाटत नाही. ह्याचं मुख्य कारण म्हणजे बहुसंख्य चित्रकार हे पुरुष असतात आणि पुरुषाला भिन्न लिंगाबद्दल आकर्षण वाटणं अगदी स्वाभाविक आहे. म्हणूनच ते स्त्री-देह रेखाटण्यास उत्सुक असतात.

मी अनेक स्त्री-चित्रकारांचीही चित्रं पाहिलीत. त्याही स्त्रीला पुरुषांच्या नजरेतून पाहतात, पुरुषांप्रमाणेच त्या स्त्री-देह रेखाटतात. पुरुषाचे बलदंड बाहू, नितंब, मांड्या, गुह्यांग ह्यांचे रेखाटन करणारी स्त्री-चित्रकार अजून माझ्या पाहण्यात नाही. पुरुषाबद्दल स्त्रीला स्वाभाविक आकर्षण असतंच. पुरुषाच्या शरीराचं वेगवेगळ्या कोनांतून केलेलं चित्रण स्त्री-दर्शकांच्या डोळ्यांना तृप्तही करतं. पुरुषांची अशी चित्रंच नव्हेत, तर शिल्पंही स्त्रीच्या दृष्टीनं कमी आकर्षक नसतात.

पण स्त्री-शिल्पकार स्त्री-देहच घडवताना दिसते. मग पुरुष-देह घडवणार कोण? जर पुरुष स्त्रीचं शिल्प घडवत असेल, तर स्त्रीनं पुरुषाचं शिल्प घडवलं पाहिजे. ते तिचं कर्तव्यच आहे. आम्ही- स्त्रिया- पुरुषाचं बांधेसूद, सुंदर शरीर चित्रांतून आणि शिल्पांतून पाहू इच्छितो. पुरुषाच्या देहाचं सौंदर्य पाहून आम्हालाही आनंदित व्हायचंय, तृप्त व्हायचंय.

पूर्वी म्हणजे १८ व्या शतकात स्त्रिया 'मॉडेल' म्हणून कलावंतांकडे येत, त्यांच्यासमोर नग्न उभ्या राहत. कलावंत त्यांची चित्रं काढत किंवा मूर्ती घडवत. जगप्रसिद्ध शिल्पकार रोदाँनं त्याच्याकडे मॉडेल म्हणून आलेल्या प्रत्येक स्त्रीला

आपल्या वासनेची शिकार बनवलं. मी स्त्री-मॉडेलबद्दल खूपच ऐकलंय. पण 'मॉडेल' बनलेल्या कुठल्याही पुरुषाबद्दल ऐकलेलं नाही. चित्रकार किंवा शिल्पकार म्हणून ज्या स्त्रियांना नावलौकिक मिळालाय, त्यांच्यासमोर एक पुरुष 'मॉडेल' म्हणून नग्न उभा राहतो, त्या त्यांची चित्रं काढतात किंवा शिल्पं घडवतात आणि शेवटी त्या पुरुषांचा उपभोग घेतात, असं कधीही घडत नाही.

चित्रांचं एक प्रदर्शन भरलं होतं. त्यांत चित्रकार स्त्रियाच होत्या. तरीही 'मॉडेल' म्हणून आलेल्या मुली मेक-अप करत होत्या, आरशात पाहून केस विसकटत होत्या, हसत हसत एकमेकींच्या अंगावर पडत होत्या, काहीजणी झाडांखाली उभ्या होत्या. त्यांना कसली अपेक्षा होती? अर्थात पुरुषाची. मुली मेक-अप करतात. म्हणजेच तोंडाला स्नो-पावडर फासतात. ह्यामागचा हेतू पुरुषांना मोहात पाडणं हाच असतो. एवढंच स्त्रीचं काम आहे. ह्याशिवाय स्त्रीला दुसरं काम नाही. चित्रांतूनही हेच दृष्टीस पडतं. दुसरं काहीही काम नसलेल्या स्त्रीचा साजशृंगार तिचा आळस आणि अपेक्षा दोन्हीही व्यक्त करतो. पुरुषांची चित्रं, शिल्पं क्वचितच दृष्टीस पडतात आणि जी काही दृष्टीस पडतात ती हेतुपूर्वक तयार केलेली असतात. उदाहरण म्हणून शमीम शिकदारांनी घडवलेल्या शिल्पांचा उल्लेख करता येईल. स्वतःहून स्वातंत्र्य संग्रामात उडी घेतलेला वीरपुरुष किंवा काजी नजरुल इस्लाम ही शिल्पं त्यासाठी पाहावीत.

असे काही अपवाद सोडल्यास सर्वत्र दिसते स्त्री, तिचा चेहरा आणि तिच्या शरीरावरील सर्व वक्ररेषांचे प्रदर्शन. पुरुषाचं चित्र वा शिल्प तयार केलं गेलंच तर ते असतं वीराच्या रूपात. स्त्री वीरतेचं प्रतीक नाही. तिला रेखाटलं जातं वीराची सखी म्हणून. तिचं रेखाटन तिच्या रूपासाठी असतं. स्त्रीची किंमत देहावरून ठरते, बुद्धीवरून नाही.

फक्त स्त्री-चित्रकार किंवा स्त्री-शिल्पकार असं रेखाटन अथवा कलाकृती करतात असं नाही, तर लेखिकाही तेच करतात. परवाच रोमेना अफाझ ह्या लेखिकेनं म्हटलंय की स्त्रीस्वातंत्र्य मला मान्य नाही. स्त्रियांनाच स्त्री-स्वातंत्र्य नकोय, त्यांना माळा, डूल, बांगड्या घालून सजायचंय. कारण स्त्रीचं असंच रूप पुरुषांना आवडतं. स्त्रिया काहीही करायला तयार होतील, पण आपल्या सतीत्वाला मात्र एवढासासुद्धा धक्का लागू देणार नाहीत. कादंबरीतील स्त्री-पात्रसुद्धा ह्या सतीत्वामुळेच कादंबरीच्या अखेरपर्यंत सर्व आपत्तींना तोंड देऊन उभं राहतं आणि लोकांच्या कौतुकाचा विषय होतं. पण लक्षात ठेवा की सतीत्वाचा निष्ठेशी काहीही संबंध नाही. सतीत्वाचा अर्थ 'स्त्रीचं गुह्यांग निष्क्रिय ठेवणं,' एवढाच आहे.

पुरुषांच्या लेखनाची नक्कल करण्याकडे स्त्रियांचा कल का? रजिया रहमान वा सलिना हुसेन ह्यांचं लेखन वाचल्यास हे एका स्त्रीनं लिहिलं आहे, असं काही

जाणवत नाही. पुरुषांच्या लेखनाचं तंतोतंत अनुकरण असतं ते! तेच ते वापरून गुळगुळीत झालेले विषय आणि मिळमिळीत भाषा! युगानुयुगं स्त्रियांना अवहेलना, पिळवणूक, दास्यत्व, बंधनं, आयुष्याचा सर्वनाश अशा खडतर समस्यांना तोंड द्यावं लागतंय. पण ह्या कशाबद्दलही त्या लिहीत नाहीत. त्यांच्या लेखनात संतापही नाही आणि कशाबद्दल विरोधही नाही. त्या आपल्या 'धन्या'प्रमाणे सुखान्त कादंबऱ्या लिहितात, प्रेमाच्या कविता लिहितात. स्त्रीला समाजानं एक 'भोग्यवस्तू' मानलंय, धर्माची आणि समाजाची उपयुक्त सामग्री मानलंय. स्त्री म्हणजे दासी. स्त्री म्हणजे एक बाहुली. तिच्या शरीरावर डाग आहेत ते पुरुषानं केलेल्या अत्याचाराचे, खुणा आहेत करकचून आवळलेल्या बेड्यांच्या. ह्या सगळ्याचं चित्र रेखाटलंय कुणी? स्त्रियांच्या समस्यांचं चित्र लेखिकांच्या लेखनांत आहे कुठं? कुठंही नाही. कला, साहित्य, संस्कृती ह्या क्षेत्रांत वावरणाऱ्या स्त्रिया फक्त पुरुषांचं अनुकरण करतात. त्या त्यांच्या स्वतःच्या दुर्दैवाच्या, पांगळेपणाच्या गोष्टी कधीही लिहीत नाहीत. 'स्त्री-मुक्ती,' आणि 'स्त्रीची प्रगती' अशा विषयांवर जे काही लिहिलं जातं, त्यांतील बरंच पुरुषांनी लिहिलेलं असतं. अर्थात ह्यात पुरुषांची लबाडी असतेच. असं लिहून ते स्वतःला उदारमतवादी आणि पुरोगामी म्हणवून घेतात. अशा चलाख पुरुषांची लोकांत वाहवा होते आणि आधुनिक आणि सुशिक्षित स्त्रियांचा त्यांना पाठिंबा मिळतो. ह्या स्त्रिया पुरुषांच्या खांद्याला खांदा लावून सर्वत्र वावरतात, असं वरवर पाहाणाऱ्याला वाटतं. पण खरं तर हे पुरुष अशा स्त्रियांनासुद्धा स्वयंपाकघरातच पुरून ठेवतात. त्या मग चूल पेटवतात, भात शिजला की नाही ह्याची काळजी करत बसतात आणि 'स्वतंत्र बुद्धी'चे पुरुष मात्र भांगबिंग पाडून, सिगरेट फुंकत, संध्याकाळी सभांना जातात. तिथं स्त्री-चळवळीची उसन्या गांभीर्यानं चर्चा करतात. सभेनंतर हेच पुरुष घरी जाऊन स्त्रीचा उपभोग घेतात. ज्यांच्या घरात बायको नसते त्यांची पावलं वासना शमविण्यासाठी वेश्यांकडे वळतात.

□

परतंत्र नागरिक

एके दिवशी माझ्या हातात एक चकचकीत टोयाटो स्प्रिन्टर आली आणि माझ्या आनंदाला पारावार राहिला नाही. ह्या शहरातील माझ्या आवडत्या रस्त्यांवरून मी उगीचच भटकत राहिले. गाडीतील टेप चालू करून मनसोक्त गाणं ऐकलं. शांतिदेबांचा मोकळा आवाज ऐकून मला नेहमीच भरून येतं. हातांत स्टिअरिंग, उजवा पाय अ‍ॅक्सेलरेटरवर दाबलेला, डाव्या हाताजवळ गचके न देता बदलले जाणारे गिअर! मला वेगाची ओढ नेहमीच वाटते. गतिहीन, चैतन्यहीन जीवन मला गुदमरून टाकतं.

माझ्याजवळ स्वतःचं वाहन नाही. पण कधी कधी नातेवाइकाची किंवा मैत्रिणीची टोयाटो किंवा मर्सिडीज मिळते. मग मी स्वतःला गतीबरोबर झोकून देते. टॉप गिअरमध्ये ८० कि.मी.च्या वेगानं मला माझं आयुष्य किती पुढे नेता येतं, ते मी पाहते. सायकल-रिक्षा किंवा ठेला ह्यांच्यापेक्षा मी किती पुढे जाते! कमी वेळात जास्त दूर जायचा प्रयत्न करणं, हा तर माणसाचा स्वभावच आहे. माणसाच्या दृष्टीनं वेळ फार महत्त्वाचा आहे. आता तर विज्ञानानं माणसाला कुठंच्या कुठं पोहोचवलंय. विज्ञानाची खूप प्रगती झालीय. पण आमचा देश दरिद्री आहे. ह्या दरिद्री देशातील आम्ही माणसं विज्ञानाला पकडू शकत नाही. कारण आम्ही दुर्दैवानं मागासलेले आहोत. जेमतेम २ कि.मी. असलेल्या कामाच्या ठिकाणी जाण्यास आम्हाला तब्बल दीड तास लागतो. कारण रस्त्यावरच्या वाहनांना चुकवत वाट काढत जावं लागतं. आमच्या देशात अजूनही दोन पायांनी वाहन चालवून माणसांना माणसंच वाहून नेतात! ह्या अद्‌भुत वाहनाचं नाव 'रिक्षा.' मला तर वाटतं, ह्या तिसऱ्या जगात 'सभ्यता' चपापून नुसती उभीच राहिली आहे असं नाही, तर ती ह्या वाहतुकीत अडकून पडलीय.

'सभ्यता' फक्त वाहतुकीच्या गर्दीमुळेच अडकून पडली आहे का की आमच्या

अशिक्षितपणामुळे? चुकीचं राजकारण आणि चुकीची अर्थनीती हीही कारणं नसतील का? धर्माचा उपयोग चुकीचा केला जातो, त्याचं काय? ह्या सगळ्यांच्या गुंतागुंतीतच 'सभ्यता' अडकून पडलीय.

मी गाडी चालवतेय हे पाहून सगळेच– रिक्षावाले आणि रिक्षात बसलेले, टॅक्सीवाले आणि टॅक्सीत बसलेले, मोटरसायकलवाले, स्कूटरवाले आणि पायी चालणारे– माझ्याकडे आश्चर्यानं पाहतच राहिले. अगदी टक लावून. हसले सगळेच. काहींनी शिट्या वाजवल्या, काहींनी आचरट शेरे मारले, काहींनी शिव्या हासडल्या तर काहींनी अश्लील कोट्याही केल्या. मला एवढं सगळं सहन करावं लागलं ते केवळ मी बाई असूनही गाडी चालवण्याचं धाडस केलं म्हणून! माझ्या मनात आलं, 'असा कसा हा देश? ही माणसं तरी अशी का? ह्या देशाचा जो जो विचार करावा, तो तो माझ्या आश्चर्यात वाढच होत जाते. ह्या देशाबद्दल मला वाटणारं आश्चर्य ह्या जन्मात तरी फिटेल असं वाटत नाही.

मला वाहनांच्या गर्दीतून पुढं जाता येत नव्हतं. इंडिकेटर दाखवूनही मला कुणी पुढं जायला वाट देत नव्हतं. सगळे माझ्याकडे पाहत होते. खरं तर ते मला पाहत नसावेत. कारण माझं तोंड, हात, पाय वगैरे इथल्या लोकांसारखंच होतं. ते पाहत होते एका बाईला. बाई गाडी चालवतेय! बाईमाणसाच्या हातात स्टिअरिंग! किती विचित्र दृश्य हे! मला पाहताना त्यांना गंमत वाटत होती, मजा वाटत होती. जणू काही ते प्राणिसंग्रहालयातील माकडच पाहत होते! किंवा माणसाप्रमाणे शेंगा सोलून खाणाऱ्या चिंपांझीला पाहत होते! एका बाईच्या अशा वागण्याची त्यांना मजा वाटत होती. काहींना माझ्या वागण्याचं आश्चर्यही वाटत होतं. काहींना रागही आला आणि नाक उडवून त्यांनी तो व्यक्तही केला.

मी धोलेश्वरीकडे चालले होते. बुडीगंगा ब्रीजवरून धोलेश्वरी नदीकडे जाणारा रस्ता हिरव्यागार झाडीनं झाकलेला आहे. हा दूरवर जाणारा रस्ता अगदी शांत आहे. गर्दीतून ह्या शांत रस्त्यावर आल्यावर माझ्या मनात विचार आला की हिरव्यागार खेड्यात अजूनही सरळपणा आणि प्रामाणिकपणा असणारच. कारखान्यांनी भरलेल्या शहरातल्यासारखी सभ्यता खेड्यात नसेलही, पण साधेपणा असणारच. मला जर वेगानं जायचं असेल तर मला शांत असणाऱ्या खेड्याच्या रस्त्यावरूनच जायला हवं. शहराच्या गर्दीतून वेगानं जाणं कसं शक्य आहे?

माझ्या गतीत सतत अडथळे आले ते शहरातील माणसं आणि वाहनं ह्यांच्यामुळे. पण ह्या शांत रस्त्यावर आल्यावर माझ्या लक्षात आलं की इथं वेगळं आहे. वृक्ष आम्हाला सावली देतात, शुद्ध हवा देतात. अडथळे आणत नाहीत. मल्टिस्टोरीड शहरापेक्षा मी 'हिरव्या'शी चांगला संवाद साधू शकते. आम्हाला एकमेकांच्या भावना चांगल्या समजतात. निसर्गापाशी मी सर्व विसरून लीन होते.

धोलेश्वरीच्या काठावरच्या एका लहानशा खेड्यात मी गाडी थांबवली आणि सूर्यास्त पाहायला निघाले. मला पाहताच लहान-थोरांनी माझ्याभोवती गर्दी केली. 'मी कोण? इथं कशाला आलेय?' असे अनेक प्रश्न त्यांना सतावत होते. 'मी धोलेश्वरी पाहायला आलेय,' असं मी त्यांना सांगताच त्यांना आश्चर्याचा धक्काच बसला.

पाणी तर सगळीकडे सारखंच दिसतं. त्यात काय पाहायचं? पाणी तळ्याचं असो, नदीचं असो की ट्यूब-वेलचं, त्यात कुठं फरक असतो?

नाही. तसं नाही. पाणी जरी एकच असलं तरी ते पात्राप्रमाणे रंग धारण करतं. मग धोलेश्वरी ब्रह्मपुत्रेप्रमाणे कशी असेल? इथं लाटा टाचांना भिजवून पायाला चुंबून जातात का? धोलेश्वरी ब्रह्मपुत्रेइतकीच उत्कट प्रेमिका आहे का? सूर्यास्ताच्या सूर्याची किरणं धोलेश्वरीच्या पाण्यात उतरून खेळत होती. माझी दृष्टी त्यांच्यावरच खिळून राहिली. पण माझं मन काही एकाग्र होईना. मला ह्या भोवतालच्या गर्दीपासून अलिप्त होता येईना. कारण ते सर्वजण माझ्याकडे आणि माझ्या हालचालींकडे अगदी टक लावून पाहत होते. 'बाई असून एकटीच बाहेर का पडली? हिचे केस एवढे तोकडे का? ही गाडी कशी चालवते?' असे अनेक प्रश्न आ वासून त्यांच्यापुढे उभे होते.

मला त्यांच्या प्रश्नांची उत्तरं द्यायची इच्छा नव्हती. त्यांनी हळूहळू मला घेराव घातला होता. मी माझी कशीबशी सुटका करून घेतली आणि गाडीकडे वळले. मी गाडी सुरू करताच कुणी गाडीवर दगड फेकले, कुणी ठोसे मारले तर कुणी थपडा. ते गाडीला मारत होते, पण मार माझ्या मनाला बसत होता. त्यांचं हे वागणं म्हणजे मला माझा अपमान वाटला.

'बाई असून असं पुरुषासारखं वागणं का? पुरुषानं गाडी चालवली, सूर्योदय वा सूर्यास्त पाहिला तर ते त्याला शोभतं. पण बाईनं असं वागणं बरं दिसत नाही,' असंच त्या माणसांचं मत होतं. बाई जरा वेगळी वागली की लोक तिला वेडी ठरवतात. तिच्यामागे दगड मारणाऱ्यांची गर्दी उसळते.

मला शहरही स्वीकारत नाही आणि हिरवंगार खेडंही. निराशेनं घरी परतले. वाहनही नको आणि कटकटही नको. खरं म्हणजे 'वेग' ही गोष्ट स्त्रीसाठी नाहीच. स्त्रीनं गती घेणं, कोणालाच नको आहे. समाजानं स्त्रीच्या मार्गात अनेक गतिरोधक बसवले आहेत. त्यामुळे स्त्रिया आहेत तिथंच उभ्या राहतील; त्यांची प्रगती होणार नाही, त्या धीट होणार नाहीत, प्रतिकार करण्याची शक्ती त्यांच्यात येणार नाही. त्यांनी एका जागी गप्प बसावं फार तर केशरचना कराव्यात, लिपस्टिक लावावी, स्वयंपाक करावा आणि नवऱ्याची वाट पाहावी. स्त्री घराबाहेर पडली तर निसर्ग तिला स्वीकारतो, पण माणूस नाही. तो तिची छी थू करतो, तिला शिव्या देतो.

जी गती घेते तिलाच कचकन् ब्रेक लावावे लागतात. मी कुणासाठी वाईट वाटून घेऊ? ज्या थांबल्यात त्यांच्यासाठी का त्यांना थांबून ठेवणाऱ्या रानटीपणासाठी? कुणासाठी?

□

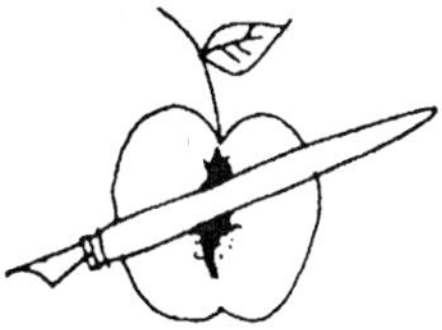

स्वतःच्या देशातच परदेशी

माझ्या लहानपणी, पूजेच्या वेळी, मी इतरांपेक्षा जास्त आनंद लुटायची. दुर्गा-पूजा सुरू होताच, आमच्या भागातील अंधारे गल्लीबोळ उजळून निघायचे. झाडाचं पान-न्-पान दिव्यांच्या प्रकाशात चमकून उठायचं. घर-न्-घर दिव्यांच्या प्रकाशात लखलखून निघायचं. ह्याशिवाय दिव्याच्या एका खांबापासून दुसऱ्या खांबापर्यंत रंगीबेरंगी दिव्यांच्या माळा बांधल्या जायच्या. सगळीकडे लाऊडस्पीकर्स लावले जायचे. त्यांवर पहाटेपासून मध्यरात्रीपर्यंत गाणी लावली जायची. माझं आवडतं गाणं लागलं की मी आनंदानं नाचायची. लाऊडस्पीकरवाल्याशी दोस्ती करून मी त्याला 'आमरा तोमार शांतिप्रिय शांत छेले....' हे माझं आवडतं गाणं पुन्हा पुन्हा लावायला सांगायची.

पूजेच्या वेळी आमच्या अभ्यासाला संपूर्ण सुटी असायची. दिवसभर लाऊडस्पीकर सुरू असायचे. तेव्हा एवढ्या गोंगाटात अभ्यास करणं शक्य नाही, हे बाबांनाही कळायचं. त्यामुळे ह्या दिवसांत ते मला अभ्यासाबद्दल विचारायचे नाहीत. मग मी दिवसभर भटकायची. कुठली मूर्ती सगळ्यांत मोठी आहे, कुठला मंडप जास्त चांगला सजवलाय ह्याबद्दल आमच्यात वाद व्हायचे. प्रसादासाठी धावपळ व्हायची. आरतीच्या वेळेला तर आमच्या आनंदाला उधाण यायचं. विसर्जनाच्या दिवशी, इतरांबरोबर मीही डोळे पुसत पुसत ब्रह्मपुत्रेवर जायची. किती रम्य होतं माझं ते बालपण! त्या बाल्याला पुन्हा शिवून यायची इच्छा अजूनही होते.

पण फक्त इच्छा असून काय उपयोग?

आमच्या घराच्या मागच्या बाजूला स्वपन-सरस्वतीचं घर होतं. आता त्या घरात शिरकाव केलाय अब्दुस सलामांनी. पलीकडचं गौरीचं घर रईसुद्दीनं विकत घेतलंय. आमच्या घराच्या पश्चिमेला प्रफुल्लचं घर होतं. आता तिथं कुणीच राहत नाही. प्रफुल्ल गेल्यावर त्याची पत्नी तिथं राहत होती. तिच्या घरात, समोरच, तुपाच्या

आणि वेलदोडा-दालचिनीच्या बरण्या ठेवलेल्या असायच्या. सगळं तसंच टाकून एकदा तीही गेली. झोपेतच गेली. लोकांना कळेपर्यंत प्रेत अगदी ताठ झालं होतं. शेजारच्या परितोषनं तिला मुखाग्नी दिला. तिच्या बरण्या तशाच पडल्यात. अंगणात नुसतं गवत माजलंय.

ब्रह्मपुत्रेच्या काठचं माझं गावं. आता एकाकीच पडलंय. अलीकडे बऱ्याच वर्षांत पूजेसाठी मी तिकडं गेले नाही. पण आता पूजेच्या दिवसांत जाण्यासारखं काय राहिलंय? कारण आता तिथं कालीपूजेचा उत्सव होत नाही. आजकाल सरस्वतीपूजेच्या वेळी हातांत वह्या-पुस्तकं घेऊन पूर्वीप्रमाणे मुलंमुली मंडपाकडे धाव घेत नाहीत. लक्ष्मीपूजनाच्या वेळी घरोघरी लाडू केले जात नाहीत. आता ब्रह्मपुत्रेवर अष्टमीच्या स्नानाची गडबड उडत नाही, आमपट्टीला होणारी अष्टमीची जत्रा आता होत नाही. स्वदेशी बाजार, छोट्या बाजाराचा फूटपाथ, मैदानं सगळं शांत असतं. कुठंच जत्रेची गडबड दिसत नाही. सिद्धेश्वर कुठं गेले कोण जाणे! मिठूकडचं आता इथं कुणी नाही. गौतम नाही, यादव नाही. नियतीदी, मायादी, रतनकाकू, शोभा, यमुनादी, सुधीरदा, श्यामलदा सगळे कुठं-ना-कुठं गेले. हे सर्वजण आपलं सर्व सोडून भारतात निघून गेलेत असं ऐकलंय! आपल्या देशाच्या सीमा ओलांडून ते सुरक्षित ठिकाणी आश्रयाला गेलेत. वाडवडिलांची घरं, जमीनजुमला सोडून ते एका वस्त्रानिशी देश सोडून गेले. आपली स्वतःची घरं-दारं सोडून, ते दुसऱ्या देशात निर्वासित म्हणून गेले. लाखो लोकांनी देश सोडला. स्वतःची मायभूमी सोडली. रात्रीच्या अंधारात, पहारेकऱ्यांना लाच देऊन, त्यांनी काटेरी कुंपण पार केलं. पाकिस्तानचे रानटी पशू बंगाल्यांच्या लुंग्या सोडून घेऊन धर्माची परीक्षा करत. आजही, स्वातंत्र्य मिळून एकवीस वर्षं झाल्यावरसुद्धा, बंगाल्यांना मत देण्याचा अधिकार आहे की नाही, त्यांना पदोन्नती द्यायची की नाही, हे बंगाल्यांच्या लुंग्या वर उचलूनच ठरवलं जातं.

'मागच्या निवडणुकीच्या वेळेला जे शांखा, सिंदूर वापरतात, त्यांना मतदान केंद्रावर जाऊ दिलं गेलं नाही', असं मला केरानीगंजच्या भालबासा सरकारांनी सांगितलं. निवडणुकीच्या आदल्या रात्री काही लोक घरोघर गेले आणि त्यांनी बंगाल्यांना बजावलं की उद्या कुणी घराबाहेर पडलात तर गळा कापून बुडीगंगेत टाकून देऊ. त्यामुळे मत द्यायला भालबासा गेले नाहीत, हरिपद गेले नाहीत, नीलरतनही गेले नाहीत. नव्वदच्या दंग्यात देवव्रतचं घरदार लुटलं गेलं. नारायण बसू रिटायर्ड झाले. पण शेवटपर्यंत त्यांना पदोन्नती मिळाली नाही. त्यांच्या मागून नोकरीला लागलेले त्यांना धक्का मारून पुढे गेले.

हळूहळू कळत-नकळत हा देश एकटा पडत चाललाय. देशातील माणसं आपली मुळं तोडून टाकून निघून जाताहेत. गेलेले परत येत नाहीत. मुळं उपटताना

होणारी खोल जखम ह्या दुर्भागी देशाला दीर्घकाळ काट्याप्रमाणे सलत राहणार नाही का? ही चूक आम्हाला पस्तावायला लावणार नाही का? ह्या चुकीमुळे होणाऱ्या पश्चात्तापात आम्ही होरपळून निघणार नाही का?

कल्याणी मुखर्जी माझ्यावर आईप्रमाणे माया करायच्या. त्यांची मुलगी मिताली छान गाणं म्हणायची. मी तिच्या गाण्याची चाहती होते. मी तिचं गाणं मन लावून ऐकायची! लहानपणची गोष्ट. विद्यामयी स्कूलच्या सभागृहात मितालीचा कार्यक्रम असला की सर्वांना मागं सारून मी पुढं जाऊन बसायची. आता मिताली एक मोठी, सुप्रसिद्ध कलाकार झालीय आणि मुलीचा अभिमान बाळगणारी तिची आई घरदार विकून सीमापार निघून गेलीय. तिच्या वाडवडिलांची जमीन, पतीचं गाव, नातेवाईक, शेजारी, जन्मोजन्मीची साथ देणारी झाडं-वेली आणि नदी हे सगळं सोडून तिचं असं देश सोडून जाणं मला विचार करायला भाग पाडतं. माझ्या आईप्रमाणे असलेली ही स्त्री माया-ममता दूर सारून, आयुष्यातील जिवाभावाच्या आठवणी आणि उराशी बाळगलेली स्वप्नं मागे टाकून निघून जाते. दूर. कुठंतरी. ह्याला कारण काय? तिची दुर्बुद्धी? की आणखी काही? का तिचं नाव, शांखा, सिंदूर? अमावस्येला होणाऱ्या आवाजानं अचानक आलेली जाग? सतत सतावणारी अनिश्चितता? जागून काढलेल्या अनेक रात्री? रातकिड्यांची भयंकर किरकीर? लूटमार? तुळशीवर पडलेला कुदळीचा घाव? कल्याणीनं डोळे मिटताच तिला ऐकू यायचा स्मशानाकडे जाणाऱ्या पावलांचा आवाज आणि 'बोल हरी बोल'चा गजर.

मी तिला कोणत्या तोंडानं माघारी बोलवणार? हा तर खरा तिचाच देश. ह्या देशाची माती तिला जखडून ठेवू शकत नाही का? पण तिला ह्या देशातील माणसांनीच घायाळ केलंय.

गेल्या एक ऑगस्टला कलकत्त्याच्या 'कॉलेज स्क्वेअर' मध्ये बंगाली संमेलन साजरं झालं. त्या वेळी पश्चिम बंगाल ॲकॅडमीचे सभापती आणि प्रसिद्ध साहित्यिक अन्नदाशंकर राय म्हणाले, 'देशाच्या फाळणीचं खापर आपण परक्यांच्या डोक्यावर फोडतो. पण लोकांची अदलाबदल करायची कल्पना कुणाची? अजूनही तसेच प्रयत्न चालू आहेत. बंगाल्यांच्या दुःखाला त्यांची दुर्बुद्धीच कारण आहे. दुर्बुद्धी नष्ट झाली, तरच दुःख दूर होईल.'

बंगाल्यांना सुबुद्धी केव्हा होणार देव जाणे! एका बाजूला आहेत शौकत उस्मान, रशीद करीम, शौकत अली, शफी अहमद, तर दुसऱ्या बाजूला आहेत बुद्धदेब बसू, श्रीपांथ, नीरेंद्रनाथ चक्रवर्ती, गौरकिशोर घोष. 'लोकांचा विनिमय' चालूच आहे. मुळं उपटल्यानं जखमा हृदयावर होतात. लोकांची मनं रक्तबंबाळ झालीत. जगात सगळ्यांचं दुर्दैव नष्ट होतं,– फक्त बंगाल्यांचं नाही.

आमचा देश एक होता. सत्तेचाळीसमध्ये दोन वेगळ्या धर्मांचे दोन देश

असावेत असं मत पडलं. एका मुंबईवाल्या मुसलमानानं सत्तेच्या लोभानं एका देशाचे दोन तुकडे केले. त्यामुळे एका प्रदेशाचेही दोन तुकडे केले गेले. सत्तेचाळीसचं पाप आम्ही एकाहत्तरमध्ये धुऊन काढलं. देशाच्या उभारणीत धर्म कधीच अडचण ठरत नाही, हे आम्हाला एकाहत्तरमध्ये कळलं आहेच.

बंगाली राष्ट्रवादासाठी आपण अजूनही लढतो. बंगाली सभ्यता, परंपरा, कला, संस्कृती जतन करण्यासंबंधी सभा-संमेलनांत भाषणं देतो. पण आमचे बंगाली मित्र, बंगाली शेजारी, कारण नसताना मातीची माया तोडून बाहेर जाताहेत. त्यांना आम्ही जगायला आवश्यक असणारी निश्चितताही देऊ शकत नाही. तरीही आम्ही स्वतःला बंगाली म्हणवून घेतो आणि गर्वानं मिरवतो. बंगाली काय आणखी वेगळ्या कुणा माणसांची जात आहे का?

□

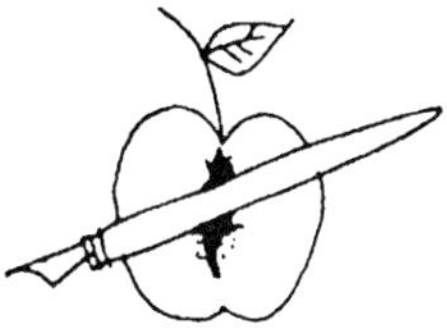

सर्व मुलं औरसच असतात

'इलियड' आणि 'ओडिसी' ही दोन ग्रीसची प्रसिद्ध महाकाव्य आहेत, हे आपल्याला माहिती आहेच. भारताच्या रामायण-महाभारताशी तर आपला चांगलाच परिचय झालेला असतो. 'महाभारता'चे अजरामर कवी महर्षी व्यास हे मत्स्यगंधेचे पुत्र होते आणि मत्स्यगंधा कुमारी माता होती. मला मत्स्यगंधेबद्दल खरोखरच कृतज्ञता वाटते.

सर्वसाधारणपणे अकरा उपनिषदांची प्रमुख उपनिषदांत गणना केली जाते. ह्या अकरांमध्ये छांदोग्य सर्वांत श्रेष्ठ मानलं जातं. छांदोग्य उपनिषदाची कहाणी पुढीलप्रमाणे आहे : जबाला ह्या वारांगनेच्या पोटी सत्यकाम मुनींचा जन्म झाला. सत्यकाम गौतमऋषींचं शिष्यत्व पत्करण्यासाठी घर सोडून निघाला. घर सोडताना त्यानं आपल्या आईला विचारलं, 'आई, माझं गोत्र काय? वंश कुठचा?' आईनं उत्तर दिलं, 'बाळा, तुझा वंश किंवा गोत्र मला सांगता येणार नाही. तारुण्यात मी अनेक पुरुषांची सेवा केली. त्यातूनच तुझा जन्म झाला. त्यामुळे तुझा वंश किंवा गोत्र सांगणं मला शक्य नाही. मी जबाला आणि तू माझा मुलगा सत्यकाम हेच तेवढं खरं, म्हणजेच तू 'सत्यकाम जबाला.'

मेरीचा पुत्र येशू. त्याचीही गोष्ट अशीच आहे. जबालेचा पुत्र सत्यकामच नाही, तर गंगापुत्र भीष्म, कुंतीपुत्र कर्ण आणि धृताची पुत्र द्रोण हेही असेच होते. जगानं ज्या पुरुषांना पूज्य मानलंय अशा पुरुषांचे प्रमुख मुनी कृष्ण द्वैपायन हे अनौरस पुत्र होते.

औरस (Born in wedlock) आणि अनौरस (not born in wedlock) मुलांत फरक तरी काय असतो? ज्यांचा देवावर विश्वास आहे ते नक्कीच कबूल करतील की देवानं औरस आणि अनौरस असा फरक केलेला नाही. फरक केलाय तो पृथ्वीवरच्या माणसांनी. त्यांनी श्रीमंत-गरीब, श्रेष्ठ-कनिष्ठ, वरची जात-खालची

जात असा भेदभाव केलाय. म्हणजे माणसाचा तिरस्कार देवापेक्षा माणूसच जास्त करतो. हा खरंतर त्याचा उद्धटपणाच नाही का? देव माणसाचा अपमान करत नाही. पण माणूस करतो. शक्ती आणि कर्तृत्व ह्यांत माणूस देवापेक्षा मोठं व्हायला का बघतो? त्याचं हे धाडस पाहून मी चकितच होते.

माणसानं नीतिनियमांचं जे जाळं निर्माण केलंय, त्यात फसतो माणूसच. जगात जे नीतिनियम केले गेलेत ते पुरुषांनी तयार केलेत. त्यामुळे त्याच्यात अडकतात त्या स्त्रियाच. 'अनौरस' हा शब्द तिरस्करणीय मानला जातो. म्हणूनच अनौरस संततीला जन्म देणाऱ्या स्त्रीचाही समाज तिरस्कार करतो. पण कुणीही पुरुषाचा तिरस्कार करत नाही. खरं म्हणजे पुरुषाच्या व्यभिचारामुळे अथवा त्याने केलेल्या बलात्कारामुळे स्त्रीला अनौरस संततीची जबाबदारी स्वीकारावी लागते. पण पुरुषाला कुठलीही जबाबदारी उचलावी लागत नाही, शरमेनं मान खाली घालावी लागत नाही, समाजाची छी थू फक्त स्त्रीलाच सहन करावी लागते. पुरुषाला अनौरस संततीला जन्म दिल्याचं पाप कधीच लागत नाही आणि तो कधीही अपवित्र होत नाही. ह्याचाच अर्थ पुरुषांनी निर्माण केलेल्या नीतिनियमांच्या जाळ्यात फक्त स्त्रियांनीच अडकावं अशीच व्यवस्था केली गेली आहे.

ही वस्तुस्थिती सर्वच जाणतात. पण कुणीच काही करत नाही. सर्वजण नुसते हात जोडून, मूग गिळून बसतात. ते सर्व फक्त भूतकाळाकडेच पाहतात. त्यांना वाटते की आदिम आणि भूतच पूजण्याजोगे आहे. आम्ही जर पुढचं पाहू शकलो नाही, लादली गेलेली बंधनं तोडून फेकली नाहीत, नीतिनियमांच्या बेड्यांतून स्वतःला मुक्त केलं नाही, तर 'माणूस' म्हणून जन्माला येण्यात अर्थच काय राहिला? काही कामुक आणि लोभी पुरुषांचा समाज आणि त्यांनी निर्माण केलेल्या परंपरा आम्हाला हळूहळू मागे-मागेच ढकलताहेत आणि आम्ही काळाला घाबरतो, पिळवणूक निमूटपणे सहन करतो.

आम्ही जागे कधी होणार? आमचा सर्वनाश करणाऱ्या गोष्टींपासून आम्हाला मुक्ती कशी मिळणार? बुद्धीच्या नाशातून आमची सुटका कधी होणार? ह्या सगळ्याला विरोध करणारं कुणीच नाही का? शहरांतच नाही, तर खेडोपाडीही स्त्रियांची मासिकं आणि महिलामंडळं ह्यांना तोटा नाही. पण कुणीही धीटपणानं, ताठ मानेनं अन्यायाच्या विरोधात उभं राहत नाही. सगळ्यांना खायला-प्यायला, थोड्याफार सुखसोयी मिळाल्या की पुरे! कुणी अन्यायाच्या मुळापर्यंत जात नाही. किडलेल्या वृक्षाला कुणीच जोरात धक्का मारत नाही. केवळ नम्र निवेदनं, क्षणैक आनंदाचाच विचार. ह्या अशा किरकोळ गोष्टींनीं काय साधणार?

मी स्त्रियांची अशा अन्यायापासून सुटका करू पाहते. पण त्यासाठी पालापाचोळा झाडून आणि काही फांद्या तोडून मी थांबणार नाही. मला किडलेल्या वृक्षावरच घाव

घालायचाय. ह्यात माझं नुकसान होणार आहे, हे मला माहीत आहे. समाज मला जीवनातूनच उठवेल. पावलोपावली मला अपमान सहन करावा लागेल. हे सर्व माहीत असून मी उभी आहे. एकटीच. धीटपणे. आणि मी अशीच ठाम उभी राहीन. माझ्या हातांत फक्त दोन गोष्टी आहेत– धाडस आणि प्रामाणिकपणा.

□

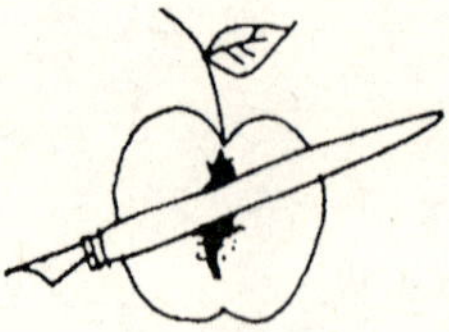

‘अनौरस’ शब्दच नष्ट व्हावा!

जोसेफबरोबर मेरीचा शारीरिक संबंध कदाचित नसेलही, पण दुसऱ्या कुणा पुरुषाबरोबर तो आला असलाच पाहिजे, ह्या गोष्टीवर हल्ली चर्चशी संबंधितसुद्धा विश्वास ठेवतात. कॅथॉलिक रँक हिनीमन ह्यांनी असं म्हटलंय की येशू हा a monstrous product of neurotic sexual fantasy होता. ह्यावर व्हॅटिकनकडून सांगण्यात आलं की The church doesn't have problems with sex. The world does.

स्त्रीच्या गर्भाशयाला अनेक आजार, वेगवेगळा त्रास होऊ शकतो. पण पुरुषाच्या शरीरातील ‘स्पर्म’च्या मिलनाशिवाय गर्भधारणा होणं शक्य नाही, हे कुणीही शहाणा माणूस कबूल करील. कुमारी स्त्रीनं माता होणं नीतिबाह्य मानलं गेलंय. पुरुषांनी तयार केलेल्या नीतिनियमांच्या जंजाळातून स्त्रीच्या गर्भाशयाचीही सुटका नाही. स्त्रीलाच जर कोणतंच स्वातंत्र्य नाही, तर तिच्या गर्भशयाला तरी कसं असणार?

येशूला ‘अनौरस’ मानलं गेलं नाही. ‘ईश्वरा’नं त्याचं रक्षण केलं. पण ‘ईश्वरा’नं फक्त येशूचंच रक्षण केलं, बाकी कुणाचं नाही. लिवोनार्दो-द-व्हिंचीचंसुद्धा नाही. अशी आणखी पुष्कळ नावं सांगता येतील. सोळा वर्षांच्या एका कुमारिकेचा मुलगा लिवोनार्दो. त्यानं ‘लास्ट सपर’, ‘व्हर्जिन ऑफ द रॉक्स’, ‘दि ॲडॉरेशन ऑफ दि मेरी’ अशा विलक्षण, अलौकिक शिल्पकृतींची निर्मिती केली. ह्या ‘अनौरस अपत्यां’च्या शिल्पकृती निरनिराळ्या चर्चमध्ये सन्मान पावल्या.

फिलिपपिनो लिपोपीच्या जन्माबद्दल शंका आहे. पण त्याच्या आध्यात्मिक अंतर्दुष्टीचा अनेक धर्मगुरू हेवा करत. लंडनच्या नॅशनल गॅलरीत त्याचं ‘दि व्हर्जिन अँड चाइल्ड विथ सेंट डोमॅनिक’ नावाचं चित्र ठेवलंय. ह्या चित्राच्या पार्श्वभूमीवर आहे ‘शुभ्र वसंत पुष्पांची पवित्रता आणि स्निग्धता, तरुराजी आणि अनंत पसरलेल्या नीलाकाशातून प्रतीत होते आहे अपार, गूढ शांतता, आशा व विश्वास.’

बुद्धिवादाच्या पायावर उभ्या असलेल्या प्रबोधनाचा निर्माता व प्रमुख होता रोटॅडॅमचा एक डच विद्वान एरॅास मॉस. हा महात्मा मार्टीन लूथर किंगचा मित्र होता. एरॅास हा एका धर्मगुरूचा अनौरस मुलगा होता. पण त्याच्याशिवाय प्रबोधनाची कल्पना करणं अशक्यच आहे. 'He is considered by many scholars the greatest Humanist of the entire Renaissance' Doris van de Bogart (Introduction to the greatest Humanities, New York.) कवी ॲलेक्झांडर पोप ह्यांनी त्यांच्या Essay on criticism मध्ये एरॅास मॉसला धर्मगुरूंच्या कुलाचा 'गौरव' म्हटलंय.

जगप्रसिद्ध चित्रकार हारमेंज फॉन राईन रेनब्रान्ट हा ॲमस्टरडॅमचा. तो डच होता. त्याच्या 'सपर ॲट युमस' आणि 'दि नाईट वॉचर' ह्या सुप्रसिद्ध चित्रांतील छाया-प्रकाशाच्या खेळानं मोहित न होणारा शोधून सापडणार नाही. हा अंतर्मुख कलाकार, हेनड्रिकिए स्टॅफ्लस नावाच्या स्त्रीबरोबर जन्मभर राहिला. पण लग्नसंस्थेवर त्याचा विश्वास नसल्यानं त्यानं तिच्याबरोबर लग्न केलं नाही. कॉलव्हिनिस्ट चर्चच्या पादऱ्यांनी, हेनड्रिकिएला दिवस गेल्यावर, तिच्या पापामुळे न जन्मलेल्या मुलाला नरक मिळण्याची भीती दाखवली होती.

फ्रान्सचा सर्जनशील तत्त्ववेत्ता, विद्वान विचारवंत, सर्वश्रेष्ठ गणिती ज्यां रं दालेमबेया, हा मादाम दि तँसाचा अनौरस मुलगा होता. त्याचे वडील- सिव्हालिए देसतुशे- तोफखान्यामध्ये कमिशनर जनरल होते. त्यांनी आपल्या ह्या मुलाला इतकं चांगलं शिक्षण दिलं की तो त्या काळातील सर्वश्रेष्ठ गणितज्ञ झाला.

प्रख्यात साहित्यिक गी दि मोपाँसाँचे वडील गुस्तोव्ह फ्लॉबर. मोपॉसाँची आई लेबेबरोबर त्यांचे अनैतिक संबंध होते. पण मोपाँसाँच्या प्रतिभेवर ह्याचा काहीही परिणाम झाला नाही.

आपण कन्फ्यूशियसचं नाव ऐकलंच असेल. त्याचं खरं नाव कं फु-से. चीनचा हा प्रसिद्ध तत्त्ववेत्ता. तो ज्ञान, विद्वत्ता आणि पांडित्य ह्यांच्या बळावर इ.स.पू. ४९७ मध्ये चीनचा सर्वश्रेष्ठ विचारवंत व पंतप्रधान झाला. तो सुनीती व सदाचार ह्यांचा प्रवक्ता होता. त्यानं चिनी लोकांना सभ्य, सदाचारी, महान व सुसंस्कृत केलं. हिंदू जो मान वेद आणि गीता ह्यांना देतात, ख्रिश्चन जो मान बायबलला देतात, मुसलमान कुराणला देतात, तोच मान चीनमध्ये कन्फ्यूशियसच्या ग्रंथांना दिला जातो. त्यांना धर्मग्रंथांप्रमाणेच मानलं जातं. अडीच हजार वर्षांपासून चीन त्याला The most Sage Ancient teacher मानतो. त्याचे पिता शानतुंग हे एका जिल्ह्याचे गव्हर्नर होते. पण लोकांच्या मते कन्फ्यूशियस त्यांचा औरस पुत्र नव्हता.

जगात अनेक असभ्य शब्द प्रचारात आहेत. त्यांतील एक आहे 'अनौरस.' माणसाचा जन्म हा 'वैध'च असतो. कुठलंही अपत्य 'अवैध' नसतं. कारण सर्व

अपत्यं ही मानवाचीच अपत्यं आहेत. 'औरस' व 'अनौरस' मुलांत काहीही फरक नसतो. सगळी मुलं वैध, सुंदर आणि पवित्रच असतात.

स्त्रीला फक्त शारीरिक संबंधांवरून पतिता ठरवलं जातं. पण कुठल्याही पुरुषाला अशी नावं ठेवून त्याचा अपमान केला जात नाही. म्हणूनच 'पतिता' हा असभ्य व अश्लील शब्द समाजातून नष्ट झाला पाहिजे आणि त्याच्याबरोबरच 'अनौरस' हाही!

□

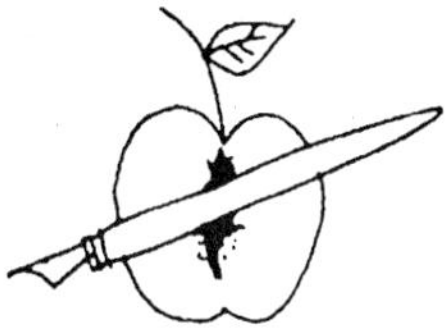

नारीबळी

एक काळ असा होता की भिन्न भिन्न धर्मांच्या समारंभात किंवा उत्सवांत काहीतरी अर्पण करावं लागे. हे जे 'काहीतरी' असे ते जिवंत, कोवळं, हालचाल करणारं असे. म्हणजेच हा 'प्राणी' असे. हा प्राणी माणसांतीलच असे पण 'संपूर्ण माणूस' नसे. ह्याचा अर्थ असा की माणसांत दोन जाती असतात– एक उच्च म्हणजेच 'संपूर्ण' व एक नीच म्हणजे 'संपूर्ण नसलेली.' ह्या नीच जातीत स्त्रियांची गणना केली जाई. तेव्हा प्राचीन काळी 'काहीतरी' अर्पण केलं जाई म्हणजे स्त्रीचा बळी दिला जाई आणि स्त्री म्हणजे बहुधा कुमारिकाच असे. हा बळी देवाला संतुष्ट करण्यासाठी अथवा इतर लोकांचे कल्याण व्हावे म्हणून दिला जाई.

ग्रीकांची देवता 'आर्टिमिस' ही समृद्धी, विवाह व संतती ह्यांची देवता मानली जाते. तिचा एकदा ॲगॅमेमवर कोप झाला. प्रायश्चित्ताच्या बदल्यात तिनं ॲगॅमेमच्या कन्येचा इफजेनियाचा बळी मागितला. पण बळी देण्याच्या क्षणी इफजेनियच्याऐवजी एक कोंबडी बळी देण्याची तिनं आज्ञा दिली आणि इफजेनिया आर्टिमिसच्या मंदिरातील देवदासी झाली. देवदासी होणं आणि बळी जाणं ह्यांत मला तरी काही फरक दिसत नाही.

ट्रॉयचा राजा प्रियासेच्या कन्येचं नाव पॉलिकसेना. ती एकिलीसेची वाग्दत्त वधू होती. ट्रॉयच्या युद्धात एकिलीसे मारला गेला. त्यानंतर त्याचा प्रेतात्मा पॉलिकसेनेच्या बळीची मागणी करू लागला. ग्रीकांनी एकिलीसेच्या थडग्यावर पॉलिकसेनेचा बळी दिला. म्हणजे प्राचीन काळी प्रेतात्म्याला शांत करण्यासाठीही बळी देत आणि तोही स्त्रीचाच.

दुष्काळ पडला किंवा महामारी आली तर, ॲथेन्सचे लोक एका आकाशवाणीच्या आधारे गॅरिस्टॉस सायक्लोपसच्या थडग्यावर हेसिंथॉसच्या मुलींचा बळी देत. लॉक्रिसहून काही मुलींना ॲथेन्सच्या मंदिरात पूजेला मदत करायला म्हणून पाठवत. त्यांना

'सेवादासी' म्हणत. त्या सर्वांची हत्या केली जाई आणि त्यांची रक्षा पर्वताच्या शिखरावरून समुद्रात विसर्जित केली जाई.

देव-देवतांपासून प्रेतात्म्यांपर्यंत– सर्वचजण कुमारिकेचे रक्त पिऊन संतुष्ट होत. 'युद्ध-देवाला संतुष्ट करण्यासाठी कुमारिकेचा बळी द्यावा' असा आग्रह राजाच नाही, तर सामान्य नागरिकही धरीत.

फक्त प्राचीन ग्रीसमध्येच कुमारिका बळी दिल्या जात असं नाही. केल्टीक समाजातही 'द्रुइदरा' देवाला संतुष्ट करण्यासाठी असेच बळी देत. प्राचीन काळी युरोपच्या नैऋत्येकडच्या भागातील वेल्स-आयर्लंडच्या आदिवासींमध्येही कुमारिकेचा बळी देण्याची पद्धत प्रचलित होती. 'जिहोवा'ला असे बळी दिल्याचे उल्लेख बायबलमध्ये आढळतात.

दक्षिण भारतात शक्तीच्या साधनेचं एक अंग म्हणून कुमारिकांचे बळी दिले जात. आरोग्यासाठी कालीमातेला कुमारी मुलींचे बळी दिल्याची अनेक उदाहरणे आहेत. पंजाबातील कांगा पर्वताच्या प्रदेशात,दर वर्षी, एका जुन्या देवदार वृक्षाखाली एका कुमारिकेचा बळी देत. नग्न कुमारिकेला शेतात मारलं तर पीक चांगलं येतं, असा जगातील सर्व लोकांचा समज होता. पठाणकोटजवळ चंपावती नावाचं नगर होतं. तेथील लोकांचा असा समज होता की आटलेल्या तळ्यात कुमारिकेचा बळी दिला तर तळं पाण्यानं पूर्ण भरून जातं.

नाईल नदीच्या पाण्याची पातळी वाढावी म्हणून दरवर्षी एका कुमारिकेला नदीत बुडवून मारते. नाईल नदी मी पाहिलेली नाही. त्यामुळे असे बळी दिल्यामुळे तिच्या पाण्याची पातळी किती वाढली हे सांगता येणं कठीण आहे.

प्राचीन म्हणून शिक्कामोर्तब केलेल्या इजिप्तच्या कागदपत्रांतही दरवर्षी एका तरुण-तरुणीचा बळी दिला जात असल्याची नोंद आहे.

ग्रेट बेनिनमध्ये, ज्या मुलीचा बळी द्यायचा तिला झाडाच्या फांदीला बांधून चाबकानं मरेपर्यंत मारत असत. तिला तसंच लोंबकळत ठेवत. गिधाडे तिचा फन्ना उडवत. वरुणदेवाला संतुष्ट करण्यासाठी हा बळी दिला जात असे.

'चिपोया' लोक महामारीला त्यांच्या पापांचं फळ समजत असत. ह्या पापांपासून मुक्ती मिळावी म्हणून किंवा प्लेगपासून सुटका व्हावी म्हणून ते त्यांच्या समाजातील सर्वांत सुंदर मुलीला पाण्यात बुडवून बळी देत.

एकोणीसाव्या शतकात असुरदेवता 'पेली' हिला कुमारिकेचा बळी देत. 'किलोवार' ह्या ज्वालामुखीची 'पेली' ही देवता. म्हणून बळी द्यायच्या मुलीला ज्वालामुखीच्या उकळत्या लाव्हारसात फेकून देत.

पूर्वी मालदीवच्या रहिवाशांना म्हणे दर महिन्याला एक 'जिन' (भूत) दिसे! असंख्य दिवे लावलेल्या जहाजातून ते मालदीवकडे यायला बघे. त्याच्यापासून

बचाव व्हावा म्हणून तेथील लोक एका कुमारिकेला वधूप्रमाणे सजवून, समुद्रकाठच्या मंदिरात नेऊन ठेवत. दुसऱ्या दिवशी ती मृतावस्थेत सापडे. भारताच्या पूर्वेला असलेल्या बेटांवरील आदिवासी कासवाच्या राजपुत्राला तृप्त करण्यासाठी असाच बळी देत असत.

या सर्व गोष्टींवरून असं दिसून येतं की बहुतेक सगळ्या आदिम, असंस्कृत समाजात मुलींना बळी देण्याची पद्धत होती. राजपूत लोकही मुलींना बळी देत, तर अरब लोक मुलीला जन्मल्याबरोबर जिवंत पुरत. केंधा प्रदेशातील अरब, मुलगी पाच वर्षांची झाली की मुलीच्या आईला म्हणत, ' आता मुलीला गंध लाव. तिला सजव. आज ती तिच्या आईच्या घरी जाणार आहे.' मग ते मुलीला विहिरीत ढकलून देत. कोरेश वंशाचे लोक, मक्केजवळच्या अबुदेलामा पर्वतावर स्वतःच्या मुलींची हत्या करीत. ऑस्ट्रेलियातील असंस्कृत आदिवासी कुमारिकेला जिवंत पुरत. ह्यामुळे भूदेवी प्रसन्न होते, असा त्यांचा समज होता. म्हणून बळी दिलेल्या कुमारिकेच्या थडग्यावर सगळ्या गावाचं बियाणं ठेवत. बळी दिलेली मुलगी देवी होऊन ह्या बीजांत प्रवेश करते आणि पीक चांगलं येतं, असा त्यांचा विश्वास होता.

चीनच्या प्राचीन आणि पवित्र 'बीजिंग घंटे'च्या निर्मितीमागेही कुमारिकेचा बळी आहेच. घंटेसाठी वापरण्यात येणारा मिश्रधातू योग्य रीतीनं तयार होण्यासाठी, त्या उकळत्या मिश्रणात कारागिराला त्याच्या मुलीची आहुती देण्यास भाग पाडण्यात आलं होतं. जर्मनीत धारदार तलवारी तयार करण्यासाठी वापरण्यात येणाऱ्या लोखंडाला उकळी फुटताना त्यात प्रथमच ऋतू प्राप्त झालेल्या कुमारिकेच्या ऋतुस्रावाचा उपयोग करीत. जपानमध्ये वर्षाच्या एका विशिष्ट वेळेला साप आणि वानर ह्यांना कुमारिकेचा बळी देत. कोरियात राजाच्या समाधीवर एकाच वेळी स्त्री-पुरुषाचा बळी देण्याची पद्धत होती. न्यू गिनीतील आदिवासीही कुमारिकेचा बळी देत. 'प्युबर्टी राईटस्' नावाच्या एका उत्सवात एका कुमारिकेला चित्रविचित्र रंगांनी आणि कपड्यांनी सजवले जाई. मग उत्सवात भाग घेणारे पुरुष एकामागून एक त्या मुलीशी समागम करीत, मंत्रोच्चार होई, वाद्यघोष होई. त्यानंतर ज्या तरुणाची निवड केलेली असे तो सर्वांत शेवटी मुलीबरोबर समागम करण्यासाठी येई. ते संभोगावस्थेत असतानाच त्यांच्यावर अतिशय जड, वजनदार वस्तू टाकून त्यांना चिरडून मारलं जाई. वाद्यांचा आवाज आणि लोकांचा जल्लोष ह्यांच्यामध्ये त्यांच्या आर्त किंकाळ्या विरून जात. नंतर दोन्ही मृतदेहांचे तुकडे तुकडे करून ते भाजून खाल्ले जात.

बळी दिलेले मृतदेह भाजून खायची पद्धत मेक्सिकोमधील रेड इंडियन्समध्येही होती. आफ्रिकेतील वेगवेगळ्या समाजात राज्याभिषेकाच्या वेळेचा विधी मात्र साधारणपणे सारखाच असे. विस्तव असलेल्या विहिरीत संभोगावस्थेतील तरुण-तरुणीला फेकून देत.

ॲस्टीक लोकांच्या धान्याची देवता 'चिकोमेकोहयातल' होय. दर वर्षी शरद

ऋतूत हिची पूजा केली जाई. पूजेच्या आधी सात दिवस भक्त उपवास करीत. पुजाऱ्यांच्या घरातील एका मुलीला देवीचे रूप देत, सजवत. मग मंदिरात ह्या देवीची पूजा-अर्चा, होम-हवन होई. अखेर धान्याच्या ढिगावर तिला बसवून पुजारी तिचा गळा कापे. त्यानंतर दुसरा पुजारी तिचं चामडं कापून काढून स्वतः पांघरे. मग भक्तांसह समूहनृत्याला सुरवात होई.

'पावोनी' लोकांमध्येही कुमारिकेच्या बळीची चाल होती. ते एका कुमारिकेला घरोघर फिरवून आणीत. मग फाशीच्या तख्ताला बांधून आगीत होरपळत. अखेर बाणानं तिचा प्राण घेतला जाई. त्यानंतर मुख्य पुजारी मृत मुलीचे हृदय कापून खाई. तिचे रक्तमांस पेरलेल्या शेतांत टाकलं जाई. लांगोसच्या काही भागात पीक चांगलं यावं म्हणून बकरू, मका, केळी, बटाटे ह्यांच्याबरोबर एका मुलीलाही टोचून टोचून मारीत.

प्राचीन काळी जगात पसरलेल्या भिन्न-भिन्न समाजांत विचित्र पद्धती होत्या. त्यांत कुमारिकेचा बळी देण्याचीही एक पद्धत होती. कुठं हा बळी अपत्यसंभवासाठी दिला जाई, तर कुठं धरतीला सुफलाम करण्यासाठी. कधी बळी दिला जाई तो नदी किंवा जलदेवतेला प्रसन्न करण्यासाठी, तर कधी महामारीपासून समाजाला वाचवण्यासाठी. भूत, प्रेतात्मा ह्यांच्यापासून सुटका करून घेण्यासाठी किंवा युद्धात जय मिळावा म्हणूनही बळी दिला जाई.

आता जग सुधारलंय, माणूस सुसंस्कृत आणि सभ्य झालाय, असं आपण मानतो. तरीही पुरुषनिर्मित ह्या धर्मात आणि विकृत समाजव्यवस्थेत मुलींचा बळी देत नसतील का? त्यांना जिवंत पुरत नसतील का? त्यांना आगीत टाकत नसतील का? पण ह्याहूनही महत्त्वाचा प्रश्न आहे, 'हल्लीच्या किती मुली खरोखरच जिवंत आहेत?' कारण मला वाटतं, सर्वजणी स्वतःचं प्रेत स्वतः वाहत आहेत. प्राचीन काळातील बळी देण्याची प्रथा ह्यापेक्षा कमी यातनामय होती असंच म्हटलं पाहिजे. कारण तेव्हा स्त्रीला सतत मरणाला सामोरं जावं लागत नव्हतं. क्षणात मरण आणि त्याच क्षणी मुक्ती! आता मुक्ती नाहीच. सतत मरणाबरोबरच ऊठबस! हीही एक बळी देण्याची विचित्र पद्धतच.

संदर्भ : मानव सभ्यताय कुमारी बलि (दिनेन्द्र कुमार सरकार)

□

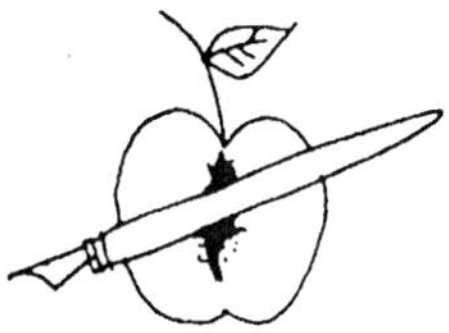

सुंदर कांती-तृष्णेची शांती

विलायतेत एलिझाबेथ ड्यूक नावाची एक नावाजलेली सराफ आहे. तिच्या दुकानात पुरुषांसाठी रॉबर्ट, एडवर्ड, डॅनियल वगैरे नावं कोरलेली ब्रेसलेटस् आणि लॉकेटस् आहेत. कारण हल्ली तेथील पुरुष लांब केस ठेवतात. एवढंच नाही, तर वेणीही घालतात. गळ्यात माळा, कानांत निरनिराळ्या प्रकारचे डूल, नाकात चमक्या, हातांत ब्रेसलेट्सही घालतात. विलायतेतील ही फॅशन आपल्या देशात अजून कशी पोहोचली नाही, हा खरंच गहन प्रश्न आहे. आपल्या देशात फारच थोडे पुरुष केशरचना करतात, मेक-अप करतात, भुवयांना आकार देतात, गळ्यात माळा घालतात, कानांत डूल घालतात. येथील सराफांनी अफजल, मिलन, हुमायून, हरून अशी नावं कोरलेली लॉकेटस् किंवा ब्रेसलेटस् बनवली, तर पुरुष ती खरेदी करतील आणि वापरतीलसुद्धा. कारण प्रगत देशाकडून विकसनशील देशाकडे जाणं हा फॅशनचा नियमच आहे.

कधी कधी शेरेटन, सोनारगाँ अशासारख्या ठिकाणी 'फॅशन-शो' होतात आणि तिथं चित्रविचित्र पोशाख करून स्त्रिया लचकत मुरडत स्टेजवरून चालतात. पुरुषही पोशाखाच्या फॅशन्स करतात. कधी अगदी घट्ट कपडे तर कधी अगदी सैल. टाईटस्, बेलबॉटम, एलिफंट, बॅगी असे तऱ्हेतऱ्हेचे कपडे तेही घालतात. तेव्हा आता पुरुषांच्या 'फॅशन-शो' ची आवश्यकता आहे. त्यांनीही आता चित्रविचित्र कपडे घालून मोठमोठ्या हॉटेलमधून अंग घुसळत चालावं आणि प्रेक्षकांनी टाळ्या पिटाव्यात. आता पुरुषांनी मेक-अप करावा, केशरचना कराव्यात, केस वाढवावेत, वेण्या घालाव्यात, दागदागिने घालावेत. सराफांच्या दुकानांत पुरुषांनी गर्दी करावी. केवळ पुरुषांसाठी तयार केलेल्या शाम्पू, स्नो, पावडर, क्रीम, मॉयश्चरायझर, आफ्टर शेव्ह व अत्तरं ह्यांनी दुकानं भरून जावीत. प्रसाधनांच्या दुकानांतूनच स्त्रियांप्रमाणे पुरुषांचीही गर्दी व्हावी. जे युरोपात घडतंय, ते आशियात घडणंच योग्य.

एका देखण्या तरुणाच्या हनुवटीवर सात-आठ तीळ होते. एके दिवशी मी त्याला म्हटलं, 'हे तीळ बरे दिसत नाहीत.' तो लगेच डॉक्टरांकडे गेला आणि त्यानं इलेक्ट्रिक कॉटरायझेशन करून ते तीळ काढून टाकले. त्याला खूप त्रास झाला. पण चांगलं दिसण्यासाठी त्यानं ते सगळं सहन केलं. माझ्या माहितीत आणखी एक तरुण आहे. तो मुलींशी बोलण्यापूर्वी खिशातून कंगवा काढून केसावरून फिरवतो. असं तो विस्कटलेले केस सारखे करण्यासाठी करत नाही, तर आपण आणखी चांगलं दिसावं, म्हणून करतो.

पुरुषांनाही आपण चांगलं दिसावं असं वाटत असेल, 'छान दिसतोस हं तू' असं कोणी स्त्रीनं म्हणून उडतं चुंबन फेकावं असं वाटत असेल, तर ह्या शहरात पुरुषांसाठी 'ब्यूटी पार्लर्स' का नसावीत? आता त्यांची नक्कीच जरूर आहे. स्त्रियांच्या ब्यूटी पार्लर्सची संख्या इथं किती आहे कोण जाणे! पुरुषांसाठी सध्या सलून्स आहेत. मसाज पार्लर्सही चोरून चालवली जातात. तिथं कोवळ्या मुली म्हाताऱ्या पुरुषांचे हात, पाय, अंग दाबून देतात. पण एवढ्यानं भागण्यासारखं नाही. पुरुषांनी सुंदर झालं पाहिजे. दिसण्यात सुंदर. फॅशनबद्दल जागरूक. त्यांनी दागिने घालावेत, तोंडाला रंग लावावा.

एके दिवशी मी एका मुलाला म्हटलं, 'तुझ्या अंगाला घामाची दुर्गंधी येते. दुर्गंधीनाशक असं काही का वापरत नाहीस?' त्याला एक-दोन सेंट्सची नावही सांगितली. लगेच त्यानं माझं म्हणणं ऐकलं. दुसरा एक तरुण एकच ड्रेस घालून तीन दिवस माझ्याकडे येत होता. मी त्याला विचारलं, 'तुझ्याकडे दुसरे कपडे नाहीत का?' दुसऱ्या दिवसापासून तो नवे नवे कपडे घालून यायला लागला, बुटांना पॉलिश करायला लागला, इन करून ठाकठीक राहू लागला. त्याचे नाक, डोळे, केस, हनुवटी, हात ह्यांची मी नेहमीच स्तुती करायची. त्याचा पोशाख, बूट ह्यांवर बऱ्याच वेळ बोलायची. त्याचे ओठ फार काळे होते. मी त्याला म्हटलं, 'तुझे ओठ लाल हवे होते. जास्त छान दिसला असतास.' त्यानंतर चोरून तो ओठही रंगवू लागला.

पण हे सगळं चोरून का? पुरुषांसाठी पार्लर्स व्हावीत. तिथं त्यांनी आपल्या रूपातील उणिवा दूर कराव्यात. कुणाच्या चेहऱ्यावर डाग असल्यास त्यांनी महिन्यातून एकदा 'फेशिअल' करावं, कुणाच्या भुवया जाड असल्यास त्या बारीक करून घ्याव्यात, मिशाही वेगवेगळ्या तऱ्हेनं कापाव्यात. पुष्कळ पुरुषांच्या तोंडाला दुर्गंधी येते. त्यामुळे स्त्रियांशी बोलताना त्यांच्या व्यक्तिमत्त्वात न्यूनता येते. तोंडाच्या दुर्गंधीवर इलाज होणं आवश्यक आहे. पार्लर्समध्ये ह्या सर्व गोष्टींची दखल घेतली जाईल, असा मला विश्वास वाटतो.

पुरुष स्त्रीकडून सौंदर्याची अपेक्षा करतात. स्त्रीनंही आता पुरुषाकडून तशीच

अपेक्षा करावी. पुरुषही देखणा असावा, आकर्षक असावा. वर्तमानपत्रं, मासिकं ह्यांच्यामध्ये स्त्रियांच्या सौंदर्यरक्षणासाठी आणि सौंदर्य वाढविण्यासाठी एक विशेष पान किंवा भाग असतो. आता अशा गोष्टींपासून पुरुषांना दूर ठेवणं योग्य आहे का? स्त्रीच्या मनात भरावं म्हणून पुरुषानं कसं राहावं, कसं उठावं, बसावं, बोलावं, कसा पोशाख करावा, काय खावं-प्यावं, शरीर स्वच्छ कसं ठेवावं ह्या सर्वांची चर्चा होणं आवश्यक आहे. त्यासाठी वर्तमानपत्रांतून व मासिकांतून वेगळा विभाग असावा. कारण पुरुष स्वतःच्या सौंदर्याबद्दल जागरूक नसतात आणि सौंदर्यरक्षणाबद्दल पूर्ण अज्ञानी असतात.

हल्ली काही पुरुष त्यांच्या स्वास्थ्याबाबत जागरूक झालेले दिसतात. अनेकजण सकाळ-संध्याकाळ शहरातील बागांतून धापा टाकत धावत असतात. ह्यांतील बरेच वयस्क आणि पोट सुटलेलेच असतात. तरुण स्वतःच्या स्वास्थ्याबद्दल तर सोडाच, पण रूपाबद्दलही उदासीन असतात, असंच दिसतं.

आम्ही स्त्रिया स्वतःच्या रूपाबाबत इतक्या दक्ष असतो, स्वतःतच इतक्या मग्न असतो की पुरुषाच्या रूपाचा विचारच करत नाही. स्त्रीची ही स्वार्थी वृत्ती पाहून मला फार वाईट वाटतं. पुरुषाच्या डोक्याच्या केसापासून पायाच्या नखापर्यंत सर्व नीटनेटकं आहे नं, हे आम्ही स्त्रियांनी डोळे उघडे ठेवून पाहिलं पाहिजे. पुरुषाला टक्कल पडल्यास त्याच्या निकटवर्ती स्त्रीनं त्याला 'टोप' अथवा 'गंगावना'सारखं काहीतरी वापरायचा सल्ला दिला पाहिजे. त्याच्या टकलाबद्दल त्याला खूप काळजी वाटेल असं बोललं पाहिजे. म्हणजे मग 'टक्कल असो वा नसो, तो म्हणजे मूल्यवान माणूस. त्याच्या इशाऱ्यासरशी स्त्री त्याच्या मुठीत येणारच' ह्या पुरुषाच्या विश्वासाला तडा जाईल. पुरुषाला त्याच्या उणिवा दाखवून देणं आवश्यक आहे आणि ती जबाबदारी स्त्रीची आहे.

खरं म्हणजे पुरुषांत अनेक उणिवा असतात. त्यांच्या नखांत मळ असतो, दात खराब असतात, शरीर अस्वच्छ असतं, तोंडाला घाण येते, तोंडावर डाग असतात. असं असूनसुद्धा पुरुष सहजपणे अपेक्षा करतात नितांत सुंदर, गोऱ्या, स्वच्छ, नीटनेटक्या स्त्रीची. त्यांच्या अपेक्षा आमच्यातील मूर्ख बायका पूर्ण करतात. ते का? पुरुषांनी दोन वेळा स्नान करावं. पुरुषांसाठीच निरनिराळे साबण असावेत आणि त्या साबणांच्या जाहिरातींत पुरुषाचाच चेहरा असावा. पुरुष आणि विकाऊ वस्तू ह्यांची एकत्रच जाहिरात व्हावी. जाहिरातींमध्ये नेहमी स्त्रीच का? स्त्रीनं यच्चयावत रूप आणि सौंदर्य ह्यांचा ठेका घेतलाय का?

पुरुषांनी हसून दात दाखवत टूथ पेस्टची जाहिरात करावी. इथं मला पेप्सोडेंटच्या जाहिरातीची आठवण होते आणि जाहिरातदाराच्या सौंदर्यदृष्टीचं कौतुक वाटतं. स्त्री जर पुरुषाच्या केसांवर तिचं तोंड घासत असेल तर तिनं पुरुषाला केसाच्या

स्वच्छतेबद्दल जागरूक केलं पाहिजे. ती मोहित होईल असा सुगंध त्याच्या केसाला आला पाहिजे.

स्त्रीला आकर्षित करण्याची जबाबदारी पुरुषाची आहे. म्हणूनच पुरुष त्यांच्या उणिवा दूर करायला पुढे येवोत. ते स्वतःला घासून-पुसून स्वच्छ करोत. एकट्या स्त्रीनंच का सजायचं? पुरुषांनीही नटावं-सजावं. धर्म व राष्ट्र स्त्री-पुरुषांना समान अधिकार देतात असं बहुतेकांचं मत आहे. असं जर असेल तर मग पुरुषांना नटण्याचा अधिकार का नसावा? पुरुषांच्याही हातांत त्यांच्या कपड्याच्या रंगाशी मॅच होणाऱ्या किणकिणाट करणाऱ्या बांगड्या असाव्यात. ह्या देशात पुरुष अंगठी, चेन वापरतात. काही डूलही वापरायला लागलेत. मग बांगड्या, नथ घातली तर बिघडलं कुठं?

□

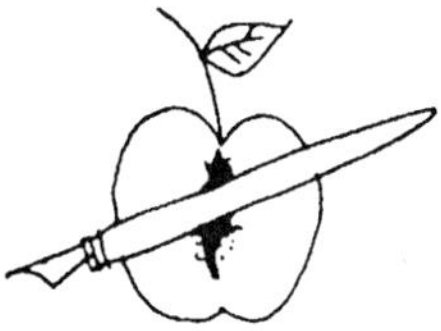

भयमुक्त व्हा!

१.

आम्ही फक्त गप्प बसून पाहतो. आम्ही नुसतं लांब उभं राहून दुसऱ्या माणसांचा सर्वनाश पाहतो. दुसऱ्याचा सर्वनाश झाला तर आमचं काहीच जात नाही. उलट दुसऱ्याचं वाईट झालं तर आम्ही टाळ्या पिटून हसतो. कुणाला खायला नसल्यास खायला द्यावं, कपडे नसल्यास कपडे द्यावेत, निवारा नसल्यास निवारा द्यावा, असं हल्ली आमच्या मनातच येत नाही. कधी कुणी कुणावर उपकार केलेच तर त्यामागे स्वार्थ असतो. हल्ली डोळ्यांत पाणी येतं तेही स्वार्थापोटीच. स्वार्थाशिवाय कुणीच दुसऱ्यासाठी काही करत नाही. रडतही नाही आणि हसतही नाही.

डोळ्यांसमोर खून झाला, कुणी कुणाचे डोळे फोडले, एखाद्या स्त्रीवर बलात्कार झाला, लूटमार झाली, कुणाचं अपहरण झालं, चोरी झाली, तरी हल्ली माणूस अलिप्त राहतो. त्याला कशाचंही काही वाटत नाही. माणसं असं का वागतात, कळत नाही. पण ही माणसांची वागणूक पाहून खूप वाईट वाटतं.

त्या दिवशी मला एक चांगली बातमी कळली आणि माझा दिवस चांगला गेला. त्याचं असं झालं की कपड्यांच्या प्रदर्शनात, दुपारी, प्रदर्शनाच्या प्रवेशदारापाशी चोरानं एका बाईच्या गळ्यातील चेन चोरली. हे पाहून आझरा जबिन नावाची एक महिला पुढं झाली. तिनं चोराशी झटापट करून चोरलेली चेन त्याच्याकडून काढून घेतली. चोराच्या हातात सुरा होता. त्यामुळे आझरा जखमी झाली. ती मारलीही गेली असती. मरण समोर दिसत असूनही, तिनं कशाचीही पर्वा न करता, पुढे होऊन एका असहाय स्त्रीला मदत केली. आजकाल हत्या सर्रास होतात. पण आझरासारखे कितीजण असतात? कितीजण धीटपणे दुसऱ्यांच्या मदतीला धावून जातात? प्रदर्शनाच्या तिथं पोलिस होते, लोक होते. पण पुढे झाली फक्त आझराच. म्हणूनच

मला तिचं कौतुक वाटतं. असं धाडस सगळ्यांजवळ नसतं. सगळ्यांचाच स्वभाव दुसऱ्याला मदत करायचा नसतो. प्रामाणिकपणा तर फारच थोड्यांजवळ असतो. आजकाल घरीदारी एवढे अन्याय होताहेत, पण प्रतिकार करायला कुणीच पुढे होत नाही. कुणी पुढे झालंच तर त्यालाच जखमी व्हावं लागतं. वर पुन्हा लोक त्या व्यक्तीलाच नावं ठेवतात, कधी कधी वाळीत टाकतात आणि छळतातसुद्धा. सध्या सगळीकडे अन्यायाची सरशी आहे. देशात अन्यायाचंच राज्य आहे. अन्यायाविरुद्ध ताठ मानेनं उभं राहणाऱ्यांचं मी अभिनंदन करते. मला त्यांच्याबद्दल आदर आणि आपलेपणा वाटतो.

२.

गौरीराणी दास ही आरोग्य खात्याच्या मुख्य कार्यालयातील चतुर्थ श्रेणी कर्मचारी. एक आठवड्यापूर्वी, मुख्य-व्यवस्थापकांचा ड्रायव्हर, ऑफिसचा प्यून व इतर काहीजणांनी मिळून तिच्यावर बलात्कार केला. ते सर्व कामुक, लोलुप पुरुष वेतनातील बाकी राहिलेल्या रकमेबद्दल विचारणा करण्यासाठी कार्यालयात गेले होते. तिथं त्यांची नजर गौरीवर पडली. गौरी खूप गोरी होती म्हणून त्यांनी तिच्यावर अत्याचार केला की एकटी होती म्हणून? की चतुर्थ श्रेणी, गरीब कर्मचारी म्हणून? की अल्पसंख्यांकातील एक म्हणून? आपण बलात्कार केला तरी आपल्याला काहीही होणार नाही, हे माहीत असल्यामुळे त्या सर्वांनी असं केलं का?

ह्या अशा लहान-मोठ्या अन्यायाचं समाजाला आणि राष्ट्राला काहीही वाटत नाही. बहुधा बलात्कार आता अन्याय किंवा अत्याचारात मोडतच नसावा. बलात्कार म्हणजे स्त्रीवर होणारं एक आक्रमणच आणि हे आक्रमण अन्यायात मोडत नाही. कारण स्त्रीवर समाजाकडून निरनिराळ्या प्रकारचे खूप अन्याय होत असतात आणि ते अगदी सहजपणे गृहीत धरले जातात. कोणताही धर्म स्त्रीला मान देत नाही. समाजातील कर्तेसवरते लोक स्त्रीला किंमत देत नाहीत. राष्ट्रप्रमुख स्त्रीला 'माणूस' मानत नाहीत. म्हणूनच दिवसाढवळ्या गौरीवर बलात्कार होतो. ती काम करून पैसा मिळवण्यासाठी घराबाहेर पडताच तिच्यावर अत्याचार होतो. पण स्त्री घरात राहिली तरी कामुक पुरुषांच्या नजरेतून ती सुटेलच, असं काही सांगता येत नाही. घरात राहणाऱ्या स्त्रीवरही सतत बलात्कार होत असतो. म्हणजेच स्त्री घरात असो की घराबाहेर, तिच्या कार्यालयात असो की रस्त्यात, तिच्यावर बलात्कार होऊ शकतो. मग स्त्री सुरक्षित कुठं राहू शकेल? कुठं गेल्यास तिच्यावर बलात्कार होणार नाही? अशी जागा पृथ्वीवर कुठं आहे?

आमच्या समाजातील प्रत्येक स्त्री, आज, गौरीराणी आहे. अपमान प्रत्येक स्त्रीची वाट पाहतोय. प्रत्येक स्त्रीची अभिलाषा बाळगून आहे असभ्य पुरुषाचा काळाकुट्ट पंजा! गौरीप्रमाणे– अत्याचार झालेल्या– अनेक आहेत.

आझरा जबिन खरोखरच विलक्षण स्त्री! ती दुसऱ्या स्त्रीच्या बाजूनं एकटी उभी

राहिली. आम्ही स्त्रिया, स्त्रियांवर होणाऱ्या आक्रमणांना थोपवू शकत नाही का? नक्कीच थोपवू शकतो. त्या धाडसी स्त्रीप्रमाणे, चांगल्या कामासाठी पुढे होऊ शकतो. बलात्कार, अन्याय, पुरुषांचा स्वेच्छाचार ह्यांच्या विरोधात उभं राहू शकतो. बऱ्या न होणाऱ्या जखमा दिवसेंदिवस वाढताहेत. आम्ही सर्वजणी, एक होऊन, अत्याचाराविरुद्ध, प्रचंड शक्तीच्या रूपात का उभ्या राहत नाही?

□

सखे ग, एकटी मी, अंधाऱ्या ह्या घरामध्ये, कसे रमेल मन माझे!

मीरा मुखोपाध्यायांचं घर शोधायला मला फारसा त्रास झाला नाही. भवानीपूरमधलं झाडांनी वेढलेलं दुमजली घर. माझ्याजवळ श्री. निखिल सरकारांची चिठ्ठी होती. ती चिठ्ठी दाखवल्यावर मला मीरा मुखोपाध्यायांच्या घरात प्रवेश मिळणार होता. मीरा मुखोपाध्याय एक शिल्पकार. सध्या त्या कुणालाच भेटत नाहीत. त्यांनी तशी दरवाजावर पाटीच लावली आहे : 'भेट घेण्यास मनाई आहे.' एकदा म्हणे त्यांनी एका वार्ताहराला दरवाजातूनच घालवून दिलं.

माझ्याजवळ चिठ्ठी होती. पण तरीही मनात धाकधूक होतीच. 'भेटायचं नाही,' असं म्हणाल्या तर? कडी वाजवली. आतून कर्कश आवाज आला, 'कोण?' आणि माझ्या छातीत जोरात धडधडलं. 'कोण?' असं विचारणाऱ्या व्यक्तीनं दरवाजा किलकिला करताच, मी फटीतून चिठ्ठी त्या व्यक्तीच्या हातात सरकवली. त्या क्षणीच आतून एक विलक्षण सुंदर, प्रसन्न, प्रेमळ स्त्री बाहेर आली. पांढऱ्याशुभ्र वस्त्रातली ती स्त्री म्हणजेच मीरा मुखोपाध्याय.

मी त्यांच्या मागोमाग त्यांच्या निजायच्या खोलीत गेले. व्हरांडा ओलांडून पलीकडे जाताना, व्हरांड्यात ओतीव कामासाठी लागणारे सर्व सामान व साचे रचून ठेवलेले मला दिसले. तिथंच एक मोठी बुद्धाची मूर्ती होती. त्या मूर्तीखाली कवितेच्या काही ओळी कोरलेल्या होत्या. त्या मीरादीदींनी स्वतःच रचलेल्या होत्या.

त्या प्रेमळ स्त्रीकडे मी टक लावून पाहत होते. मी काय बोलू? चित्रकलेतील मला काही कळत नाही आणि शिल्पकलेतलं तरी कुठं काय कळतं? चकित होऊन पाहत राहायचं एवढंच! मीरादीदींनी मला प्रेमानं त्यांच्या बिछान्यावर बसवलं. त्याही माझ्या शेजारी बसल्या.

घर जुनंच होतं. गॅलरीच्या लोखंडी सळ्यांच्या फटीतून सकाळचं ऊन धुतलेल्या

फरशीवर पडलं होतं. जमिनीवर एका सावताळी स्त्रीचा पुतळा होता. ती दोन्ही हातांनी टोपली विणीत होती. तो पुतळा इतका सुंदर होता की त्याच्यावरून माझी नजर हटेना. तिच्या लांब मानेवर असंख्य माळा लोंबत होत्या. ह्या पुतळ्याशेजारी एका आईचा पुतळा होता आणि आईभोवती घुटमळणारी मुलंही साकारली होती. पलीकडे कोर्टाचं दृश्य शिल्पबद्ध केलं होतं. कोर्ट, जज्ज, वकील आणि पिंजऱ्यात स्वतः मीरादीदी. काही दिवसांपूर्वी मीरादीदींच्या राहत्या घरावरून काही वाद निर्माण झाला होता. प्रकरण कोर्टापर्यंत गेलं होतं. तेच धातूतून साकारून ठेवलं होतं मीरादीदींनी. चित्र काढणारे, धातू ओतण्याचं कठीण काम अगदी सहजतेनं आणि कौशल्यानं करणारे, छिन्नी-हातोडीनं ब्राँझमध्ये प्राण ओतणारे हे हात आहेत तरी कसे, हे एकदा ते हात आपल्या हातांत घेऊन पाहावेत, असं माझ्या मनात आलं.

'लहानपणी मला शाळेत जायला आवडायचं नाही. मला बाग मात्र फार आवडायची.– विशेषतः फुलांची बाग. झाडाझुडपांबरोबर मी मनातल्या मनात बोलायची. अभ्यासात मात्र माझं मन रमायचं नाही,' मीरादीदींचं बोलणं मी मन लावून ऐकत होते. त्यांच्या बोलण्यात उत्कटता होती. त्या पुढे सांगू लागल्या, 'मी मला फक्त 'स्त्री' कधीच मानलं नाही. मी स्वतःला नेहमीच 'माणूस' मानलं. 'स्त्री' म्हणून कुणाजवळ कुठल्याही सवलती मागितल्या नाहीत. मला आयुष्यात एक गोष्ट चांगली समजली. ती म्हणजे आरडाओरड करून, घोषणा देऊन काही उपयोग होत नाही. माणूस त्याच्या कर्मावरूनच ओळखला जातो. मी जर चांगलं काम केलं तर ते कामच सगळ्यांना दाखवून देईल की स्त्रिया पुरुषांपेक्षा कोणत्याच बाबतीत कमी नसतात. म्हणून मी आयुष्यभर मुकाट्यानं काम करत राहिले.'

मीरा मुखोपाध्याय जीवनाच्या मार्गावर सतत पुढेच जात राहिल्या. त्या कधीच थांबल्या नाहीत. त्यांच्या वाटेत अनेक अडचणी होत्या. त्या काळच्या जुनाट विचाराच्या प्रतिगामी समाजानं, त्यांचं बळजबरीनं लग्नही करून दिलं, पण जमलं नाही. संसारात जमत नाही असं दिसताच मीरादीदींनी तडजोडही केली नाही. लोकांनी त्यांची गणना मूर्खांत केली. पण लोकांकडे अजिबात लक्ष न देणं, हा मीरादीदींचा एक गुण आहे. जिला गाणं आवडतं, चित्रं काढायला आवडतात, हिरव्या पानांबरोबर जिची लहानपणापासून दोस्ती आहे, तिला संसार व समाज ह्यांच्या जाळ्यात पकडता येणं शक्य आहे का? ती घराच्या चार भिंतीत कशी रमणार?

मीरादीदींना बिमलाप्रसाद चट्टोपाध्याय गाणं शिकवायचे. ते सांगायचे, 'गाणं रोज येतं थोडंच! कधीतरी येतं सुरवातीला. पण एक दिवस असा येतो की गाणं येतं आणि मग सोडून कधीच जात नाही.' मीरादीदी गात होत्या, 'सखी ग, अंधाऱ्या घरात एकटी मी, तगमगते मनी.' त्या गात होत्या. पण गाणं धातूप्रमाणे टिकलं

नाही. धातू त्यांना सोडून कुठंही गेला नाही. जणू तो जन्मापासूनच त्यांच्या बोटांतच होता.

लोक ज्याला 'घर' म्हणतात, तसं 'घर' मीरादीदींनी मांडलं नाही. त्याबद्दल त्यांना वाईटही वाटत नाही. गोलबीबी, हरेनची आई, नूरबानू, असित, प्रशांत, माया, गौरी, चैताली, हरेन, प्रताप, नजरूलची बायको हाच त्यांचा संसार. हे सगळे त्यांना मदत करतात. वितळलेला धातू घोटून देतात, ओतण्याचं काम झाल्यावर राखेतून कोळसा वेचून काढतात. मीरादीदी स्वतःच्या हातानं धातू गाळतात, ओततात, धातूला आकार देतात. त्या आकार द्यायला लागल्या की त्यात अद्भुत रहस्य दडलंय, असं त्यांना वाटत राहतं.

रवीन्द्र संगीतही त्यांचं मन तृप्त करू शकलं नाही. त्यांना काहीतरी वेगळं पाहिजे होतं. बंगाली आणि अ-बंगाली दोघांनाही त्यांचा शेजार नको होता. एकदा घराच्या मालकानंसुद्धा घर खाली करायला सांगितलं. दिल्लीतील तरुण चित्रकार विद्यार्थी संधी मिळताच त्यांच्या अंगाला हात लावायला बघत. पण मीरादीदींनी कुणाचीही डाळ शिजू दिली नाही. त्यांच्या व्यक्तिमत्त्वापुढे सर्वांनी हार मानली. सगळ्यांकडे दुर्लक्ष करून त्या आपलं काम करतच राहिल्या. संसार मोडून आलेल्या ह्या बाईला त्रास द्यायचा प्रयत्न समाजातील भल्याभल्यांनी केला. पण ती सगळ्यांना पुरून उरली. समाजातील गलिच्छ वृत्तीच्या पुरुषशाहीविरुद्ध तर त्यांना सतत लढा द्यावा लागला.

माझ्याबरोबर एवढ्या वेळ गप्पा मारण्याचं खरं तर मीरादीदींना काहीच कारण नव्हतं. त्या फारसं काही बोलल्या नसत्या तरी चाललं असतं. उलट त्यांनीच मला विचारलं, 'ताक पिशील? थंड ताक देते तुला.' मला त्यांच्याशी खूप बोलायचंय, असं बहुतेक निखिलदांनी चिठ्ठीत लिहिलं असावं. जी कुणालाही भेटत नाही, भेटायला आलेल्यांना दरवाजातूनच घालवून देते, तिच्याच स्वतःच्या खोलीत बसून खाण्यापिण्याचं, घरभर पसरलेलं शिल्पकाम बघण्याचं आणि खूप वेळ गप्पा मारण्याचं भाग्य फारच थोड्यांना मिळत असणार, हे नक्की.

मीरादीदी सत्तरीच्या जवळ पोहोचल्यात. सध्या त्या भारतातील निरनिराळ्या धातुशिल्पांवर एक मोठा ग्रंथ लिहीत आहेत. त्या रात्रंदिवस कामात दंग असतात. सतत धातू ओतण्याचं काम चालू असतं. मग एकीकडे बुद्धाचे नाक-डोळे हातोडीनं आकार घेऊ लागतात, तर दुसरीकडे नृत्यांगनेच्या पायात छंद बांधला जातो तर तिसरीकडे गुरांच्या कळपामागे धावणारा गुराखी आकार घेऊ लागतो. त्या स्वस्थ बसून राहणाऱ्यातल्या नाहीत. गुलाबाच्या बागेतून उडत उडत आलेली एके काळची मुग्ध किशोरी आता मात्र हृदयविकारानं त्रस्त आहे. पण अजूनही आपल्या दोन हातांवर त्यांचा पूर्ण विश्वास आहे. समाजातील वेडेवाकडे अनेक मार्ग त्यांनी पार

केलेत. पण अजूनही अंधारे गल्ली-बोळ आहेतच. ते पार केल्याशिवाय प्रकाश दिसणार नाहीच. अंधाऱ्या घरात, एकाकीपण त्यांना खायला उठतं. मन रमत नाही. म्हणून त्या स्केच पेन, ब्रश, ब्रॉन्झ ह्यांच्यामध्ये स्वतःला बुडवून घेतात. त्यांनी आयुष्यभर 'चांगलं माणूस' व्हायचा प्रयत्न केला. 'चांगली मूर्तिकार' व्हायचा प्रयत्न केला. त्या म्हणतात, 'माझ्याकडून जेवढं शक्य होतं तेवढं केलं.'

मीरा मुखोपाध्याय काय झाल्या नाहीत? सर्व काही झाल्या. त्यांनी शांतिनिकेतन, दिल्ली, म्युनिच अशा अनेक ठिकाणांना भेटी दिल्यात. भारताचा कानाकोपरा त्यांनी पाहिलाय. धातूबद्दल इत्थंभूत माहिती त्यांनी मिळवलीय. त्यांना कलकत्ता खूप आवडतं. म्हणूनच काम करण्यासाठी इतर ठिकाणं सोडून त्या कलकत्त्यात आल्या. पण कलकत्त्यात त्यांना काम कसलं देण्यात आलं? दहा रुपये रोजंदारीचं, एक कारागीर म्हणून. मीरादीदींची आर्थिक परिस्थिती कुणाच्याही लक्षात आल्यावाचून राहत नाही. दहा रुपये रोजगारावर आपण कुणाकडून काम करून घेतोय, हे ह्या दुर्दैवी देशाला ठाऊक नसावं ना! ही कुणी सामान्य स्त्री नाही. ही आहे मीरा मुखोपाध्याय.– जिनं तयार केलेलं शिल्प विकत घेण्यासाठी लोक तिच्या दाराशी गर्दी करतात, लाखो रुपये मोजण्याची त्यांची तयारी असते. पण आता मीरादीदी तिकडे बघतसुद्धा नाहीत.

ब्रॉन्झचं काम खूप महागाचं असतं. त्या सांगत होत्या, 'लोक सौदा करायला बघतात. धातूची किंमतसुद्धा वसूल होत नाही. मग कष्टाची तर गोष्टच सोडा. कलेबरोबर सौदा? कसं शक्य आहे?' लोभ, मोह, नावलौकिक ह्या सर्वांपासून दूर राहणारी ही कलावंत आपल्या कलेवरच प्रेम करते. त्या म्हणतात, 'धातूला कोणत्याही प्रकारची गफलत चालत नाही. धातू तुमच्या 'मूड'चीही पर्वा करत नाही. त्यानं मला अग्नीप्रमाणे शक्ती दिलीय. माझं संपूर्ण अस्तित्व त्यानं पकडून ठेवलंय आपल्याजवळ. मीही माझ्या शक्तीबद्दल कधी शंका घेत बसले नाही. आनंदानं काम करत गेले.' काम पुष्कळजण करतात. पण आपल्या कामावर मीरा मुखोपाध्यायांसारखं प्रेम कितीजण करतात? वस्तूला जिवंत करायचा प्रयत्न त्यांनी केला. साधारणातून असाधारण निर्माण केलं. ह्यातच त्यांना मुक्ती मिळते. अडचणींचे पर्वत पार करता करता त्यांनी, त्यांना प्रिय असलेल्या निसर्गाशी गुप्तपणे हितगुज केलं. त्यांनी हिमालयापासून समुद्रापर्यंत मजल मारली. ही मजल मारताना त्या स्वतःशीच म्हणाल्या, 'प्रभू, तू सगळ्यांना घर दिलंस, पण माझ्या वाट्याला आला रस्ता.'

मीरा मुखोपाध्याय त्यांच्या वाट्याला आलेला मार्ग पार करून आपल्या लक्ष्यापर्यंत पोहोचल्या का? का कलाकाराला असं लक्ष्यच नसतं? जिकडे जाण्यात आनंद वाटेल तिकडे जाण्याचं स्वातंत्र्य हेच कलाकाराचं लक्ष्य असतं का?

दुपार झाली होती. लहानपणापासून अडथळ्यांची शर्यत पार करावी लागली.

त्यांची ही जीवनकहाणी ऐकायला बरं वाटत होतं. पण कामाच्या माणसाचा गप्पांसाठी आणखी वेळ घेणं बरं नव्हे, असा विचार केला. आयुष्य त्यांनी खूप जवळून पाह्यलंय, जाणलंय. त्यांच्यापुढे मी कुणीच नाही, ह्याची मला जाणीव झाली. त्या संपूर्ण वाळवंट, तर मी एक वाळूचा कण. त्या समुद्र तर मी एक पाण्याचा थेंब. त्यांना उत्कृष्ट कलावंत व्हायचं होतं. त्या तशा झाल्या, हे संपूर्ण भारताला माहीत आहे. त्यांना 'चांगलं माणूस' व्हायचं होतं. त्या चांगल्याच आहेत, हे मीच नाही, तर आणखी अनेकजण जाणतात. त्यांचे ते असामान्य हात माझ्या हातांत घ्यायची मला पुन्हा इच्छा झाली. 'मला तुमच्याबद्दल फार फार वाटतं, एवढ्या विलक्षण सुंदर आणि प्रेमळ व्यक्तीला एवढ्या जवळून मी प्रथमच भेटतेय. परत नक्की भेटू या.' त्यांचे हात हातांत घेत मी म्हणाले.

त्यांच्या हृदयात आग आहे, हे मला माहीत आहे. धातूला वितळविणाऱ्या आगीपुढे उभं राहून त्या आपल्या कामाच्या आनंदात बुडून जातात. पण ह्या आगीपेक्षा हृदयातल्या आगीनं त्यांना जास्त पोळलंय. नाही का? जिना उतरण्यास डॉक्टरांनी मना केलं असूनसुद्धा त्या जिना उतरून मला निरोप द्यायला खाली आल्या. त्या अगदी सरळ स्वभावाच्या स्त्रीला खूप बरं वाटत असावं.

मी त्यांच्या व्यक्तिमत्त्वाच्या प्रभावाखाली बुडून गेले. त्यांच्या विचारात रंगून गेले. त्यांची वेदना आणि प्रेमळपणा पाहून मी बोलून गेले,

'सखी ग, अंधाऱ्या ह्या घरात,
एकटीचे माझेही
रमत नाही मन'

□

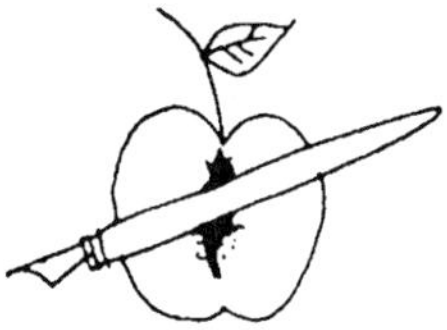

रात्रंदिवस विश्वास ठेव

'मुलांचे खेळ' व 'मुलींचे खेळ' असा फरक कुणी केला हे जाणून घ्यायची माझी फार इच्छा आहे. कधी कधी मला माझं डोकं म्हणजे रबराचा एक गोळा वाटतो.– पाहिजे तसा आकार देता येणारा. तर कधी कधी वाटतं, डोकं सुजून मोठं झालंय आणि आपल्याला काही समजेनासं झालंय. म्हणूनच मला माणसांसाठी दोन प्रकारचे नियम का व कुणी केले हे समजत नाही.

मुलं खेळणार फुटबॉल, क्रिकेट, लॉन टेनिस, स्क्वॅश किंवा बिलियर्डस् तर मुली खेळणार अंगणातल्या मातीत खुणा करून एक्का, दुक्का, चौक्का किंवा सागरगोटे. मुलींनी घरात बसून लुडो खेळायचा. मुलं मात्र मोकळ्या मैदानात हुतूतू खेळणार. मुलींनी बाहुलीशी खेळायचं, तिचं लग्न करायचं, बाहुलीला खायला-प्यायला द्यायचं, तिला झोपवायचं, बाहुलीचे कपडे बदलायचे. मुलींनी खेळायची भातुकली, वीट वाटून लाल रंगाचा मसाला तयार करायचा, निरनिराळी पानं-फुलं गोळा करून, कुटलेला मसाला घालून खोटी खोटी भाजी करायची, आमटी करायची. मुलींच्या ह्या खेळाला घरातील इतर माणसंही उत्तेजन देतात. थंडीत अंधार लवकर पडतो. तेव्हा मुलं दिवे लावून बॅटमिन्टन खेळतात, पत्ते खेळतात. मुली जमून काय खेळतात तर 'गोल्लाछुट', 'बौचि,' 'गोलाप पद्म.' ह्या खेळांशिवाय मुलं जे खेळ खेळतात ते मुली खेळू शकतात. पण मग त्याबद्दल लगेच सगळीकडे चर्चा होते.

काही खेळांना 'मुलांचे खेळ' म्हणून वेगळं का काढलंय? मुलींना फुटबॉल किंवा क्रिकेट खेळता येत नाही का? लहानपणी मी क्रिकेट खेळायची आणि मुलांपेक्षा जास्त चांगली खेळायची. शिवाय मला भोवरा, विटी-दांडू, गोट्या हेही खेळता यायचं. तेव्हा मला मैत्रिणी कमी होत्या व मित्रच जास्त होते. कारण माझा जन्म आजोळी झाला आणि माझं बालपणही तिथंच गेलं. माझ्या वयाचे माझे मामा

आणि मामांचे मित्र हेच माझे सवंगडी होते. गोट्या खेळताना त्यांच्यापेक्षा माझाच नेम बरोबर लागायचा. भोवऱ्याचंही तसंच.

मी बाहुलीशीही खेळले. 'एक्का, दुक्का,' 'गोल्लाछुट' हेही खेळले. त्यामुळे कोणते खेळ मुलांचे व कोणते मुलींचे, हे मला कळलंच नाही. माझ्या किशोर वयात, माझ्या हातात क्रिकेटची बॅट किंवा हॉकी-स्टिक बघून शेजारी हसत. जणू मी काहीतरी विचित्र गोष्ट करत होते, माझ्या हातात बाहुली किंवा सागरगोटेच शोभून दिसत होते. त्या शेजाऱ्यांच्या मते 'एक्का-दुक्का' किंवा असलेच सटरफटर खेळच मी खेळणं योग्य होतं. खरं तर मुली सर्व खेळ खेळू शकतात. नवरातिलोवा, पी.टी.उषा, स्टेफी ग्राफ, कॅप्रिआती बनू शकतात, तशाच रूद गुलितो, झीको, रॉजर मिल्ला, मॅरेडोनाही होऊ शकतात. स्त्रिया बास्केट बॉल, पोहोणे, टेनिस, धावणे अशा कुठल्याही खेळांत प्रतिस्पर्धी पुरुषांना हरवू शकतात.

तुलनेनं ज्या खेळांत श्रम कमी करावे लागतात, जे खेळ हलके-फुलके आहेत, ज्यांत आव्हान आणि आनंदही नाही असे खेळच मुलींसाठी व स्त्रियांसाठी राखून ठेवले गेलेत. पुरुषांसाठी मात्र आकर्षक, आव्हानात्मक, शारीरिक चपलता आणि क्षमता प्रकट करणारे खेळ आहेत. ह्याचं कारण स्त्रीला दुर्बल समजलं जातं. तिला मानसिक व शारीरिक दृष्ट्या अक्षम समजलं जातं, पांगळं वा विकलांग समजलं जातं. त्यामुळे ज्या खेळांत बुद्धी वा क्षमता लागत नाही ते खेळच मुलींच्यासाठी ठेवले जातात. मुलींनी फक्त घरातच खेळावं. फार झालं तर अंगणात. मैदान त्यांच्यासाठी नाही. आकाशाखाली, उघड्यावर खेळण्यास त्यांना मनाई आहे. ऊन-पाऊस त्यांच्यासाठी नाहीतच. भातुकली आणि बाहुली खेळता खेळता त्या पाहिजे तशा तयार होतात. घरकामात तरबेज होतात. खरे म्हणजे शहाणे (!) पालक आयुष्याच्या रंगीत तालमीसाठीच आपल्या मुलींना बाहुल्या आणि भांडीकुंडी आणून देतात. मुलांना मात्र रिमोट कंट्रोल किंवा सॉनिक कंट्रोल ह्यांच्यावर चालणारी, निरनिराळ्या आकाराची व रंगांची खेळणी, किल्ली देताच सूंऽसूंऽऽ करत पळणाऱ्या गाड्या आणून दिल्या जातात. लहानपणापासूनच मुलींची बुद्धी खुंटावी आणि घरातील किरकोळ कामातच तिनं तरबेज व्हावं अशी व्यवस्था केली जाते. त्यासाठीच तिला बाहुली, भांडीकुंडी अशी खेळणी दिली जातात. लहान बाहुली, मोठी बाहुली. किशोरवयीन मुलांना मैदान. मुलींना मात्र चिमुकलं अंगण. मुलींना शारीरिक आणि मानसिक दृष्ट्या कैदी बनवण्यासाठी समाजानं खेळांनाही मर्यादा घातल्यात, पण मोठ्या चलाखपणानं.

स्त्रिया कोणताही खेळ खेळू शकतात, ही गोष्ट कोणताही बुद्धिमान माणूस अमान्य करणार नाही. त्या जर व्हॉलिबॉल खेळू शकतात तर फुटबॉल का नाही खेळू शकणार? हल्ली मुलींच्या फुटबॉलची व्यवस्था केली गेलीय. अर्थात हा खेळ

फक्त मुलीं-मुलींतच खेळला जातो. पण असं तरी का? फुटबॉलच्या अकराजणांच्या संघात पाच मुली सहा मुलगे किंवा सहा मुली पाच मुलगे का नसावेत? मुलींच्या प्रतिस्पर्धी मुलीच का? क्रिकेट, हॉकी, टेनिस, बेसबॉल ह्या खेळांतही मुलींचे प्रतिस्पर्धी मुलगे असावेत. स्त्रियांचे प्रतिस्पर्धी पुरुष का नाहीत? नवरातिलोवानं जॉन मॅकॅन्रोबरोबर, मोनिका सेलेसनं बोरिस बेकरबरोबर अथवा साबतिनीं आगासीबरोबर का खेळायचं नाही? मुलं-मुली आपापले ठराविक खेळ खेळण्याचं सोडतील तर किती बरं! असा दिवस उजाडायला अजून किती अवकाश आहे?

जेव्हा स्त्रिया आणि पुरुष एकमेकांचे प्रतिस्पर्धी म्हणून पोहोणे, धावणे, कुस्ती, हाय जंप, लाँग जंप, वेट लिफ्टिंग ह्या खेळात उभे राहतील, फुटबॉल, क्रिकेट, टेबल टेनिस, बॅडमिंटन, आईस हॉकी, मॅरेथॉन ह्यांचे संघ मिश्र असतील, स्त्रिया इन-डोअर गेम सोडून आउट-डोअर गेमकडे वळतील, माणसा-माणसात ज्याप्रमाणे स्पर्धा होतात, त्याचप्रमाणे स्त्री-पुरुषात होतील, तेव्हा स्त्रिया निश्चितच यशस्वी होतील, पुरुषांना मागे टाकतील, विश्वकप हातात घेऊन आनंदानं नाचतील.

खेळाडू हा खेळाडूच असतो. खेळातील लिंगभेद नाहीसा झाला की आपोआपच स्त्रीच्या प्राविण्याला महत्त्व येईल. स्त्री व पुरुषात भेद न करता; माणूस म्हणून, खेळाडू म्हणून त्यांना फक्त जर्सी नंबर दिले जावेत. शारीरिक भेद जर्सीत हरवून जावा. 'प्रावीण्य' हीच खेळाडूची ओळख असावी.

स्त्रीला माणूस म्हणून किंमत द्यायची असेल, तर हा भेद नष्ट व्हावा. छोट्या छोट्या गोष्टीत विषमता आहे. अंगण-पटांगण ह्यांतही फरक आहे. कुठं नाही भेद? स्त्रीनं घर, घराचं अंगण सोडून खेळण्यासाठी मोठं मैदान शोधलं पाहिजे. जर तिला 'शक्तिशाली माणूस' व्हायचं असेल, तर तिनं बंदिस्त जीवनातून हळूहळू विशालतेकडे वाटचाल केलीच पाहिजे. तिला कुणीही आपणहून संधी देणार नाही. तिनं ती स्वतःच शोधली पाहिजे. स्वतःच स्वतःसाठी जागा करून घेतली पाहिजे.

□

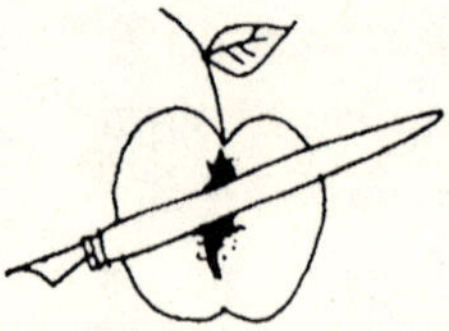

आमचा प्रवास सुरू झाला

अलीकडेच कॅनडात झालेल्या एक चळवळीनं सगळ्यांचं लक्ष वेधून घेतलंय. तिथल्या कायद्याप्रमाणे शरीराचा वरचा भाग उघडा ठेवून हिंडण्यांचं स्वातंत्र्य फक्त पुरुषांना आहे, स्त्रियांना नाही. आपल्या शरीराचा वरचा भाग उघडा टाकून घराबाहेर पडण्यास तिथं स्त्रियांना मनाई आहे. ह्या कायद्याला विरोध करणारांनी, कॅनडातील रस्त्यावरून मिरवणूक काढली. ह्या मिरवणुकीत काही स्त्रियाही सामील झाल्या होत्या. त्या स्त्रियांनी आपल्या शरीराचा वरचा भाग उघडा ठेवला होता. हे पाहून सभ्य आणि असभ्य अशा दोन्ही प्रकारच्या लोकांनी तीव्र नापसंती दाखवली. त्यांच्या मते विरोधकांचा हेतू आणि पद्धत दोन्ही अयोग्य होतं.

अनेक वेळा स्त्री-देहाला उघडं व्हावं लागतं. त्याची कारणं मात्र वेगवेगळी असतात. रोग-परीक्षेसाठी अथवा शस्त्रक्रियेसाठी कपडे काढावं लागणं ह्यांत काहीही गैर मानलं जात नाही. पण दवाखान्याबाहेर स्त्रीची नग्नता अश्लीलतेत मोडते. जाहिरातीसाठी शरीर-प्रदर्शनही अश्लीलच मानायला हवं. शरीरस्वास्थ्य, शिल्पकला अथवा विरोध ह्यांच्यासाठी देह अनावृत करणं अजिबात आक्षेपार्ह नाही, असं मला वाटतं. हे माझं मत उदाहरण देऊन स्पष्ट करायचं झालं तर असं म्हणता येईल की 'सौदागर' मधील अंजू घोषची नग्नता आणि 'सूर्य दीघल बाडी' मधील डॉली ॲनोयारची नग्नता ह्यांत फरक आहे. पहिलीत अश्लीलता आहे, पण दुसरीला कुणीही अश्लील म्हणणार नाही.

विरोध दर्शविण्यासाठी कॅनडामध्ये मिरवणुकीत स्त्रियांनी वरचं अंग उघडं ठेवलं. वरवर पाहता त्या शरीरप्रदर्शन करत होत्या, असंच कुणालाही वाटेल. पण खरं तर 'फक्त स्त्रियांनी शरीराचा वरचा भाग उघडा ठेवून फिरू नये' ह्या कायद्याला विरोध दर्शविण्यासाठी त्या असं करत होत्या. फक्त स्त्रियांवरच निर्बंध घालणाऱ्या कायद्याला त्या विरोध करत होत्या. अशा विरोधाला मी 'प्रतीकात्मक विरोध' म्हणेन.

कारण कॅनडातील जागरूक स्त्रिया, स्त्री व पुरुष ह्यांच्यासाठी वेगवेगळा कायदा वा नियम मानायला तयार नाहीत. विरोधाची पद्धत कोणतीही असो, समाजातील विषमता दूर करणे, हाच त्यांचा उद्देश आहे.

साठच्या दशकात अशाच एका 'प्रतीकात्मक विरोधा'नं लोकांत खळबळ माजवली होती. तेव्हा पाश्चात्त्य देशांत 'स्त्री मुक्ती आंदोलन' अगदी जोरात होतं. पुरुषप्रधान समाजानं, स्त्रीला नाना प्रकारच्या वस्त्रांनी गुंडाळून टाकलं. अंतर्वस्त्रं ही त्यांतीलच. म्हणून स्त्रियांनी अंतर्वस्त्रं ही जाळूनच टाकली. ह्या घटनेचं सविस्तर वर्णन नकारात्मक दृष्टिकोन असलेल्या सर्वांनी अगदी तत्परतेनं केलं. स्त्रियांनी केलेली कुठलीही चळवळ, कुठल्याही मार्गांनी, पार धुळीला मिळवून टाकायची हा तर पुरुषप्रधान संस्कृतीचा कुटिल हेतूच असतो. म्हणूनच मूळ हेतूकडे लक्ष न देता त्यांनी तिखट-मीठ लावून वर्णन करून लोकांचं लक्ष वेधलं ते अंतर्वस्त्रांकडे. हा अविवेक साठमध्ये झाला. पण कॅनडातही ह्या वेळी असंच होईल का नाही, ह्याबद्दल मला शंका आहे. ह्या विरोधाची सगळ्यांनीच निंदा केली. विरोध म्हणजे विरोध. विरोध करण्यामागचा उद्देश जर चांगला असेल, समाजस्वास्थ्याच्या दृष्टीनं योग्य असेल, तर तो कोणत्याही पद्धतीनं केला तरी दृष्टीला खुपता कामा नये. मग मी पद्धतीकडे पाहणार नाही. तेव्हा माझी दृष्टी असेल समान अधिकाराच्या मागणीकडे, विषमता दूर करण्याकडे. मी अशा वेळी लोकांचं लक्ष वेधू इच्छिते पुरुषप्रधान समाजाच्या गलिच्छ हेतूकडे. स्त्री-शरीर-प्रदर्शनाबद्दल हा घाणेरडा हेतू प्रयत्नपूर्वक जोपासला गेलाय. अंतर्वस्त्र व शरीर प्रदर्शन ह्यांकडे लक्ष वेधण्याचा माझा अजिबात उद्देश नाही. स्त्री-देहाला बांधेसूद व सुंदर करण्यासाठी पुरुष उत्तेजन देतात. कारण ते त्या देहाचा उपयोग स्वतःसाठी करून घेत असतात. पुरुष स्त्री-देह रंगांनी माखतो. तो स्वादयुक्त, गंधयुक्त व्हावा म्हणून जे जे आवश्यक व शक्य असेल ते ते स्त्रीला करायला भाग पाडतो. ह्यामागे त्याचा हेतू काही शुद्ध नसतो. तो स्त्री-देह ही एक उपभोग्य वस्तू मानतो.

स्त्रीनं अंतर्वस्त्रं वापरावीत की नाही हा प्रत्येक स्त्रीचा पूर्णपणे वैयक्तिक प्रश्न आहे. तिला वाटलं तर ती अंतर्वस्त्रं वापरील नाहीतर काढून टाकून फेकून देईल किंवा जाळून टाकील. स्त्रीनं तिचं अर्ध शरीर झाकायचं की नाही, हाही तिचाच प्रश्न आहे. कायदा तिच्यावर लादायचं कारण काय? एखादी गोष्ट निषिद्ध आहे हे स्त्रीला कायद्यानं का सांगायचं? कारण तसं पाहिलं तर कोणतीच स्त्री आपलं अंग उघडं टाकून हिंडणार नाही. पण अशा कायद्यामुळे तिचा निश्चितपणे अपमान होतो, हे कुणी लक्षातच घेत नाही. म्हणूनच तर कॅनडातील स्त्रियांना रस्त्यावर यावं लागलं.

मी तिसऱ्या जगातील एक वेदनेनं पोळलेली स्त्री आहे. मी, कॅनडातील अन्यायकारक कायद्याला विरोध करणाऱ्या स्त्रियांचं अभिनंदन करते, तेव्हाच आमच्या

देशातील स्त्रियांकडे माझं लक्ष जातं. आमच्या देशातील अनेक स्त्रियांना लज्जा झाकण्यापुरतंही वस्त्र मिळत नाही. ते मिळविण्यासाठी उघड्या अंगानंच त्यांना रस्तोरस्ती भीक मागत भटकावं लागतं. त्यांचं अर्धं अंग उघडं असतं. आमचा देश त्यांना अंग झाकण्यापुरतं वस्त्रं देऊ शकत नाही. त्यांच्या दृष्टीने कॅनडातील स्त्रियांचा विरोध हास्यास्पद आहे. आम्ही ओरडतो ते स्त्रीला अन्न, वस्त्र, निवारा मिळावा म्हणून. आम्ही चळवळ करतो ते स्त्रीनं स्वावलंबी होऊन स्वतःच्या पायावर उभं राहावं म्हणून. आमची चळवळ जशी स्त्रियांच्या कल्याणासाठी आहे तशीच कॅनडातील असमान कायद्याच्या विरोधातील चळवळही कल्याणकारीच आहे. दोन प्रकारच्या देशांत दोन प्रकारच्या चळवळी. स्त्रियांच्या कल्याणासाठी अन्यायाला चिडून विरोध करणाऱ्या माझ्यासारख्या खूप आहेत. स्त्रियांची पिळवणूक करणाऱ्या कायद्याच्या विरोधात एकत्र येऊन संताप व्यक्त करणं आम्हांला शक्य का होत नाही?

□

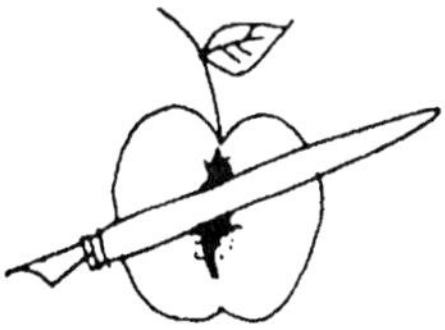

ती जुनी ओळख आम्ही विसरलो का?

१.

'सुऱ्हावर्दी पार्क'च्या बाजूला गेल्यास आपली नजर तिकडे आपोआप वळते. मुद्दाम कोणी तिकडं लक्ष वेधावं लागत नाही. आपल्या मनातच काहीतरी चलबिचल होते आणि तिकडे बघितल्याशिवाय राहवतच नाही. डोळे काहीतरी शोधायला लागतात. कुतुब मिनारप्रमाणे एखादा स्मृतिस्तंभ तिथं दिसावा अशी मनातून आपली अपेक्षा असते. पण तिथं कुठलाही असा स्मृतिस्तंभ गर्वानं ताठ मान करून उभा नाही. आहे ते एक विटांचं छोटंसं बांधकाम. एकटं, दीनवाणं, झाडांझुडपांत लपलेलं, तिथं रीतीप्रमाणे एक पणती जळत असते, म्हणून ते शोधता तरी येतं.

त्या दिवशी कोणीतरी म्हणत होतं, ''एकाहत्तरमध्ये देश स्वतंत्र झाल्यावर ह्या इथंच ते ऐतिहासिक भाषण झालं.'' सात मार्चचा दिवस होता तो! इथं एक एक वीट रचत गेलो असतो तर एव्हाना कुतुब मिनार उभा राहिला असता. हो! खरं! पण मग अशा विटा तिथं का रचल्या गेल्या नाहीत? ते ऐतिहासिक ठिकाण शोधून तिथं स्मृतिस्तंभ बांधायला कोणाला वेळच नव्हता का? 'तीन नेतार मझार' (तीन नेत्यांची कबर) 'झियार मझार' (झियांची कबर) दृष्टीला पडते. मग 'सात मार्च'च का नजरेत येत नाही. 'बंगबंधुर स्मृतिर मिनार' (वंगबंधूचा स्मृतिस्तंभ) दृष्टीला का पडत नाही? ज्या देशाचा आपण अभिमान बाळगतो, त्या देशाला हे लज्जास्पद नाही का? का बरं ह्या देशात, शहरांत, गावांत कुठंही स्वातंत्र्यसैनिकांचा स्मृतिस्तंभ नाही?

आता मी जी गोष्ट सांगणार आहे तिच्या सच्चेपणाबद्दल वाचकांनी शंका घेऊ नये. एका घरात देशाचं अर्थकारण व राजकारण ह्यावर चर्चा चालली होती. मीही तिथं होते. बोलता बोलता मला समजलं की ज्यांच्या घरी आम्ही गप्पा मारत बसलो होतो, ते स्वतः स्वातंत्र्यसैनिक होते. हे ऐकून मला फारच आनंद झाला. मी आनंदाच्या भरात त्याच विषयावर बोलू लागले. पण माझा आनंद पाहून ते गृहस्थ

स्वतः आणि त्यांची पत्नी ह्यांना आश्चर्य वाटल्याचं दिसलं. 'हे कुणाजवळ बोलू नको,' असं त्यांनी मला बजावलं. मी बापडी गप्प बसले. पण दुसऱ्याच क्षणी मी त्यांना विचारलं, 'का? का नाही ही गोष्ट सांगायची? ही तर अभिमान वाटावा अशी गोष्ट आहे. ती तर सगळ्यांना सांगायला पाहिजे.' त्या पती-पत्नीला जणू ह्या गोष्टीची लाज वाटत होती. त्यांनी युद्धात भाग घेतला म्हणजे जणू काही एखादी लाजिरवाणी गोष्टच केली होती. म्हणूनच तर ते ती गोष्ट लपवायला पाहत होते. मी युद्धाविषयी खोदून खोदून विचारायला लागताच, त्यांनी गोगलगायीप्रमाणे अंग आक्रसून घ्यायला सुरवात केली. तो विनय नव्हता. ते स्वतःला अपराधी समजत होते.

ते गृहस्थ 'स्वातंत्र्ययुद्धात भाग घेण्यात आपली चूक झाली,' असंच समजत होते. एकाहत्तरमध्ये त्यांनी घेतलेला निर्णय चुकीचा आहे, असंच त्यांना वाटत होतं. एकाहत्तरमधल्या खुनी रझाकारांपेक्षा त्यांच्याच मनात अपराधाची भावना जास्त आहे, असंच मला वाटलं. अशा माझ्या लोकांबद्दल वाईट वाटण्यापलीकडे मी काहीच करू शकत नाही, हे माझं सर्वांत मोठं दुर्दैव!

२.

एकाहत्तर सालापासून पंचाहत्तर सालापर्यंत मी जी गाणी ऐकली होती, ती अविस्मरणीय होती. रक्तात उसळलेला तो क्रोध, तो क्षोभ, तो आनंद आता कुठं गेला? आम्हाला आनंद देणारी ती गाणी आता का म्हणायची नाहीत?

ती गाणी अवामी लीगची आहेत असं अनेकांचं मत आहे. ' जय बांगला, बांगलार जय' 'शोन एकटी मुजिबरेर थेके', 'चाषादेर मुटेदेर मजुरेर', 'सोना सोना सोना लोके बोले सोना', 'बांगलार हिंदू बांगलार ख्रिस्टान', 'पूर्व दिगन्त सूर्य ओठेछे', 'मोरा एकटी फुलके बांचाब बोले'– अशी असंख्य गाणी. भर दुपारी– मग ती दुपार शरदातील असो, ग्रीष्मातील असो वा फाल्गुनातील– टेपवर मी ही गाणी लावते, तेव्हा शेजारी आश्चर्यानं विचारतात, 'अग, काय करतेस हे?' 'गाणी ऐकते.' मी उत्तर देते. मग शेजारी इकडे-तिकडे पाहत अगदी खालच्या आवाजात सांगतात, 'अगदी हळू आवाजात लावत जा. एवढ्या मोठ्यानं कशाला? आणि तेही दिवसाढवळ्या? तुला काही समजतच नाही का?'

ह्यावरून हल्ली ही गाणी ऐकण्यास मनाई आहे हे वाचकांच्या लक्षात यावं. एकाहत्तरपूर्वी हा देश पाकिस्तानचा भाग होता. पाकिस्तानच्या रानटीपणामुळे देशाचा संपूर्ण सत्यानाश झाला. त्या वेळी ह्या गाण्यांना अशीच बंदी होती. म्हणजे अजूनही त्या जंगलीपणाचं तांडव चालूच आहे का? म्हणून तर कानांना तृप्त करणारी स्वातंत्र्यासंग्रामातील ही आवडती गाणी चोरून ऐकावी लागतात. अगदी हळू आवाजात. शेजाऱ्यांनाही चाहूल लागता कामा नये.

'एक दोन तीन', 'देखा है पहली बार साजनके आँखोमे प्यार', 'बहोत प्यार

करती है' असली गाणी मात्र आम्ही मोठ्यानं लावणार. कारण ह्यामुळेच तर समाजात प्रतिष्ठा वाढते. ह्या देशाची 'जात' बदललीय. इथं प्रतिष्ठा मिळवायची असेल तर परजातीचं व्हावं लागतं. थोडंसं रझाकार व्हावं लागतं, थोडा खोटेपणा करावा लागतो आणि थोडा स्मृतिभ्रंशही व्हावा लागतो. आमच्या देशातील असले 'प्रतिष्ठित' अगदी सुखात आहेत. पण आमच्यासारखे विवेकाला मानणारे? त्यांना सुखही नाही आणि शांतीही नाही. दुर्भाग्य त्यांच्याच मागे हात धुऊन लागतं!

□

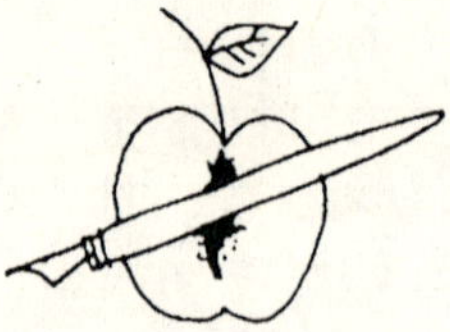

सीमेमध्ये असीम तुम्ही!

राजा राममोहन राय किंवा ईश्वरचंद्र विद्यासागर ह्यांच्याबद्दल आपल्याला माहिती आहे. पण लीला नागांबद्दल कितीजणांना माहिती आहे? ह्या ढाका शहरात स्त्री-शिक्षणासाठी ज्या काही थोड्या लोकांनी परिश्रम घेतले त्यांत लीला नाग ह्यांचं नाव सर्वप्रथम घ्यावं लागेल. त्यांनी 'नारी शिक्षा मंदिर' नावाचं मुलींसाठी विद्यालय सुरू केलं. आज ते नाही. म्हणजे विद्यालयाची इमारत आहे, तिथं शाळाही आहे, पण त्या शाळेचं नाव आता 'शेरे बांगला बालिका विद्यालय' किंवा असंच दुसरं काहीतरी आहे. 'लीला नाग' हे नाव उच्चारण्यास मनाई आहे. म्हणूनच बहुधा 'नारी शिक्षा मंदिर' ह्या नावावरही बंदी आली असावी. 'बी. एल. कॉलेज','एम. सी. कॉलेज' ह्यांच्या नावाबद्दलही असंच घडलंय. संकुचित मनोवृत्तीच्या ह्या मुसलमानांच्या देशात हिंदुत्व पुन्हा डोकं वर काढणार नाही. म्हणूनच लीला नाग ह्यांनी सुरू केलेली शाळा कागदपत्रांतून जशी नष्ट करण्यात आली, तसंच हे नावही लोकांच्या स्मरणातून नष्ट करण्याची व्यवस्था केली गेली आणि त्यासाठी लागणारी महत्त्वाची गोष्ट म्हणजे इतिहासाचं विस्मरण.

लीला नाग ह्यांनी बंगालमधील घरांतच अडकून पडलेल्या स्त्रियांना घराबाहेर यायचं आवाहन केलं. त्यांना सूर्यप्रकाशाबरोबर शिक्षणाचा प्रकाशही दाखवला. त्या आदराला खरोखरच पात्र नाहीत का? मीही एक स्त्री आहे. तेव्हा अशा आदरणीय स्त्रीचं स्मरण न करण्याइतकी मी कृतघ्न होऊ शकते का?

१९२३ च्या डिसेंबरमध्ये लीला नाग ह्यांनी बारा सदस्य असलेला 'दीपाली संघ' स्थापन केला. ही पूर्णपणे स्त्री-संघटना होती. ह्या संघटनेतर्फे ढाक्यात विनावेतन बारा प्राथमिक शाळा सुरू करण्यात आल्या. त्याशिवाय 'नारी शिक्षा मंदिर' व 'शिक्षाभवन' ह्या इंग्रजी शाळा तर होत्याच. लीला नागांनी 'दीपाली स्कूल' नावाचं इंग्रजी कॉलेजही सुरू केलं.

१९२४ साली त्यांनी 'दीपाली शिल्प प्रदर्शनी' नावाचं एक प्रदर्शन भरवलं. ह्या प्रदर्शनात, मुख्यत्वे करून, स्त्रियांनी तयार केलेल्या छोट्या छोट्या कलाकृती मांडल्या होत्या. सदुसष्ट वर्षांपूर्वी असं प्रदर्शन भरवणं अतिशय अवघड होतं. त्यांनी स्थापन केलेल्या 'दीपाली छात्र संघा'च्या बंगाल आणि आसाममध्ये अनेक ठिकाणी शाखा उघडण्यात आल्या. पुढे त्याचा विस्तार खूपच वाढला. १९३० मध्ये ह्याच संघानं स्त्रियांच्या मर्यादित कार्यक्षेत्राविरुद्ध चळवळ सुरू केली आणि कलकत्त्यात 'छात्रीभवन' नावाचं एक विद्यार्थिनींचं वसतिगृह स्थापन केलं.

१९२७-२८ साली लीला नागांनी 'नारी आत्मरक्षा फंड' नावाचा एक फंड काढला. ह्या संस्थेतर्फे ढाका, कलकत्ता आणि देशातील इतर निरनिराळ्या ठिकाणी स्त्रियांना लाठी, जुजुत्सु, बर्ची ह्यांचं शिक्षण ह्या फंडातून दिलं जात असे. शिक्षणाच्या विस्ताराचं काम करत असताना त्या राजकारणातही हिरिरीने भाग घेत होत्या.

१९२१ साली त्या कलकत्त्याच्या बेथून कॉलेजमधून इंग्रजी ऑनर्समध्ये पहिल्या आल्या आणि एम. ए. करण्यासाठी ढाक्याला आल्या. त्या काळी ढाका विश्वविद्यालयात मुला-मुलींच्या एकत्र शिक्षणाची सोय नव्हती. त्यामुळे सुरवातीला त्यांना परवानगी मिळाली नाही. पण अखेर परवानगी मिळाली आणि त्यांच्यापासूनच सहशिक्षणाला तिथं सुरवात झाली. १९२३ साली त्या एम. ए. झाल्या. १९२१ साली त्या 'निखिल बंग नारी भोटाधिकार कमिटी'च्या (अखिल वंग नारी मताधिकार समिती) सदस्य असताना त्यांनी बंगाली स्त्रियांना मताधिकार मिळावा म्हणून आंदोलन केलं. १९३० साली 'मिठाच्या सत्याग्रहा'च्या वेळी त्यांनी 'ढाका महिला सत्याग्रह समिती' स्थापन केली. ह्या समितीच्या सदस्यांनी पूर्व बंगालमधील निरनिराळ्या ठिकाणी मीठ तयार करून कायदेभंग केला. महात्मा गांधींच्या दांडी-यात्रेचा आणि ह्या यात्रेमागील उद्देशांचा प्रचार करण्यासाठी लीला नाग आणि त्यांच्या सहकारी स्त्रियांनी खूप परिश्रम घेतले.

१९३१ साली लीला नाग ह्यांना राजकीय कैदी म्हणून कारागृहात ठेवण्यात आलं. त्या वेळी त्यांच्याबरोबर सुशीला दासगुप्त, प्रमिला गुप्त, हेलेना दत्त, बीना राय, सीता सेन, अनुपमा बसू, रेणुकणा दत्त ह्यांही होत्या. १९३१ मध्येच त्यांना मुक्त करण्यात आलं. मुक्त होताच त्यांनी 'काँग्रेस महिला संघ' स्थापन केला. ह्या संघाची माहिती त्यांनी सुभाषचंद्र बोसांना कळवली. तेव्हा सुभाषबाबू काँग्रेसचे अध्यक्ष होते. त्यांनी ह्या कार्यात लीला नाग ह्यांना उत्तेजन दिलं. १९३८ साली सुभाषबाबूंनी 'राष्ट्रीय योजना समिती' स्थापन केली व ह्या समितीच्या उपसमितीची जबाबदारी लीला नाग ह्यांच्यावर सोपवली. १९३९ मध्ये फॉरवर्ड ब्लॉकची स्थापन केल्यावर लीलाची त्यांनी सहकारी म्हणून निवड केली. सुभाषबाबूंच्या सांगण्यावरूनच लीला नाग 'फॉरवर्ड ब्लॉक' ह्या नावाच्या साप्ताहिकाचं संपादन करीत असत.

त्याशिवाय 'जयश्री' नावाच्या, महिलांसाठी चालवण्यात येणाऱ्या एकमेव वर्तमानपत्राच्या त्या संपादक होत्या. 'जयश्री' १९३० साली प्रथम प्रकाशित झालं होतं. तेच 'जयश्री' अजूनही प्रकाशित होतं. अर्थात आता त्याचे संपादक वेगळे आहेत.

१९४२ साली लील नाग ह्यांना पुन्हा कारावास झाला. १९४६ मध्ये कारावासातून मुक्त झाल्यावर बंगालमधील साधारण पदावरून त्यांची नियुक्ती भारताच्या घटनासमितीच्या सदस्या म्हणून करण्यात आली. घटनेच्या कार्यात त्यांचा भाग उल्लेखनीय होता.

१९४६ मध्ये नौआखालीला जातीय दंगा झाला. ह्या दंग्यात नुकसान झालेल्यांच्या साहाय्यासाठी महात्मा गांधी पुढे सरसावले आणि त्यांच्याबरोबर लीला नागही.

सत्तेचाळीस सालच्या फाळणीनंतर आपला प्रिय देश, आवडतं शहर सोडून लीला नाग निघून गेल्या. सिल्हटच्या गिरीशचंद्र नाग आणि कुंजलता ह्यांच्या घरात जन्मलेल्या ह्या मुलीला आपलं आवडतं कार्यक्षेत्र सोडून दुसऱ्या देशात निघून जावं लागलं. हा पराभव कोणाचा? इथल्या काँग्रेसचा? दुर्बळ माणसांचा? का बुद्धिमान, तेजस्वी लीला नाग ह्यांचाच?

त्यांचं आवडतं शहर म्हणजे हेच ढाका. पण ढाक्यानं त्यांची आठवण ठेवली का? ह्या ढाक्यातच स्त्री-शिक्षणासाठी त्यांनी अतीव परिश्रम घेतले. पण हे कोणी लक्षात ठेवलं का? इथं इतक्या सभा, चर्चा होतात. पण कोणालाही लीला नागची माहिती नाही. 'नारी शिक्षा मंदिर' चं नाव का बदललं म्हणून कोणीही चौकशी करत नाही. का? अकरा जून हा लीला नाग ह्यांचा मृत्युदिन आणि दोन ऑक्टोबर जन्मदिन. कितीतरी दोन ऑक्टोबर आणि अकरा जून येतात आणि जातात. पण हे कृतघ्न लोक कुठल्याही सभेत वा संमेलनात त्यांच्या नावाचा उल्लेख करत नाहीत. ह्या शहरात त्यांचं एकही स्मृतिचिन्ह नाही.

माझ्या माहितीप्रमाणे कृतघ्नांची कधी प्रगती होत नाही. वाचकहो, ह्या दुर्दैवी लोकांसाठी, चला, आज आपण दोन अश्रू गाळू या.

□

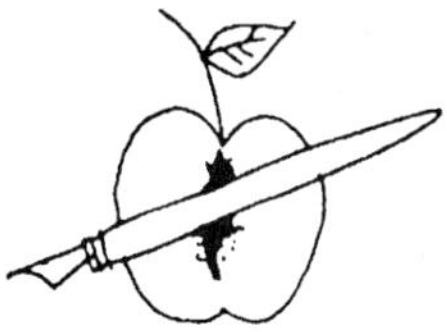

विद्यार्थिनींची गळती

१९८८ मध्ये कनिष्ठ आणि उच्च महाविद्यालयात शिकणारे विद्यार्थी आणि विद्यार्थिनी ह्यांच्या संख्येची तुलना केली असता असं दिसून आलं की कनिष्ठ महाविद्यालयातील विद्यार्थ्यांची संख्या शंभरात ६३.२५ आहे, तर विद्यार्थिनींची ३६.७५. त्याचप्रमाणे उच्च महाविद्यालयातील टक्केवारीची तुलना केल्यास विद्यार्थी शंभरात ६७.०५, तर विद्यार्थिनी ३२.९५. उच्च माध्यमिक शिक्षणाचा विचार केला तर विद्यार्थी ७८.७८ टक्के तर विद्यार्थिनी २१.२२ टक्के. पदवीधरांचा विचार केल्यास विद्यार्थी ७७.५३ टक्के तर विद्यार्थिनी २२.४७ टक्के.

या टक्केवारीवरून आपल्या सहज लक्षात येईल की कनिष्ठ विद्यालयापेक्षा उच्च महाविद्यालयात जाणाऱ्या विद्यार्थिनींची संख्या क्रमशः कमी होत जाते. १९८८ सालच्या आकडेवारीवरून आणखी एक गोष्ट लक्षात येते आणि ती म्हणजे खालच्या वर्गातून वरच्या वर्गात जाताना विद्यार्थिनींची संख्या हळूहळू कमी होत जाते. उदाहरणार्थ, सहावीत ३६.८७%, सातवीत ३४.४४%, आठवीत ३३.०६%, नववीत २८.९३% आणि दहावीत २७.९७%. असं का बरं होतं? आणि महाविद्यालयात एकूणच विद्यार्थिनी कमी का? गळलेल्या विद्यार्थ्यांत मुलांपेक्षा मुलींची संख्या अधिक का?

ह्या गोष्टीला अनेक कारणं आहेत. पहिलं कारण संस्कार. आमच्या समाजात पूर्वापार काही संस्कार आणि परंपरा चालत आलेल्या आहेत. त्यांच्याप्रमाणे असा विचार केला जातो की लग्न झाल्यावर मुलीला संसाराची जबाबदारी घ्यायची असते. म्हणून संसारात उपयोगी पडेल असं काही धार्मिक शिक्षण, थोडं लिहिता-वाचता आलं, हिशेब-ठिशेब करता आले की पुरे! हा प्रचलित समजच स्त्री-शिक्षणामधला सर्वांत मोठा अडथळा आहे. दुसरं कारण म्हणजे मुलीला घरकामातच अडकवलं जातं. कारण संसारात जमा-खर्चाचा मेळ बसत नाही. त्यामुळे शिक्षणासाठी लागणाऱ्या

वह्या, पुस्तकं किंवा इतर साहित्य मिळणं कठीण. त्यामुळे मुलींना शाळेत पाठवण्याचा विचार फारच थोडे करतात. शिवाय शेजाऱ्यांचे प्रतिगामी, जुनाट विचार, रस्त्यांतून जाताना मवाल्यांचा त्रास ह्याही गोष्टी कारणीभूत आहेतच. उच्च शिक्षण घेणाऱ्या मुलींची संख्या कमी असण्याचं कारण 'समाजाचा दृष्टिकोन' हे आहेच. पण ह्याशिवाय शिक्षणसंस्था बहुधा शहरातच असतात आणि शहरांपासून दूर राहणाऱ्या कुटुंबाची आर्थिक व सामाजिक स्थिती मुलीला तिथं पाठवण्यासारखी नसते. गावातून राहणाऱ्या असंख्य विद्यार्थ्यांना शहरात येऊन शिक्षण घेणं शक्य नसतं. अधिकतर पालक, एक वेळ, आपल्या मुलाला शहरात नातेवाईक वा मित्र ह्यांच्याकडे शिक्षणासाठी ठेवतील, पण मुलीला असं ठेवायला ते अजिबात तयार होणार नाहीत. ह्याचाच अर्थ विश्वविद्यालयात जाणाऱ्या बहुतेक मुली ह्या शहरांत राहणाऱ्या आणि सुस्थितीतीलच असतात. गावातून आलेली एखादी मुलगी शिक्षण घेत असेल तर ती श्रीमंताची आहे असं समजावं. एखाद्या गरीब मुलाला शिकायची इच्छा असल्यास, तो स्वतः कमावून शिक्षणाचा खर्च करू शकतो. पण मुलीच्या बाबतीत हे अशक्यच आहे. तिला आई-वडील, नातेवाईक अथवा शिष्यवृत्ती ह्यांच्यावरच अवलंबून राहावं लागतं. 'गरिबी' मुलीला विश्वविद्यालयाच्या शिक्षणाचा विचार गुंडाळून ठेवण्यास भाग पाडते.

शिक्षण घेणाऱ्या मुलींची संख्या वाढावी, म्हणून अनेक विचार मांडले जातात. प्राथमिक शिक्षण घेतलेल्या मुलींना, माध्यमिक, महाविद्यालयीन आणि उच्च शिक्षण द्यायचं की नाही, हे सर्वस्वी आई-वडिलांवर अवलंबून असतं, असं काहीजणांचं मत आहे. म्हणून अशिक्षित पालकांना शिक्षण देणं हे मुख्य काम आहे. एका विशिष्ट वयापर्यंतच्या सगळ्याच मुला-मुलींना प्राथमिक शिक्षण सक्तीचं करणं आणि माध्यमिक शाळांची संख्या वाढवून मुलींच्या शिक्षणाला प्रोत्साहन देणं, हे सरकारचं काम आहे. माध्यमिक शाळांची आवश्यक तेवढी संख्या वाढवणं ताबडतोब शक्य नसल्यास, मुला-मुलींना एकत्र शिक्षण देणाऱ्या शाळांतील शिक्षिकांची संख्या वाढवून, मुलींसाठी वेगळ्या कॉमनरूम्स काढून तात्पुरती व्यवस्था करता येईल. उच्च शिक्षण देणाऱ्या संस्थांनी मुलींच्या राहण्याची आणि जाण्या-येण्याची खात्रीशीर व्यवस्था करायला हवी. आर्थिक व सामाजिक दृष्ट्या उच्च वर्गातील मुलीच माध्यमिक व उच्च शिक्षण घेऊ शकतात. म्हणून आर्थिक दृष्ट्या खालच्या वर्गात मोडणाऱ्या कुटुंबातील मुलींसाठी भरपूर शिष्यवृत्त्या, अनुदान अणि विशेष आर्थिक साहाय्य देणाऱ्या योजना राबविल्या पाहिजेत. म्हणजे मग विद्यार्थिनींची संख्या वाढण्यास मदत होईल.

उच्च शिक्षण देणाऱ्या संस्थांनी मुलींसाठी काही तासांपुरत्या नोकऱ्या देऊन त्यांना कमाई करण्याची संधी द्यावी. म्हणजे त्यांच्या शिक्षणाच्या खर्चाचा बोजा थोडा

तरी हलका होईल. शिक्षण आणि नोकरीची संधी ह्यांचा समन्वय साधून शिक्षणक्षेत्र आकर्षक केलं पाहिजे. मुलींना नोकरीच्या संधी आणि सवलती अधिक द्यायला हव्यात.

ह्यामुळे विद्यार्थिनींची संख्या वाढेल. राष्ट्रीय उन्नती योजनेत शिक्षणाला अग्रक्रम दिला पाहिजे. म्हणजे शिक्षणाचं महत्त्व लक्षात येईल. तसंच मुलींच्या शिक्षणाबाबत समाज जागृत झाला, तर गळणाऱ्या विद्यार्थिनींच्या संख्येत नक्कीच घट होईल. अंधारात खितपत पडलेल्या स्त्रियांना त्यामुळे शिक्षण आणि ज्ञान ह्यांच्या अनिर्बंध प्रकाशात उजळून निघता येईल. समाजातील निरनिराळ्या कुसंस्कारांना, वाईट पद्धतींना, अशिक्षितपणाला आणि विशेषतः स्त्रियांच्या पिळवणुकीला एक शिक्षणच काय ते विरोध करू शकतं. शिक्षणच स्त्रीच्या आर्थिक स्वातंत्र्याचा मार्ग सुकर करू शकतं. पुरुष स्त्रीवर जो आर्थिक, सामाजिक व शारीरिक दबाव आणतो, त्यातून तिची सुटका फक्त शिक्षणच करू शकतं. शिक्षणामुळेच स्त्रीची प्रगती होऊ शकेल, ती खरी 'शक्ती' होईल. सध्या समाजात फैलावलेल्या दुष्ट प्रवृत्तींविरुद्ध लढण्याचं धैर्य स्त्रीला केवळ शिक्षणामुळे येईल.

□

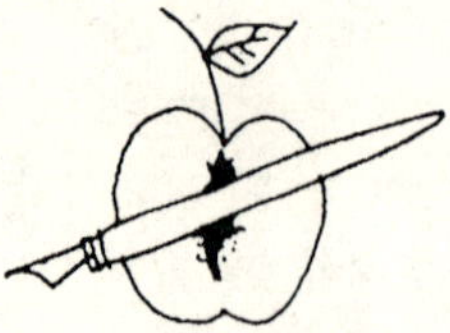

अग्निपरीक्षा

परवेझ माझ्या लेखांवर परीक्षण लिहितो. एकदा त्याच्याशी लेखासंबंधात चर्चा करताना मी म्हणाले, 'मी तुमच्या वर्तमानपत्रात लिहिते. तुमच्यासाठी लिहिणाऱ्या लेखकांबद्दल तुम्हांला आदर असायला हवा.' 'हो दीदी, ते तर आवश्यकच आहे.'

'मग मतमतांतराच्या सदरात तुम्ही एक घाणेरडं पत्रं कसं छापलंत? ज्या कोणी ते पत्र लिहिलंय, त्यांनी माझं लेखन वाचलंय असं मला तरी वाटत नाही. काही न वाचता, काही समजून न घेता, 'स्त्री-मुक्ती म्हणजे माझ्या मते स्वैरता, व्यभिचार' असं मत देऊन मोकळं व्हायचं? आणि तुम्हीही त्याला महत्त्व दिलं. का?'

माझ्या लेखनासंबंधात जर कुणी उपयुक्त विचारपूर्वक समीक्षण केलं तर मी त्याचा विचार करते. पण निरर्थक व असंयुक्तिक टीकेकडे मी दुर्लक्ष करते. हा माझा स्वभावच आहे. पण वर्तमानपत्रांची प्रवृत्ती काही वेगळीच असते. 'तसलिमा नासरिन' च्या विरुद्ध काहीही लिहिलं तरी वाचक चवीनं वाचतात आणि विकृत आनंद मिळवितात, असंच त्यांना वाटतं. त्यांचं हे मत माझ्या लक्षात आलंय. जणू स्त्री-मुक्तीच्या बाजूनं अतिशय निष्कपटपणे सत्य सांगणं, स्त्रीचं जीवन आणि तिचे अधिकार ह्यांबद्दल तिला जागृत करणं, स्त्रीला सर्व दास्यत्वाच्या बंधनातून बाहेर पडण्याचं आवाहन करणं ह्या सर्व अतिशय फालतू गोष्टी आहेत. म्हणून ह्या सर्व गोष्टींबद्दल काहीही वाईट-साईट लिहिण्यात लोकांना गंमत वाटते. ह्या अशा मजेमागची, विकृत आनंदामागची मनोवृत्ती मी समजूच शकत नाही. ह्या गोष्टींचं समीकरण मी मांडूच शकत नाही.

एकदा मी एका साप्ताहिकाच्या ऑफिसमध्ये गेले होते. माझ्या लेखाबद्दल काही पत्रं आली होती. त्यांतील वीस-एक माझ्या लेखाबद्दल अनुकूल मत देणारी होती, तर त्याच्या दुप्पट प्रतिकूल मत मांडणारी होती. हे पाहून मला आश्चर्यच वाटलं. अनुकूल मत व्यक्त करणाऱ्या पत्रात तर्कसंगतपणे मुद्दे मांडलेले होते. ते

पाहून मला आनंद झाला. ह्या पत्रांपैकी एक-दोन छापली जातील असं मला वाटलं होतं. पण झालं मात्र उलटंच. पुढील साप्ताहिकात प्रतिकूल मतं व्यक्त करणारी दोन पत्रं छापली गेली. पण अनुकूल मत मांडणारं एकही पत्र छापलं गेलं नाही. मला आश्चर्याचा आणखी एक धक्का बसला. मतांबद्दल ही निरपेक्ष (!) वृत्ती पाहून मी चकित झाले. अनुकूल मत व्यक्त करणारी, सुसंगत मुद्दे मांडणारी पत्रं न छापता, प्रतिकूल मत मांडणारी, अनौचित्यपूर्ण आणि अश्लील पत्रं छापून त्या साप्ताहिकाचा खप किती वाढला कोण जाणे! अशी पत्रं वाचून वाचकांना किती मजा वाटली मला माहीत नाही. ही कसली मनोवृत्ती! माझ्याशी एवढं वैर का? का एवढा द्वेष? मला मौलवींनी दोनदा फाशीची शिक्षा सुनावलीय. सुधारणावादी म्हणवणारी वर्तमानपत्रं व मासिकं संधी मिळताच माझा पाणउतारा करतात. ह्यामागचं कारण मला ठाऊक नाही, असं थोडंच आहे? मी धर्म मानत नाही. धर्माच्या नावावर चाललेला अनाचार व खोटेपणा मला सहन होत नाही. म्हणून मौलवी मला अपराधी समजतात. माझा धर्म आहे मानवता. माझ्या धर्मात क्षुद्रपणाला व स्वार्थाला जागा नाही. हा माझा धर्म मला अंतर्बाह्य विशाल व्हायला शिकवतो.

सुधारणांच्या बाजूनं घसाफोड करणाऱ्यांच्या मार्गात एक मोठी अडचण असते आणि ती म्हणजे स्त्री. खाली मान घालणारी, लाजणारी, मृदुभाषी, रूप आणि संसारापयोगी गुणांनी ओत-प्रोत भरलेली. ही अशी स्त्री म्हणजे प्रेक्षणीय वस्तू, गमतीची गोष्ट, उपभोग्य वस्तू. एखादी स्त्री धावपटू असेल अथवा पोहण्यात प्रवीण असेल तर तिचं धावण्यातील किंवा पोहण्यातील प्रावीण्य बघण्यापेक्षा तिच्या घाटदार मांड्या आणि भरदार उरोज हे पाहण्यातच लोकांना अधिक रुची असते. अभिनेत्रीच्या अभिनयापेक्षा लोकांना पाहयची असते तिच्या कांतीची मुलायमता आणि शरीराच्या वक्ररेषा. परंपरागत, जुनाट आचार-विचार असलेल्या स्त्रीचं दुःख, वेदना, दैन्य पाहण्यातही त्यांना खूप मजा वाटते. जी स्त्री गाते किंवा लिहिते, तिच्या कलेपेक्षा किंवा साहित्यापेक्षा तिचं रूप, सौंदर्य ह्यातच लोकांना अधिक रस असतो. स्त्रीनं जर परंपरा, रूढी मोडल्या, ती प्रचलित चालीरीतींच्या विरोधात उभी राहिली तर लोक अशा गोष्टीला 'स्कॅंडल' समजतात. तिची थट्टा करतात. तिची मजा बघतात. काही सुशिक्षितांच्या आणि पुरोगामी म्हणवून घेणाऱ्यांच्या थट्टेचा मीही एक विषय आहे, हे मी मान्य करते. ते त्या कुत्सित, संकुचित विचाराच्या मौलवींपेक्षा वेगळे मुळीच नाहीत.

माझा पहिला दोष म्हणजे मी स्त्री आहे. डॉ. पूरबी बसूंनी, मला माझा आणखी एक दोष दाखवून दिला आणि तो म्हणजे माझं रूप. मी दिसते तशी बरी. मी तशी नसते तर माझ्यावर टीका करायला लोक इतके उतावीळ झाले नसते, मला पाहून त्यांच्या मनात पाशवी वासना जाग्या झाल्या नसत्या. आणखी एक मोठा दोष

माझ्यात आहे आणि तो म्हणजे पुरुषांच्या सर्वांगीण आधिपत्याला आणि क्रूरतेला मी स्वीकारत नाही.

माझे दोष पुष्कळ आहेत. बुरखा फेकून देणारी, धर्म न मानणारी म्हणून मौलवी माझा धिक्कार करतात आणि मी स्त्री-स्वातंत्र्याबद्दल जरा अधिकच बोलते म्हणून सुधारणावादीही दातओठ खात असतात.

असं असूनही मी उभी आहे. इथलेच नाही, तर दूर-दूरचे लोक येऊन मला सांगतात की तसलिमा नासरिन एका चळवळीचं नाव आहे. पण हे फक्त ते हळूच, चोरून बोलतात. मी मध्येच उभी आहे. एकीकडे विरोधकांचा समुद्र आहे तर दुसरीकडे उदार आकाश. एक मला खायला बघतो तर दुसरं सावली देतं. पण मला सावली किती वेळ मिळणार? डोळे मिटताच शंभर शार्क आ वासून गिळायला येतात. ह्या सर्व विरोधाला तोंड देत मी एकटीच उभी आहे. मी जिवंत आहे, हे आश्चर्यच नाही का? सगळ्या गलिच्छपणाला हा मोठा विरोधच नाही का?

□

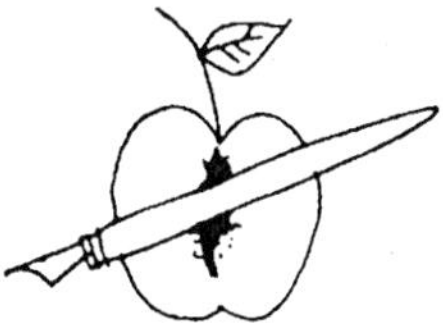

नास्तिकता

जगात धर्मावर विश्वास ठेवणारे वा आस्तिक ज्याप्रमाणे आहेत, त्याप्रमाणेच नास्तिक, धर्महीन किंवा अधार्मिकही आहेत. १९९० सालच्या आकडेवारीप्रमाणे अधार्मिक माणसांची संख्या, एकूण माणसांच्या १६.४ टक्के आहे. इथे अधार्मिकचा अर्थ प्रचलित असणाऱ्या धर्मांपैकी कुठल्याही धर्माचे अनुयायी नसणं– असा आहे. मुक्त चिंतन करणारे, धर्मनिरपेक्ष लोक ह्यात मोडतात. असे लोक १६.४ टक्के आहेत, ह्याचा अर्थ त्यांची संख्या ८६ कोटी आहे. त्याशिवाय ४.४ टक्के नास्तिक आहेत. ह्यामध्ये संदेहवादी व धर्मविरोधी येतात. ४.४. टक्के म्हणजे २३ कोटी ३० लाख. नास्तिक्यवाद व अधार्मिकता हे समानार्थी शब्द असले तरी, निरनिराळ्या देशांच्या सरकारी नियमाप्रमाणे त्यांचे दोन भाग केलेले दिसतात. जगात २२० देशांत अधार्मिक आहेत, तर १३० देशांत नास्तिक आहेत. खाली काही देशांतील नास्तिक आणि अर्धामिक लोकांची टक्केवारी दिली आहे.

देश	नास्तिक	अधार्मिक	नास्तिक/अधार्मिक
ऑस्ट्रेलिया			१२.७
ऑस्ट्रिया			६.०
अल्बेनिया	१८.७	५५.४	
बल्गेरिया	६४.६		
चीन	१२.०	५९.३	
क्यूबा	६.४	४८.७	
झेकोस्लाव्हाकिया	२०.१		
पूर्व जर्मनी			४६.६
पश्चिम जर्मनी	०.९	३.६	

हंगेरी			१२.९
इटली	२.६	१३.६	
जमैका			१७.७
उत्तर कोरिया			६७.९
मंगोलिया			६५.४
नेदरलँड			३२.६
न्यूझीलँड			१६.४
नॉर्वे			३.२
पोर्तुगाल			३.८
रुमानिया	७.०	९.०	
सिंगापूर			१७.६
स्पेन			२६.०
सोव्हिएट रशिया	२०.५	२९.७	
इंग्लंड			८.८
अमेरिका	०.२	६.६	
उरुग्वे			३५.१
व्हिएटनाम			१८.५
युगोस्लाव्हिया			१६.५

जगात कमीत कमी ११० कोटी लोक नास्तिक आहेत. समाज नास्तिक लोकांना वाईट मानत नाही. हे लोक समाजाच्या दृष्टीनं अजिबात त्रासदायक नसतात. ईश्वराच्या किंवा अलौकिक शक्तीच्या भीतीनं आस्तिक चांगले वागतात. सत्कर्म करतात. तर स्वतःची विवेकबुद्धी व मानवी मूल्य ह्यांच्यासाठी नास्तिक सत्यानं वागतात व महान ठरतात.

मानवी संस्कृतीच्या अगदी आरंभालाच नास्तिकतेचा उदय झालेला आढळतो. साधारणतः पन्नास हजार वर्षांपूर्वी नियान्डॉर्थल माणसानं आत्मा, ईश्वर, धर्म इत्यादी कल्पनांची बीजं पेरली. त्यापासूनच एक महावृक्ष तयार झाला. त्यानंतर माणसाची बुद्धी, ज्ञान आणि तर्कशक्ती ह्यांचा विकास होत गेला. अडीच हजार वर्षांपूर्वी माणसानं प्रथम नास्तिकतेचा प्रकाश पाहिला. त्या प्रकाशात स्वतः माणूस न्हाऊन निघाला. कुसंस्कार, धर्मांता, अंधविश्वास, तर्कदुष्टता ह्या सगळ्यांपासून सुटका करून घेतलेले अनेक लोक जगात नास्तिक म्हणून राहत आहेत. तिसऱ्या जगातील बहुतेक देश दरिद्री आहेत आणि त्यांची एकमेव मालमत्ता आहे धर्म. ही खरोखरच दुःखाची गोष्ट आहे. कोणत्या ना कोणत्या धर्माच्या आवरणाखाली प्रत्येकानं

राहयलाच पाहिजे असा कायदाच केला गेलाय.

ह्या देशाचा धर्म ठरवलाय इस्लाम. धर्म म्हणजे एक प्रकारचा विश्वास. अलौकिक विश्वास. असा विश्वास एखाद्या धर्मावर ठेवायचा की नाही हा अधिकार माणसाला आहे. माणसाच्या ह्या स्वाभाविक अधिकाराला धाब्यावर बसवण्यासाठीच ह्या देशानं सर्वांसाठी एकच धर्म निश्चित केला आहे. प्रत्येकाला कागदोपत्री एक धर्म स्वीकारावाच लागतो. ह्या देशानं आणि सरकारनं धर्माला पाठिंबा दिला आहे, पोसलं आहे. अनेक देशांत हेच घडलं आहे. माणसाचा व्यक्तिगत अधिकार पायदळी तुडवला गेला आहे. मी स्वतः कोणत्याच धर्माला मानत नाही. पण सरकारच्या मर्जीप्रमाणे माझ्या माथ्यावर एका विशिष्ट धर्माचा बोजा ठेवला गेला. शिक्षणसंस्था, ऑफिस, समाज सर्व ठिकाणी मी मुसलमान म्हणून ओळखली जाते. धर्मावर विश्वास ठेवायचा की नाही ह्या व्यक्तिगत अधिकाराला आमच्या देशाप्रमाणे अनेक मागासलेल्या देशांनीही नाकारलं आहे. बहुधा हे मागासलेल्या देशाच्या मागासलेपणाचं लक्षण असावं.

पृथ्वीवर ११० कोटी नास्तिक राहतात. हीही संख्या अगदी बरोबर नाही. कारण ह्या लोकांत अनेक देशांतील नास्तिक व अधार्मिक लोकांचा समावेश केलेला नाही. धर्मातील सरकारी वातावरणातून माणसाला बाहेर काढण्यासाठी करण्यात आलेल्या चळवळी अनेक देशांत यशस्वी झाल्या नाहीत. त्यामुळे ही संख्या आणखीही कमी होईल.

ह्या जगात धार्मिक लोकांनीच इतका अनाचार व हिंसा केली आहे की ती पाहून आमचे राष्ट्रीय कवी, काझी नजरुल इस्लाम चिडून, संतापून म्हणतात,

'इकडे ते माणसाची करतात घृणा,
आणि कवटाळतात बायबल, कुराण, वेदाला।
ज्यांचे ग्रंथकता माणसांचं मरण ओढवून आणतात,
त्यांच्या मुखातून हे ग्रंथ हिसकावून घ्या।
ग्रंथांचीच फक्त पूजा करणाऱ्या पाखंडी मूर्खांनो, ऐका.
माणसानं ग्रंथ निर्मिले, ग्रंथांनी माणसाला नाही.

(संदर्भ- Encyclopaedia Britanica, 1991 Book of the year.)

□

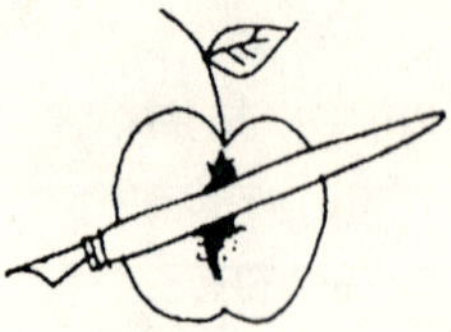

स्वतःच्याच पायावर धोंडा

'बायकाच बायकांच्या शत्रू असतात', असं अनेकांचं म्हणणं आहे. जेव्हा एखादी स्त्री सासू होते, तेव्हा सासू नामक स्त्री सून नामक स्त्रीशी भांडते, झगडते, आई-बापावरून शिव्या देते, सुनेला दिवसभर कामाला जुंपते, वेळप्रसंगी तिच्यावर हात टाकते. कधी कधी तर नणंद आणि सासू दोघी मिळून सुनेला विष घालून किंवा कोयत्यानं वार करून मारतात. इथं सासू ही पुरुषप्रधान समाज-व्यवस्थेची धारक व वाहक असते. म्हणजेच ती तिच्या मुलाची प्रतिनिधी असते. म्हणूनच दांडगट पुरुषाप्रमाणेच ती दुसऱ्या स्त्रीवर अत्याचार करते. पण हीच स्त्री जेव्हा जावयाची सासू बनते तेव्हा अगदी दुर्बल, लीनदीन, नम्र असते. सुशील, सभ्य आणि हसतमुखही असते. ती जावयाच्या पानात माशाचं डोकं, अख्खी कोंबडी किंवा चितळ माशाचा कोफ्ता वाढते. कारण इथं ती तिच्या मुलीच्या बाजूची असते, असहाय असते.

ह्याशिवाय आणखी एका कारणामुळे स्त्री स्त्रीची शत्रू बनते आणि ते कारण म्हणजे न्यूनगंड. हा एक रोगच आहे. हा रोग बहुधा स्त्रियांनाच होतो. स्त्रियांना कमी लेखणं हे जणू समाजाचं नैतिक कर्तव्यच असतं. स्त्री जर पुरुषापेक्षा वरचढ असेल तर संसारात टिकाव धरू शकणार नाही, असंच अनेकांना वाटतं. म्हणूनच तर लग्न करून सून म्हणून घरात आणायची मुलगी लांबी, रुंदी, विद्या, बुद्धी अशा सर्वच दृष्टीनं कमी असलेली बघितली जाते. त्यामुळे घराचा बॅलन्स राखला जातो म्हणे! संसारातील महत्त्वाच्या जबाबदाऱ्या म्हणजे पैसे मिळवणं व निर्णय घेणं– ह्या पुरुषाकडेच असतात. ही एक 'वरचढ' होण्याची युक्ती आहे. साहाजिकच पुरुष श्रेष्ठ व स्त्री कनिष्ठ ठरते आणि न्यूनगंडाची शिकार होते.

ह्या गंडातूनच द्वेष जन्मतो. गृहिणी नोकरी करणाऱ्या स्त्रीचा द्वेष करते, नवऱ्याचा छळ सोसणारी, तलाक देऊन परत आलेल्या धीट स्त्रीला पाण्यात पाहते,

कमी शिकलेली जास्त शिकलेल्या स्त्रीवर जळते. ज्या स्त्रिया काही करण्यास समर्थ नसतात, त्यांचा राग किती भयंकर असतो ते त्या रागाच्या आगीत होरपळल्याशिवाय कळणार नाही.

हातात पदवी असलेल्या सुशिक्षित स्त्रिया बढाई मारतात. पण कुठल्याही शैक्षणिक संस्थेत शिकून खरं शिक्षण मिळत नाही. काही स्त्रिया परीक्षा पास होतात, पण शिक्षित होत नाहीत. 'शिकणं' ही अगदी वेगळी गोष्ट आहे. शिकलेल्या माणसाला न्यूनगंड नसतो. त्यामुळे द्वेषापोटी तो स्वतःही जळत नाही आणि दुसऱ्यांनाही जाळीत नाही. स्त्रिया स्त्रियांची जेवढी हिंसा करतात, तेवढी पुरुष स्त्रियांची करत नाहीत, असं म्हटलं जातं. स्त्रीमध्ये कुजकेपणा, द्वेष, लोभ जास्त असतो. स्त्रीच स्त्रीचा अनादर करते. पुढे जाणाऱ्या स्त्रीच्या मार्गात स्त्रीच धोंड बनते. स्त्रीच स्त्रीचं सर्वांत जास्त नुकसान करते. हे नुकसान अशिक्षित, बिनडोक स्त्रिया जितकं करतात, त्याच्या हजारोपट जास्त उच्चशिक्षित, (?) पदवीधर, बुद्धिमान स्त्रिया करतात. स्त्रीला एकदा एखाद्या गंडानं पछाडलं की तो असाध्य असतो. तिच्यातील जंतू सभोवताली पसरतात आणि साथ येते. ह्या साथीत स्त्रियांचाच बळी जातो.

मला स्त्रियांची फार दया येते. हे हतभागी स्त्रियांनो, मला तुमची कीव येते. शिकल्या तर खरोखरच शहाण्या होतील म्हणून स्त्रियांना शिकवलं जात नाही. पण ज्या शिकतात, शहाण्या होतात त्या दुर्दैवानं स्वतःच्या बुद्धीचा दुरुपयोग करून दुर्बलांवरच वार करतात. त्या असहाय स्त्रियांवरच दातओठ खातात, अभागी स्त्रीचं ताट ओढून घेतात, घरदार नसलेल्या स्त्रीला शिव्या देतात. ज्या सुज्ञतेमुळे, शहाणपणामुळे दुसऱ्यांचं नुकसान होतं, त्याला मी सुज्ञता, शहाणपण म्हणणार नाही, तर विषारी चावा म्हणेन!

□

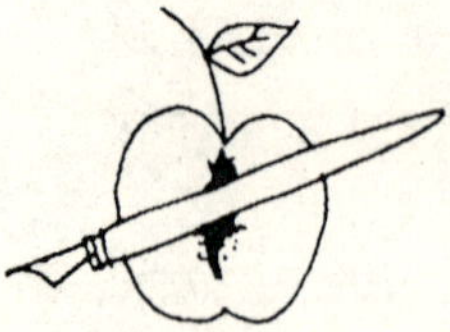

एक-दोन वेश्या, पाच-सात रखेल्या. बस्स! जमलं!

बंगाली भाषेत 'रक्षिता' (ठेवलेली) हा शब्द संस्कृतमधील 'रक्षित' शब्दावरून आलाय. हा शब्द, बहुतेक वेळा, एका विशिष्ट अर्थानंच वापरला जातो. तो अर्थ म्हणजे रखेली, ठेवलेली. ह्या शब्दाला पुलिंगी प्रतिशब्द नाही. कारण 'रक्षिता' शब्द विशेषण आहे आणि त्याचा अर्थ ठेवलेली, पोसलेली, रखेली. पण 'रक्षित' शब्दावरून 'ठेवलेला पुरुष' असा अर्थ होत नाही.

'रक्षित' म्हणजे 'ठेवलेला पुरुष' नाही. कारण समाजात पुरुष ठेवायची प्रथा नाही आणि तशी प्रथा कुणी पडू देणारही नाही. समाजात जे नाही, त्यासाठी शब्द असेलच कसा? पण रखेल्या सर्व जगात आहेत. अमीर अरब सत्तर-ऐंशी रखेल्या ठेवत. ह्या देशातील श्रीमंत मुसलमानांनाही रखेल्या ठेवणं आवडतं. काही हे उघड बोलून दाखवतात, तर काही चोरून बोलतात. पण रखेल्या आहेतच. चहूकडे आहेत. पण 'ठेवलेले पुरुष' मात्र नाहीत. असं का? मी 'ठेवलेल्या पुरुषा'साठी 'रक्षित' शब्द वापरते. 'रक्षिता'च्या उलट अर्थानं 'रक्षित.' मला काय म्हणायचंय ते आता लक्षात येईल. शोधल्यास ह्या देशात असे रक्षित मिळणार नाहीत का? दुसऱ्या देशांत मिळतील का? मिळतील. नक्कीच. श्रीमंत बायकांनी सत्तर-ऐंशी नाहीत तरी एक-दोन पुरुष ठेवायचे नाहीत म्हणजे काय? फक्त श्रीमंत पुरुषांनाच एकतर्फी हा अधिकार का? माणूस दुसऱ्याचं पाहूनच तर शिकतो. 'पुरुष रखेल्या ठेवतात' ह्या चालीवरून शिकून 'बाईनंही पुरुष ठेवावेत.' स्त्रीनंही कृती करणं आवश्यक आहे. तिनंही 'वीर' व्हावं. पुरुष एकटाच वीर का? शौर्य, पराक्रम, तेजस्विता हे गुण पुरुषाच्या नावावरच का? फक्त पुरुषच का 'वीर्य'वान? जगात श्रीमंत स्त्रिया अनेक आहेत. त्यांनी पुरुष ठेवून शब्दकोशात 'रक्षित' शब्द यथार्थपणे प्रचलित करावा, असं मला वाटतं. असं झालं तर घराघरात 'रक्षित' जन्माला येतील.

ज्यांना मी आवडते आणि ज्यांना आवडत नाही असे दोन्ही प्रकारचे लोक एकच प्रश्न विचारतात, 'मी एकापेक्षा जास्त लग्नं का केली?' कधी कधी ते माझ्याविरुद्ध फिर्यादही करतात. 'ही संपूर्ण व्यक्तिगत बाब आहे,' असं म्हणून मी उत्तर टाळते.

पुरुष जसा चार लग्नं करून, चार बायकांना घेऊन व्यवस्थित राहतो, तसं आपणही चार लग्नं करून, चार नवऱ्यांना घेऊन व्यवस्थित राहवं, अशी माझी इच्छा होती. माझी ही इच्छा पाहून अनेक स्त्रिया उत्तेजित होतील. जी पद्धत समाजात प्रचलित आहे, त्याच्या उलट झालं तर काय होतं, तेही लोकांना कळेल. कुठलं पाणी कुठं वाहतंय, तेही लक्षात येईल. कायदा जेव्हा चांगल्या गोष्टी बाजूला सारतो, तेव्हा कायद्याचा दुरुपयोग टाळण्यासाठी, उलट गोष्टीचाच आधार घ्यावा लागतो.

चार लग्नं करणं माझ्यानं झालं नाही, ह्याचंच वाईट वाटतं. पण जेवढं काही मी केलं, तेवढ्यानंही पुष्कळांना त्रास झालाच. खोट्यारड्या पुरुषांना त्रास झालेला पाहून मला अघोरी आनंद होतो. पैसे असते तर मीही 'रक्षित' पोसले असते. श्रीमंत शौक म्हणून ॲल्सेशियन, शेफर्ड वगैरे जातीचे कुत्रे पाळतात आणि शौक म्हणूनच सुंदर, शिकलेल्या बायका ठेवतात. मलाही देखणे, सुशिक्षित, गुणी 'रक्षित' ठेवण्याचा शौक आहे. स्वतःजवळ पैसे असले तर सत्तर-ऐंशी नाही, तरी सात-आठ पुरुष ठेवणं, काही वाईट नाही.

'पतिता' ह्या शब्दाच्या विरुद्ध अर्थी शब्द म्हणून 'पतित' व 'रक्षिता' च्या विरुद्ध अर्थी म्हणून 'रक्षित' वापरला जावा. शब्दकोशात हे दोन शब्द अर्थासकट समाविष्ट व्हावेत. अनाचार एकाच बाजूनं न होता दोन्ही बाजूनं व्हावा. कायद्याप्रमाणे स्त्री-पुरुष समान असतील तर कामकाजात, विचारांत, निष्ठेतही त्यांना समान अधिकार पाहिजेत.

दुःशासनाच्या विरुद्ध उभं राहायचं असेल, कुठलीही विषमता दूर करायची असेल तर स्त्रीनं प्रथम स्वावलंबी व्हायला पाहिजे. स्त्री स्वावलंबी झाली नाही, तर ती बोलू शकणार नाही, हातपाय हालवू शकणार नाही, तिची विचारशक्ती काम करणार नाही. अशा चैतन्यहीन, निर्जीव स्त्रीकडून अन्यायाला विरोध होण्याची आशा करणं म्हणजे खेचराचा माणूस होण्याचं स्वप्नं पाहण्यासारखं आहे.

स्त्री सुशिक्षित होवो! स्वावलंबी होवो! तरच ती तिच्या अधिकाराबद्दल जागृत होईल. तसं झालं नाही तर तिचं काय आहे आणि काय नाही हे तिचं तिलाच कळणार नाही. आतापर्यंत बहुतेक स्त्रियांना ते कळलेलं नाहीच.

□

एका वाईट मुलीची गोष्ट?

१.

मी इथंच उभं राहायचं असं ठरलं होतं. इंजिनिअर्स इन्स्टिट्यूटच्या मागच्या फाटकाच्या उजव्या हाताला जे पहिलंच नारळाचं झाड आहे, त्या झाडाखाली. म्हणाला होता, 'मैदानाकडे तोंड करून उभी राहा. नाहीतर रस्त्यावरची लोक टकमक पाहत राहतील. मी मैदानातच उभा असेन. बरोबर सहा वाजता. कसं?' कुठलं सहा? सहा पस्तीस होऊन गेलेत, तरी रतनचा पत्ता नाही. मी वळून पुन्हा एकदा इंजिनिअर्स इन्स्टिट्यूटकडे पाहिलं. मागच्या बाजूचं फाटक तर हेच होतं. रतनला इतका उशीर होण्याचं काहीच कारण नव्हतं. बॅगेत किंमती चीजवस्तू बऱ्याच होत्या. हे सगळं घेऊन इथं फार वेळ थांबणं धोक्याचं होतं. सहा-सात तरुण, पुन्हा पुन्हा, माझ्या अंगावरून फेऱ्या मारत होते. मी मान खाली घालून उभी होते. त्यांना मी चांगल्या घरातील मुलगी आहे, हे समजावं म्हणून. त्यांच्यातले कुणी शिट्या वाजवत होते, कुणी हिंदी सिनेमातील गाणी म्हणत होते, एक तर कमर हालवून नाचला आणि एकानं लुंगी इतकी वर उचलली की मलाच शरम वाटली. मी मान दुसरीकडे वळवली, जणू मी काही पाहिलंच नव्हतं. पण मी तिरक्या डोळ्यानं त्याच्यावर लक्ष ठेवून होते.

वाट पाहण्याशिवाय माझ्या हातात काहीच नव्हतं. 'रीता पळून गेली' असा बोभाटा आतापर्यंत घरात झालाच असेल. मला परत घरीही जाता येत नव्हतं. आई व वहिनीचे दागिने घेऊन घरातील अठरा वर्षांची पोर पळाली होती. सात वाजले. तिन्हीसांज झाली. सहा-सात तरुण पोरांची संख्या वाढत जाऊन आता बारा-तेरा झाली. माझ्याभोवती उभे राहून ते मला निरखत होते. जणू मी म्हणजे कुणी विचित्र प्राणी होते. इथं वेश्या उभ्या राहतात, लचकत-मुरडत चालतात, पुरुषांकडे पाहून हसतात. मी असं काहीच करत नव्हते. मी नटले-मुरडले नव्हते, कुणाकडे पाहात

नव्हते, हसत नव्हते. मात्र सारखं घड्याळाकडे पाहत होते. हे असं करण्याचं कारण म्हणजे त्या मुलांना कळावं की मी वेश्या नाही. मी कुणाचीतरी वाट पाहतेय. मी खूप घाबरले होते. अंधार पडल्यावर ह्या मुलांनी मला घेरलं तर? मी वेश्या नसले म्हणून काय झालं? ते मला अंधारात आत बागेत घेऊन गेले तर? एखाद्या खड्ड्यात, झाडांझुडपांत नेऊन, ह्या शिट्या वाजवणाऱ्या, गाणी म्हणणाऱ्या तरुणांनी लुंग्या वर उचलता उचलता सोडून फेकूनच दिल्या तर?

२.

रतन पावणेआठला आला. भीतीनं मी घामाघूम झाले होते. बॅग छातीजवळ धरून मी एका जागी कितीतरी वेळ उभी होते. रतन येऊन फिसफिसला, 'चल.'

फाटकाजवळ उभ्या असलेल्या रिक्षातून आम्ही दोघं निघालो. मी रतनचा हात घट्ट धरला होता. त्याला मी विचारलं, 'इतका उशीर का केलास?' माझा गळा इतका भरून आला होता की माझा आवाज मलाच ओळखायला येत नव्हता. झाडाजवळ उभी राहून, इतका वेळ आतल्या आत मी रडत होते. रतननं अगदी हळू आवाजात विचारलं, 'ते सगळं कुठं आहे?' मी त्याला बॅग दाखवली. मी त्याला पुन्हा पुन्हा त्याच्या उशिरा येण्याचं कारण विचारत होते. मी त्याला म्हटलं, 'मी किती घाबरले होते.'

रतन खो खो हसला, 'घाबरलीस? का?'

'दोन मुलांनी मला विचारलं की किती घेणार?'

'मग तू किती सांगितलेस?' रतननं हसून माझ्याकडे पाहिलं.

माझी आणि रतनची ओळख सहा महिन्यांपूर्वीची. ओळख झाल्यापासून आम्ही कॉलेजला दांडी मारून सिनेमा पाहिले, हॉटेलमध्ये गेलो, मित्र-मैत्रिणींच्या घरी भेटलो, गप्पा मारल्या आणि एकत्र झोपलोसुद्धा. हो! खरंच! काय करू? रतन ऐकेचना. म्हणाला, 'आपलं लग्न झालंय असंच का समजत नाहीस?' मनातल्या मनात मी तसंच मानत होते. आम्ही एकमेकांना नवरा-बायकोच मानत होतो. तो मला नेहमी म्हणायचा की आपल्याला पळून जाऊन लग्न करावं लागणार असंच दिसतंय. मला मात्र पळून जायचं नव्हतं. ह्या गोष्टीची मला फार लाज वाटत होती. मी त्याला तसं सांगायचीही. पण शेवटी मला त्याच्या म्हणण्याप्रमाणे करावंच लागलं. कारण दोन महिने मला मासिक पाळी आलीच नाही. म्हणून डॉक्टरांना दाखवलं. त्यांनी मला दिवस गेल्याचं सांगितलं. पळून जाण्याशिवाय मार्गच नव्हता. आम्हाला संसार थाटण्यासाठी पैसा हवा होता. रतनजवळ अजिबात पैसा नव्हता, नोकरीही नव्हती. बी. कॉम्. होऊन तीन वर्षं झाली तरी तो बेकारच होता. त्यामुळे त्याचे आई-वडील लग्नाला तयार होणं शक्यच नव्हतं. तेव्हा पैशाची व्यवस्था मलाच करायला हवी होती.

३.

मीरपूरला एका छोट्याशा घराजवळ रिक्षा थांबली. मी रतनच्या मागून चालले होते. मी बॅग घट्ट धरून ठेवली होती. बॅगेत आईचे व वहिनीचे दागिने होते. दुपारी सगळे झोपले असताना मी ते कपाटातून चूपचाप काढून घेतले होते. ह्या वेळपर्यंत त्यांनी पोलिसांना कळवलं असेल का? मला तरी तसं वाटत नाही. आई असं करू देणार नाही. काही झालं तरी मी तिची मुलगी आहे ना? आई नक्कीच रडली असेल. क्षणभर मला आईची दया आली. वहिनी आता माझ्यावरून आईला सुनावेल. आई काय बोलेल मग? एरवी वहिनी कुजकं बोलली तर संतापायची. म्हणायची, 'मुलावर माझा हक्क आहे. तो काही आकाशातून पडला नाही. मुलाकडे त्याची आई व बहीण राहणारच.'

रतननं बैठ्या घराचं कुलूप काढलं. मला एकदम भीती वाटली तिथल्या काळोखाची. पण मी माझ्या मनाची समजूत घातली. रतन जवळ असल्यावर भीती कसली? रतननं काडी ओढली. त्या काडीच्या उजेडात दिसलं एक टेबल आणि त्याच्यावर एक मेणबत्ती. रतननं मेणबत्ती पेटवली– रतननं ही खोली नक्कीच भाड्यानं घेतली असणार. स्वतःच्या संसारात टेबल सोडून काहीच नाही. असू दे. बॅगेतील सोनंनाणं विकून घर मांडावं लागेल. रतन तर माझ्या अगदी जवळचं माणूस. त्याच्याशिवाय आपलं ह्या जगात आहेच कोण? आई-वडील, बहीण-भाऊ असले तरी शेवटी परकेच!

मला खोलीत बसायला सांगून रतन काहीतरी खायला आणायला गेला. पण वेळ न लावता लगेच परत आला. तो परत आलेला पाहून मला इतका आनंद झाला की त्याला मी घट्ट धरून ठेवलं. खाणं-पिणं उरकलं. संपूर्ण रात्र अशी प्रथमच दोघांनी एकत्र घालवली. मला काळजी आणि आनंद ह्यामुळे अजिबात झोप येत नव्हती. रतन मिळाल्याचा आनंद आणि माझ्या घरच्या लोकांबद्दल चिंता. 'इथं किती दिवस राहायचं? रतन कुठं नोकरी करणार? मी काय करायचं?' हे सगळं ठरवणं आवश्यक होतं. मी त्याला तसं विचारायचा प्रयत्न केला. पण त्यानं ह्या गोष्टींकडे लक्षच दिलं नाही. उलट माझे कपडे काढता काढता म्हणाला, 'आज ह्या गोष्टी बंद. आज फक्त प्रेम, प्रेम आणि प्रेम.' मलाही प्रेमात डुंबायला आवडायचं! पण समोर तर अनेक अडचणी होत्या. आणि रतन तर काही ऐकायला तयार नव्हता. तो प्रेमातच बुडून गेला. रात्री मला झोप आली नाही. तशीच त्यालाही. तो मला सारखं म्हणत होता, 'झोप आता. नाहीतर आजारी पडशील.'

'तू नोकरी कधीपासून शोधणार?'

'उद्यापासून.'

'ही खोली भाड्यानं घेतलीय का?'

'हं.'

'घर मांडायला हवं ना?'

'हवं!'

'कधी मांडायचं?'

'उद्या.'

'काही वस्तू आणाव्या लागतील. सध्या गादी, उशा, मच्छरदाणी, थोडी भांडी, शेगडी एवढं तरी हवं ना? कधी आणायचं?'

'उद्या.'

'दादा मला शोधत असेल? मी सापडीन त्याला?'

'चल. हट्.'

'सध्या तुझ्या घरी गेलेलं बरं. तुझ्या आई-बाबांना सगळं सांग. कधी सांगशील?'

'उद्या.'

'बरं, आपण लग्न कधी करायचं?'

'उद्या.'

बोलता बोलता रतन घोरायला लागला. मी मात्र संसाराचं चित्र रंगवत जागीच होते. पहाटे कधी तरी माझा डोळा लागला.

४.

खिडकीतून डोळ्यांवर ऊन आलं तेव्हा मला जाग आली. उठून बसले. पाहिलं तर रतन आधीच उठून गेला होता. शी! किती शरमेची गोष्ट! बायको झोपलीय आणि नवरा उठून कामाला लागलाय. नक्कीच तोंड धुवायला गेला असेल. रात्री अंगणात एक ट्यूब-वेल दिसली होती खरी! नाहीतर नाश्त्याला काहीतरी आणायला गेला असेल. विचार केला वेणी घालावी. बॅगेतून कंगवा काढायला गेले तर बॅग उघडीच. दागदागिन्यांचा पत्ता नव्हता. अस्सं! म्हणजे दागिने विकून सर्व सामान आणून मला चकित करायचा बेत होता तर! एकीकडे बरं वाटलं, तर दुसरीकडे वाईट. मला सांगून जायला काय झालं होतं?

५.

सकाळ झाली. दुपार उलटली. संध्याकाळ झाली तरी रतनचा पत्ता नव्हता. संध्याकाळी चार-पाच मुलं दार वाजवून आत शिरली. मला पाहून ती थक्कच झाली. त्यांनी मला विचारलं, 'कोण तुम्ही? इथं कशा?' मी त्यांना उलट विचारलं, 'तुम्ही कोण? हे तर माझं घर आहे.' 'घर?' असं म्हणून ती खो खो हसू लागली. 'बाहेरची दारावरची पाटी पाहिली? लिहिता-वाचता येतं ना?' पाटी? चकित झाले मी. बाहेर जाऊन पाहिलं. दारावर मोठ्या अक्षरांत लिहिलेली पाटी होती, 'नव अरुण युवा संघ.' एवढ्यात त्याच मुलांच्या वयाचा एक मुलगा कॅरम बोर्ड डोक्यावर घेऊन

आत शिरला. मला त्या खोलीत पुन्हा जायची इच्छा होईना. बाहेरच उभी राहिले. त्या मुलांना विचारलं,

'रतनला ओळखता?'

'कुठच्या गावचा?'

मला रतन नेमका कुठचा ते माहीत नव्हतं. कल्याणपूरला घर आहे असं म्हणाला होता. सिटी कॉलेजमध्ये होता, एवढंच मला माहीत होतं. गाणं म्हणायचा. मधून मधून कविताही करायचा. त्याचे वडील वकील होते. पण कुणीच त्याला ओळखत नव्हतं.

आता मी किती वाट पाहायची? रात्र व्हायला लागली. आता वाट पाहण्यात अर्थ होता का? पोटात भुकेचा डोंब उसळला होता. कुणी भीकसुद्धा घालणार नव्हतं. घरी परत जावं का? वहिनी 'चोर' म्हणेल. दादाही बोलेल. आई उघड काही बोलणार नाही कदाचित, पण मनातून चिडेलच. त्यांना सगळ्यांना तोंड कसं दाखवू? माझं मलाच काही समजत नव्हतं. घरी जायला नकोच. घरी गेल्यास प्रथम सगळे मारझोड करतील, पण मग क्षमाही करतील. पण तोंड दाखवायला जागा आहेच कुठं? पोटात हे मूल. शेवटी एक रिक्षा करून मी इंजिनियर्स इन्स्टिट्यूटसमोर येऊन उभी राहिले. मी रतनला शोधत होते का? कोण जाणे! झाडाला धरलं, तरी माझे हातपाय कापत होते. हा माझा केवढा पराभव! आता मला कुठंच थारा नव्हता. मी रिक्षावाल्याला हातातलं घड्याळ काढून दिलं होतं. आता माझ्याजवळ फक्त माझं शरीर होतं. अंधारात कुणीतरी खांद्यावर हात ठेवला. मी चमकले. तो खो खो हसायला लागला. त्यानं त्याचं तोंड इतकं माझ्या तोंडाजवळ आणलं होतं की मला त्याच्या तोंडाची घाण आली. तो म्हणाला, 'चल. इकडे ये.'

मी तेव्हा भुकेनं व्याकुळ झाले होते. डोकं भणभणत होतं. त्यानं मला रिक्षात ढकललं. मी डोळे मिटून घेतले. एका शिक्षकाची मी मुलगी. लहानपणापासून नीती आणि आदर्शाच्या गोष्टी ऐकत मोठी झाले. बाबा गेल्यावर आईनं मायेची पाखर घालून सांभाळलं आणि अमावस्येच्या रात्री मी कुणा परपुरुषाबरोबर चालले होते. कुठं ते मलाच माहीत नव्हतं.

जवळ बसलेल्या पुरुषाचं नाव रतन होतं का? मला का कोण जाणे तो रतनसारखाच वाटत होता.

वाचकहो, ही गोष्ट खरंच एका वाईट मुलीची आहे का?

□

शब्दशरांनी घायाळ झालेली स्त्री

१.

'आपली पत्नी काय करते?' असा प्रश्न जर पतीला विचारला किंवा 'आपण काय करता?' असं एखाद्या स्त्रीला विचारलं, तर साधारणपणे एकच उत्तर मिळतं आणि ते म्हणजे 'हाऊसवाईफ.' बंगालीत म्हटलं जातं 'गृहबधू.' 'गृहिणी' हा पेशा कोणत्या व्यवसायात मोडतो, हे मात्र कधीही कुणीही सांगू शकत नाही.

'घरकाम' हाही एक पेशा आहे. गडी किंवा मोलकरीण आणि गृहिणी ह्यांना पेशाच्या हिशेबानं वेगवेगळं स्थान दिलं जातं. पण 'गृहस्थ' हा काही पेशा मानला जात नाही. एखाद्या बेकार पुरुषाला आपला पेशा 'गृहस्थ' असा सांगावा लागत नाही. पण 'हाऊसवाईफ' हा पेशा आमच्या देशात भलताच लोकप्रिय आहे.

'गृहिणी'ला तिच्या कामाच्या मोबदल्यात दोन वेळचं जेवण, साड्या आणि काही दागिने मिळतात. तिची कामं म्हणजे स्वयंपाकपाणी, घराची साफसफाई, कपडे धुणं, मुलांना सांभाळणं, त्यांना शिकवणं इत्यादी. ह्यांतील काही कामं किंवा वर उल्लेखलेली सर्व कामं तिनं स्वतः केली नाहीत तरी स्वतःच्या देखरेखीखाली दुसऱ्यांकडून तिला करून घ्यावी लागतात. गडी किंवा मोलकरीण साधारणपणे हीच कामं करतात. म्हणूनच भृत्य व भार्या ह्या दोन शब्दांचा व्युत्पत्तीगत अर्थ एकच आहे. पण नोकर व गृहिणी ह्या दोघांत एक फार मोठा फरक आहे.– नोकराला जे स्वातंत्र्य असतं ते गृहिणीला नसतं. नोकर त्याच्या मनात येईल तेव्हा एका घरचं काम सोडून दुसरीकडे जाऊ शकतो, गृहिणीला मात्र असं करता येत नाही. तिला सतराशे साठ बंधनं असतात. तिच्याभोवती वर्तुळ आखलेलं असतं. त्या मर्यादेतच तिला राहावं लागतं. एकंदरीत ती परतंत्रच असते.

२.

'स्वामी' शब्दाचा अर्थ 'प्रभू,' 'मालक,' 'धनी,' 'अधिपती.' आमच्या देशातील सुशिक्षित जागरूक स्त्रिया आपल्या पतीला 'स्वामी' म्हणतात. त्यात त्यांना काहीच गैर वाटत नाही. ह्याचाच अर्थ त्या निःसंकोचपणे पतीला प्रभू, मालक, अधिपती म्हणून मान्यता देतात. त्यांना 'स्वामी' ह्या शब्दाचा अर्थ माहीत नसतो असं थोडंच आहे! मग त्या हा शब्द वापरतातच का? त्याऐवजी त्यांनी दुसरा कोणताही शब्द वापरावा. मात्र त्या दुसऱ्या शब्दाचा अर्थ 'प्रभू,' 'मालक,' 'अधिपती' असा नक्कीच नसावा.

३.

'विवाहाला उभं राहणं' आणि 'विवाह करणं' ह्या दोन अगदी भिन्न गोष्टी आहेत. विवाहाला उभी असते मुलगी आणि विवाह करतो मुलगा. म्हणजेच मुलगा सक्रिय असतो तर मुलगी निष्क्रिय. हा फरक वैवाहिक जीवनातही प्रामुख्यानं जाणवतो. मुला-मुलीत करण्यात येणारा भेदाभेद व्यवहारात स्पष्टपणे दिसून येतो. पुरुष घराबाहेर जातो, काम करतो, मजा करतो, खेळतो, हसतो. पण स्त्री घरात बसते, पतीची वाट पाहते, रडते, ओरडते.

'लग्नाला उभी आहे' असं म्हणण्यात स्त्रियांना काही गैर वाटत नाही, असं माझ्या लक्षात आलंय. उलट त्यात त्यांना आनंद वाटतो. मला ह्या गोष्टीचं आश्चर्यच वाटतं. जागृत, बुद्धिमान स्त्रिया स्वतःच्या व्यक्तित्वाला जपतात. त्या अशा प्रकारचे निरर्थक वाक्प्रचार नष्ट करू शकणार नाहीत का? 'आम्हीही काही करू शकतो. नुसतं गप्प बसून राहत नाही.' हे त्यांनी दाखवून दिलं पाहिजेच.

४.

बंगाली भाषेत एक अत्यंत घाणेरडा शब्द आहे आणि तो म्हणजे 'असती.' 'असती' म्हणजे व्यभिचारिणी, भ्रष्ट स्त्री, कुलटा. 'असती'चं पुलिंग 'असत्' होत नाही. कारण 'असत्' म्हणजे वाईट, खोटं, अस्तित्वात नसलेलं. ह्याचा अर्थ 'सती' ह्या शब्दाप्रमाणेच 'असती' ह्या शब्दाचेही पुलिंग नाही. 'सती' आणि 'असती' हे शब्द फक्त स्त्रियांसाठीच आहेत. ते त्यांच्यासाठीच राखून ठेवलेत. त्यांना ह्या शब्दांनी घायाळ केलं जातं. शब्दांवर नियंत्रण ठेवण्याची चतुराई स्त्रियांना साधली, तर कोणतेच शब्द त्यांना घायाळ करणार नाहीत.

५.

'अलक्ष्मी' हा असाच आणखी एक शब्द. 'अलक्ष्मी' म्हणजे दुर्भाग्याची देवी, दुर्दैवी स्त्री, हतभागिनी. वाईट स्थिती आली तर 'अलक्ष्मी आली' असं म्हणतात. दारिद्र्यास 'अलक्ष्मीची दशा' म्हणतात. 'अलक्ष्मी' ह्या शब्दालाही पुलिंगी प्रतिशब्द नाही. हा शब्दही फक्त स्त्रीसाठीच वापरला जातो. पुरुष 'दुर्भाग्याचा देव' होऊ शकतच नाही. दुर्दशा पुरुषाला नसतेच. दारिद्र्य, गरिबी ही पुरुषाची प्रतीकं नव्हेतच.

६.

'पतिता' म्हणजे भ्रष्ट स्त्री, कुलटा, वाईट चारित्र्याची स्त्री, वेश्या. 'पतित' म्हणजे भ्रष्ट, चारित्र्य गमावलेला, घसरलेला, पापी. तरीही 'पतिता' हा शब्द ज्या अर्थानं वापरला जातो, त्या अर्थानं 'पतित' हा शब्द वापरला जात नाही. समाजानं 'पतितां'साठी राहण्याची वेगळी व्यवस्था केलीय, पण 'पतित' पुरुषांसाठी तसं काही केलेलं नाही. ज्या स्त्रिया स्वाभिमानी आहेत, जागरूक आहेत, त्यांनी 'पतिता' निर्माण करणाऱ्या, व्यभिचारी, बाहेरख्याली पुरुषांसाठी 'पतित' हा शब्द वापरायला सुरवात करावी. ह्या देशात 'पतित' शोधायला लागल्यास 'भीक नको पण कुत्रं आवर' अशी स्थिती होईल, ह्याची मला खात्री आहे.

७.

जोपर्यंत स्त्रीकडे एक बहुमूल्य भोग्यवस्तू म्हणून पाहिलं जातं, जोपर्यंत तिला घर आणि अंगण ह्यांतच कैद करून ठेवलं जातं, तोपर्यंत गृहपासून गृहिणी, रमणपासून रमणी, अंगणपासून अंगना अशा रीतीनं तयार होणाऱ्या शब्दांना कुणीही विरोध करणार नाही.

मी स्त्रीला 'माणूस' मानते.– भोग्यवस्तू नाही. मी तिला सर्व बंधनांतून मुक्त करू इच्छिते. म्हणूनच स्त्रीसाठी वापरण्यात येणारे गृहिणी, रमणी, अंगना असे शब्द मला निषिद्ध वाटतात.

□

थ्री चियर्स फॉर हासिबा!

ह्या शहरातच नव्हेत– तर बांगलादेशातील प्रत्येक शहरात– स्त्रिया तऱ्हेतऱ्हेचे व्यवसाय करतात, कामं करतात, शाळा-कॉलेजात जातात, नोकऱ्या करतात, हिंडतात, बाजारात जातात. थोडक्यात, मनमोकळेपणानं हिंडूफिरू शकतात. मध्यम वर्गातील स्त्रिया बस, टेम्पो, रिक्षा ह्यांचा उपयोग करतात. पण कुणीही सायकल चालवत नाहीत. सायकल चालविण्यानं दुहेरी फायदा होतो. जाण्यायेण्याचा वेळ वाचतो आणि व्यायाम झाल्यानं वाढणारी चरबी कमी होते.

असं असूनही येथील स्त्रियांना सायकलचा उपयोग करणं आवडत नाही. स्त्रियांना आवडत नाही, म्हणण्यापेक्षा पुरुषांना आवडत नाही. पुरुषांना आवडलं तर स्त्रियांना आवडणार! समाजातील 'मोठी डोकी' होकारार्थी हालल्याशिवाय स्त्रियांना काही करणं शक्य आहे का? ढाक्यात सायकल किंवा स्कूटर चालवणाऱ्या स्त्रिया हाताच्या बोटांवर मोजण्याइतक्या आहेत. त्या तरी निर्विघ्नपणे कुठं जाऊ शकतात? त्यांच्यापुढे अडचणींचा डोंगरच असतो. एक-दोन एन्. जी. ओं. नी. [NGO] काहीजणींना स्कूटर चालवायला भागच पाडलं. सायकलवरून शेजारच्या खेड्यात जाऊन त्यांनी काम करावं, असंच प्रथम ठरलं होतं. पण गावातल्या मोठ्या लोकांनी ह्या गोष्टीला विरोध केला. त्यांच्या डोळ्यांदेखत मुलींनी सायकल चालवणं त्यांना अजिबात पटत नव्हतं. त्यांचं म्हणणं, 'आमच्यासमोरून त्या सायकल चालवत जाणार आणि आम्ही ते बघायचं! छे! शक्यच नाही.' गावातील लोकांनी सायकलवरून येणाऱ्या बायकांना दगड मारले, अपशब्द उच्चारले, एन. जी. ओ.चे लोक गावातल्या लोकांशी बोलले, त्यांनी त्यांची समजूत घातली. तेव्हा ते राजी झाले. पण कशाला? तर स्कूटर चालेल, पण सायकल अजिबात चालणार नाही. खरं तर दोन्ही वाहनं दुचाकीच. दोन्हींमुळे काम जलद होतं. मग एकाला परवानगी आणि दुसऱ्याला नाही. का? कारण सायकल चालवताना दोन्ही पायांची वर-खाली हालचाल होते.

बायकांच्या पायांची अशी हालचाल पुरुषांच्या नजरेला पडल्यास त्यांच्या भावना चाळवल्या जातात, त्यांची वासना जागृत होते. स्कूटरचं तसं नाही. म्हणून स्कूटर त्यातल्या त्यात बरी!

स्त्रियांची स्वाभाविक हालचाल पाहाण्याएवढा हा देश अजून परिपक्व झालेला नाही. हाच देश कशाला? इस्लामचा वास असलेला कोणताही देश.

हासिबा बुलमेर्काव्ह ही अल्जिरियाची खेळाडू. नव्वद साली निवडणुकीत बहुमत मिळाल्यानं इस्लामी मौलवी अल्जिरियाच्या पार्लमेंटमध्ये गेले. 'सामरिक वाहिनी'मुळे अजूनही राज्यकारभार करू शकत नाहीत, पण सगळ्या देशाचं शोषण ते करू शकतात. शोषण– तेही इस्लामी शोषण. हासिबानं ऑलिंपिकमध्ये ह्या वेळचं सुवर्णपदक जिंकलं. अल्जिरियाच्या इतिहासातील ''ट्रॅक अॅन्ड फील्ड''मधील हे पहिलंच सुवर्णपदक. पण हासिबाला ऑलिंपिकमध्ये भाग घेण्यास मौलवींनी चांगलाच विरोध केला होता. हासिबानं सर्व देशांतील पत्रकारांपुढे कबुली दिली की अल्जिरियाच्या रस्त्यावर जेव्हा मी सराव करायची, तेव्हा अनेकजण मला दगड मारत, माझ्याकडे बघून थुंकत. माझा अपराध काय? तर मुसलमान स्त्री असून मी पाय उघडे टाकून धावते. मग कॉन्स्टन्टाइन पर्वताच्या पायथ्याला असलेल्या जंगलात मी सराव करू लागले. मौलवी माझं काही बरंवाईट तर करणार नाहीत ना, अशी भीती मला सतत वाटायची. स्त्री म्हणून मी कोणताच अपराध केला नव्हता. 'मी का नाही धावण्याच्या स्पर्धेत भाग घ्यायचा?' हाच माझा त्यांना उलट प्रश्न होता. माझ्याबरोबर हेप्टाथॅलिट इयासिया हाजिजही सराव करायची. पण रस्त्यावरून जाणाऱ्या एकानं तिला 'वेश्या' म्हटलं म्हणून तिनं सर्व सोडूनच दिलं.

इयासिया हात व पाय उघडे टाकून धावते म्हणून लोकांनी तिला 'वेश्या' म्हटलं. आमच्या देशात मौलवींना बहुमत नसलं, तरी आमच्या देशाची अवस्थाही काही वेगळी नाही. ह्या देशाचं नाव अजून तरी 'इस्लामिक रिपब्लिक ऑफ बांगलादेश' असं झालं नसलं, तरीही स्त्रियांना हात-पाय उघडे टाकून फिरण्यास इथं मनाई आहे. जर्सी घालून मुली चहूबाजूंनी भिंत असलेल्या मैदानात धावू शकतात एक वेळ, पण रस्त्यावर किंवा भिंतीनं बंदिस्त नसलेल्या मैदानावर धावणं अशक्यच आहे. ज्या स्त्रिया मोकळ्या मैदानात धावतात वा उघड्या तलावात पोहोतात त्यांना लोक नावं ठेवतात.

हासिबा बुलमेर्काव्हनं आपलं सुवर्णपदक अल्जिरियाचे भूतपूर्व अध्यक्ष स्व. बूडॉफ ह्यांना अर्पण केलं. त्यांच्या उदारमतवादामुळेच तिला ऑलिंपिकमध्ये जाणं सुकर झालं होतं. मौलवी पार्लमेंटमध्ये एक विधेयक आणून स्त्रियांच्या खेळण्यावर गदा आणणार होते. पण ते त्यांना जमलं नाही. अजूनही ते विधेयक मंजूर झालेलं नाही. हासिबाचा विरोध केवळ खेळापुरता नाही, तर त्या आचरट विधेयकाला आणि

असभ्य मौलवींना आहे. ती म्हणते, 'अल्जिरियातील अनेक स्त्रिया माझ्याप्रमाणेच बुरख्यातून बाहेर येऊ इच्छितात. मी त्यांच्यासाठीच लढतेय. मी हरले तर त्यांच्या निराशेला पारावार राहाणार नाही.'

हासिबा हरली नाही. ती जिंकली. हासिबामुळे अल्जिरियाचं नाव सगळ्यांच्या लक्षात राहील. मौलवींच्याविरुद्ध हासिबाचा सर्वांत मोठा विजय हाच आहे. जे स्त्रियांना पडद्याबाहेर येऊ देण्यास तयार नाहीत, कुराणात स्त्रियांच्या खेळांबद्दल अजिबात उल्लेख नाही असं जे म्हणतात, स्त्रियांनी फक्त संसार करावा, नवऱ्याला व मुलांना सांभाळावं, बायकांचं काम म्हणजे पुरुषांचं मनोरंजन करणं आणि मुलांना जन्म देणं, ह्याशिवाय स्त्रीला काहीही जमत नाही, असं ज्यांचं मत आहे, त्यांना हासिबानं चांगलाच धडा शिकवलाय. ह्या मौलवींच्या दुष्ट प्रवृत्तीला तिनं चांगलंच ठोकरलंय.

हासिबा म्हणाली, 'हे पदक जिंकणं माझ्या दृष्टीनं फार आवश्यक होतं. धर्माला ज्यांनी राजकारणात घुसवलंय त्यांच्या विरुद्ध मला ह्या पदकाच्या बळावर लढता येईल. मी मुसलमान आहे.– तन-मनानं मुसलमान आहे. पण धर्मांध नाही. आताचं माझं लक्ष्य हे पदक होतं. पुढचं लक्ष्य विश्वविक्रम असेल. मी तो करून दाखवीनच.'

ह्या सुवर्ण-पदक-विजेतीनं अंधारात खितपत पडलेल्या अल्जिरियाच्या स्त्रियांना सर्व बंधनं तोडून बाहेर येण्याचं आवाहन केलंय. हासिबाची दृढता, मनाची अविचलता आणि धैर्य, मौलवींच्या तावडीत सापडलेल्या स्त्रियांचा उद्धार करील. मौलवींच्या शोषणानं गांजून गेलेल्या आम्ही बांगलादेशच्या स्त्रिया हासिबाला मनापासून शुभेच्छा देतो.

ह्या बांगलादेशातही अशा असंख्य हासिबा जन्माला येवोत. अंधारात आणि कुबट वातावरणात आयुष्य घालवणाऱ्या स्त्रियांना ह्या हासिबा उजेडात आणोत. त्यांनी त्यांच्यावरची मानसिक व शारीरिक बंधनं तोडून टाकावीत, कुसंस्काराची पुटं काढून टाकावीत आणि हासिबाप्रमाणेच विजय मिळवावा, त्यांचा सर्वत्र जयजयकार व्हावा. धर्म, समाज आणि राजकारण ह्यांच्या पंजांतून स्त्रियांनी सुटका करून घ्यावी. आणि खऱ्या अर्थानं मुक्त व्हावे.

□

आश्चर्य वाटतं!

‘रतन सेनांचा खून झाला.’ भल्या सकाळीच माझ्या धाकट्या भावानं धावत येऊन मला बातमी दिली. मी नुकतीच उठले होते. तो म्हणाला, ‘त्यांनी रतन सेनांचा खून केला. तुलाही ते मारतील. कधीही. बुबू, तू एकटी बाहेर जात जाऊ नकोस.’

मी एकटीनं बाहेर जायचं नाही.– हे कसं शक्य आहे? मी वर्तमानपत्रं घेऊन व्हरांड्यात जाऊन बसले. सकाळच्या थंड हवेनं मला गोंजारलं. वर्तमानपत्रांत बातमी होती, ‘‘स्वतंत्रताविरोधी जमायत शिबीर गटाचे विरोधक, ज्येष्ठ कम्युनिस्ट नेते, मुक्तियुद्धाचे संघटक, सी. पी. बी. कार्यकारी मंडळाचे माजी सदस्य, खुलना जिल्हा कमिटीचे सभापती कॉम्रेड रतन सेन ह्यांचा सकाळी साडेनऊ वाजता खून करण्यात आला. ते रिक्षातून जात असताना, त्यांना रिक्षातून खाली उतरवण्यात आलं आणि त्यांचा गळा कापण्यात आला. शिवाय त्यांच्या छातीवर व पाठीवर चौदा वार करण्यात आले. त्यामुळे घटनास्थळीच त्यांना मृत्यू आला.’’

मी व्हरांड्यात गुपचूप बसून राहिले. माझे हातपाय पार गळून गेले. ‘जमायत शिबिर फ्रीडम पार्टीच्या गुंडांचं, सुऱ्याचे वार करून समाधान झालं नाही. त्यांनी त्यांचा गळा कापला. माझा धाकटा भाऊ मला पुन्हा पुन्हा सांगत होता, ‘बुबू, आता एकटी कुठं बाहेर जात जाऊ नकोस.’ त्याच्या बोलण्यात काळजी आणि भीती होती.

‘‘जमायत शिबिर फ्रीडम’’चा माझ्यावरही राग होताच. दिवसाढवळ्या, रतन सेना ह्यांच्याप्रमाणेच, मला रिक्षातून बाहेर खेचून, अचानक ते माझ्यावर अनेक वार करतील, माझासुद्धा गळा कापतील. त्यांना अडवणार कोण? तशी हिंमत कुणाची आहे का?

एकदा ‘जमायत’च्या एका मोठ्या मिरवणुकीत मी आणि कवी शमसुर रहमान अडकलो. त्या मिरवणुकीत घोषणा काय दिल्या जात होत्या माहीत आहे? ‘भारतीय दलालांना खतम करा,’ ‘निर्मूलन समितीच्या सदस्यांचा निकाल लावा,’ ‘न अर: -

ए- तक्बीर अल्ला हो अकबर' (ईश्वर सर्वश्रेष्ठ आहे.) जणू काही 'अल्ला'च्या नावावर तेच सर्वांच्या गळ्यावर सुरा चालवायला पाहत होते. त्या गलिच्छ मिरवणुकीत मी देशाच्या सर्वश्रेष्ठ कवीबरोबर सापडले होते. आम्ही दोघं अगतिक, असहाय होतो. आमची रिक्षा पुढे-मागे कुठंच जाऊ शकत नव्हती. ह्याआधीही एक मिरवणूक निघाली होती. त्या मिरवणुकीत 'तसलिमा नासरिन'ला फाशी द्या,' असे फलक होते. तेव्हा मला एवढी भीती वाटली नव्हती. मिरवणुकीतून वाट काढत मी रस्ता ओलांडला होता. तेव्हा मला कुणीही ओळखलं नव्हतं.

पण ह्या मिरवणुकीच्या वेळी भीतीनं माझा चेहरा पांढराफटक पडला होता. मला माझ्या जिवाची भीती नव्हती, तर माझ्या देशाच्या सर्वश्रेष्ठ कवीच्या जिवाची काळजी होती. मला 'त्या' लोकांनी कदाचित ओळखलं नसतं, पण शमसुर रहमानना नक्कीच ओळखलं असतं. आणि त्या मिरवणुकीतील लोक ह्या कवीवर तुटून पडले असते तर? मी पार गडबडून गेले होते, अस्वस्थ झाले होते. रिक्षावाल्याला मी 'रिक्षा इकडे डावीकडे घे,' 'उजवीकडे घे,' असं जे काहीबाही सांगत होते, त्यामागे माझा एकच हेतू होता.– शक्यतो दूर, मिरवणुकीपासून सुरक्षित अंतरावर जाऊन पोहोचण्याचा. माझी सगळी धडपड देशातील एका प्रसिद्ध कवीच्या जिवासाठी होती. कारण 'भारतीय दलालां'च्या यादीत त्यांचं नाव पहिलं आहे.

ज्यांना प्रगती व्हावी असं वाटतं, ज्यांचे विचार सहिष्णु आणि समाजाच्या हिताचे आहेत, जे बुद्धिप्रामाण्यवादी आहेत, त्यांना हे गुंड लोक 'भारतीय दलाल' मानतात. त्या गुंड, अतिरेकी लोकांनी अशा दलालांची यादी केलीय. त्या यादीतील लोकांचे एकेक करून गळे कापून रस्त्यावर फेकून द्यायचंय त्यांना. खुलन्यामधल्या बत्तीस लोकांना, ह्या अतिरेक्यांनी 'भारतीय दलाल' म्हणून वेगळं काढलंय. त्यांचा निकाल लावण्याची घोषणाही त्यांनी केलीय. रतन सेन ह्यांचे नाव ह्या यादीत सर्वांत पहिल्या क्रमांकावर होतं.

शमसुर रहमान, जहाँआरा इमाम, काझी नूरुझ्झमान, शाहरियार कबीर, निर्मलेंदु गुण, के. एम्. सोहबान, रामेंदु मजुमदार, सुरंजित सेनगुप्त, रशीदखान मेमन, अहंमद शरीफ, यतीन सरकार, सैफुद्दीन अहंमद मानिक, शौकत उस्मान अशा अनेक लोकांबद्दल हल्ली मला काळजी वाटते. 'काल सकाळी, जमायत शिबिर फ्रीडम पार्टीच्या लोकांनी शेख हसीना, बद्रुद्दीन ओमर, कबीर चौधुरी, बेलाल चौधुरी, निर्मल सेन, मुहम्मदुर रहमान मात्रा ह्यांच्यापैकी कुणाच्या तरी छातीवर अनेक वार केले,' अथवा 'डॉक्टर कमाल हुसेन, आमीरुल इस्लाम, गाझीऊल हक, पन्ना कायसर, शिशिर भट्टाचार्य ह्यांचा गळा कापला,' अशी बातमी एखाद्या सकाळी अचानक ऐकायला मिळेल अशी भीती वाटते. कदाचित एक दिवस माझ्या

माणसांना, 'काल सकाळी, दिवसा उजेडी, पोलिस ऑफिससमोर, 'जमायत शिबिर फ्रीडम पार्टी'च्या युवकसेनेच्या गुंडांनी तसलिमा नासरिन हिला रिक्षातून उतरवून तिच्यावर अनेक वार केले आणि तिच्या हाताची नस कापली. ह्या हल्ल्यात तिचा मृत्यू झाला.'' अशी बातमी वाचायला मिळेल. माझ्या धाकट्या भावाच्या बोलण्यातून अशीच भीती डोकावतेय. पण मला तर बाहेर गेलंच पाहिजे आणि तेही एकटंच, रिक्षातून.

मी रतन सेनांच्या मृत्यूबद्दल दुःख करू की रतन सेनाप्रमाणेच जे बुद्धिमान आणि विचारी लोक अजून जिवंत आहेत त्यांची काळजी करू? चटुग्राम विश्वविद्यालयात गुंडगिरी आहे. राजशाही विश्वविद्यालयाची स्थिती चटुग्रामपेक्षा वेगळी नाही. गुलाम आयम सुरक्षित राहतो आणि रतन सेनांचा खून होतो! 'घातक दलाल निर्मूलन कमिटी'च्या ऑफिसांतील गुंडगिरी, त्यांच्या विरोधातील सभा-मिरवणुका, ह्या सगळ्यावरून ही वेळ कसोटीची आहे, हे काय मला समजत नाही? माझ्यापुढे उभा आहे भयंकर भविष्यकाळ!

अतिरेक्यांजवळ विचार नसतो. गुलाम आयमप्रमाणेच, रतन सेनांच्या मारेकऱ्याला काहीही शिक्षा होणार नाही. त्यांच्या बेकायदेशीर गोष्टींना राजकारणाचं नाव देऊन 'जमायत इस्लाम' देशात अराजक फैलावतेय. देशातील सर्व बुद्धिवाद्यांचा गळा कापायला निघालेत ते! एकाहत्तरमध्ये ह्या देशाच्या शत्रूंनी हेच केलं.

आता पुन्हा ह्या देशात एकाहत्तर होणार का? दोनच दिवसांपूर्वीची गोष्ट. माझ्या शेजाऱ्यांची पाच वर्षांची मुलगी, 'आता मजा! मजाच मजा!' असं ओरडत आली.

'कसली ग मजा, तृणा?' मी विचारलं.

ती म्हणाली, 'आता आमचा देश पाकिस्तान होणार ना? म्हणून खूप मजा!' मी चकित झाले. मी तिला विचारलं, 'तुला हे कुणी सांगितलं?' पाच वर्षांची ती अश्राप पोर म्हणाली, 'माझे आई-बाबा म्हणत होते.' मी अवाकच झाले. ह्या पोरीचे आईबाप, घरात बसून, हा देश पाकिस्तान होण्याचं स्वप्न चोरून पाहत होते. पण आता चोरी तरी कसली? आता तर 'जमायत शिबिर फ्रीडम पार्टी'चे धूर्त सदस्य हे स्वप्न उघड उघड पाहताहेत आणि आम्ही हतबल, असहाय्य लोक त्यांच्या स्वप्नाकडे आश्चर्यानं पाहतोय. कुणाकडे तक्रार करणार? सरकारकडे? आईची चहाडी मावशीकडे करून काय उपयोग?

□

आरक्त हास्याचा फुलोरा खरा, अशोक-पलाशावर दिसतो बरा

ओरेगृहबासि, खोल द्वार खोल।
लागलो जे दोल,
स्थले जले बनतले, लागलो जे दोल।'
(अरे गृहस्था, उघड दार, उघड दार बरे,
जागोजागी बांधले पाहा हे हिंदोळे।)

ह्या गाण्यानंच जाग आली. आजचा दिवस म्हणजे 'दोलेर दिन'. शांतिनिकेतनमधील होळीचा उत्सव– वसंतोत्सव. आम्ही सर्वजण आम्रकुंजाकडे निघालो. जणू काही ऋतुराजानं आज आम्रकुंजात आपलं आसन मांडलं होतं. म्हणूनच तर आजचा हा आनंदोत्सव.

उद्यानं, वृक्ष, गाणी व रंग ह्यांच्यात भिजून गेलेली माणसं. किती पाहिलं तरी समाधान होईना. मी बाहेरच्या जगातून आत वळले. माणसांत अजूनही इतकं स्वास्थ्य, समाधान, सौंदर्य शिल्लक आहे, ह्याचं मला आश्चर्य वाटलं. आम्ही तिसऱ्या जगातील दीन-दुबळी माणसं! मग कसा आला हा अपूर्व आनंद आमच्यात?

पहाटेपासून वसंताचं गुणगान. डाळिंबी रंगाच्या साड्या नेसून नृत्य. लाखो माणसं त्या सुरांनी आणि रंगांनी धुंद झालेली. मीही त्यांच्यात मिसळले. रवींद्रनाथांच्या शांतिनिकेतनमध्ये येताच माझ्याही मनाचा हिंदोळा झोका घेऊ लागला. इतक्या मनापासून वसंताचा आस्वाद आज मी प्रथमच घेत होते. ह्यापूर्वी कधी वसंताच्या हवेतील ही चंचलता मला इतकी जाणवली नव्हती. पृथ्वीवरचा प्रकाश, हवा, माती आणि माणूस इतका सुंदर मला पूर्वी कधीच भासला नव्हता.

एकमेकांवर उधळण्यासाठी सगळ्यांजवळ होता गुलाल. मैदानात, आम्रकुंजात, संगीत-भवनात, कला-भवनात– सगळीकडे गुलाल आणि गुलालाबरोबरच सगळ्यांच्या

गळ्यात होतं गाणं आणि पायांत नृत्य. अहाहा! ज्यांनी हे सुख अनुभवलं नाही त्यांची मला दया येते!

शांतिनिकेतनला त्याचा असा एक गंध आहे. हा गंध कुठून येऊन आपल्या मनात भरून राहतो, ते काही सांगता येत नाही. रवीन्द्रनाथांना इतक्या जवळून पाहताना मनाला हुरहूर लागते. इथं मी रवीन्द्रनाथांच्या आठवणींच्या आणि स्वप्नांच्या इतक्या जवळ येऊन पोहोचले होते की माझ्या आयुष्यातील सर्व दुःख, शोक मी पार विसरून गेले होते. माझ्या मनातही गुलाल उधळला गेला होता. त्या गुलालानं मी अजूनही माखलेलीच आहे.

त्या पुनवेच्या रात्री कोपाई नदीत मी यथेच्छ डुंबले. पौर्णिमेच्या चांदण्यानं माझी सर्व दुःखं धुऊन टाकली. चंद्राबरोबर मी अपूर्व क्रीडा केली. कोण म्हणतं कोपाईला पाणी नाही? चंद्रानं आपलं किरणरूपी केवढं तरी पाणी ओतलं होतं तिच्यात! केवढं भरपूर, स्वच्छ पाणी! मी शंभर वेळा डुंबले त्या पाण्यात.

मला पुन्हा इथं यायचंय. वसंतोत्सव पहायला, गुलाल उधळायला, बोलपूरच्या तापलेल्या मातीवर प्रेमाचा शिडकावा करायला...

उत्तरायणला म्हटलं, 'पुन्हा भेटायचंय तुला.' छातिमतला, प्रार्थना मंदिर, आश्रम, आम्रकुंज– सगळ्यांना 'पुन्हा भेटायचं' असं कबूल केलंय. रामकिंकरांची सांवताळ तरुणी, बुद्ध, सुजाता ह्यांनाही असंच सांगितलंय. कालोचं हॉटेल, सुवर्णरेखा त्यालाही पुन्हा भेट द्यायचीय. भेटलंच पाहिजे. जर गाण्यावर प्रेम असेल, तर भेटलंच पाहिजे. सुरूच्या वनाला, सायकलवरून जाणाऱ्या रवीन्द्रकन्येला, माती, वाळू, गवत, दगड-विटा ह्या सगळ्यांनाच मी पुन्हा येण्याचं वचन दिलंय. यायला तर हवंच. कोपाई, मी तुला पुन्हा भेटेन. पौर्णिमेला पुन्हा एकदा मी आनंदानं वेडी होईन. चांदण्याच्या पाण्यात मी माझी सर्व दुःखं धुऊन पुन्हा एकदा नवजीवन मिळवीन.

मी रवीन्द्रनाथांना ईश्वरच मानते. माझ्या डोळ्यांसमोर 'ईश्वर' म्हणताच जी मूर्ती उभी राहते ती असते फक्त रवीन्द्रनाथांची. तेच माझा धर्म. ह्या एकाच ईश्वराला मी शरण जाते. दुसऱ्या कोणाला ईश्वर मानण्याचं पाप मी केलेलं नाही, दुसरा कुठलाही लौकिक वा पारलौकिक मोह मला नाही. जगात माझं रवीन्द्रनाथ सोडून दुसरं कोणतंही लक्ष्य नाही. दुसरं कोणतं गंतव्यही नाही!

वसंतोत्सवाच्या रंगानं रंगलेल्या दुपारी सुनीलदांच्या घरात बसून, मी समरेंद्र सेनगुप्त ह्यांच्याबरोबर खूप गप्प मारल्या. समरेंद्रांनी सांगितलं की ते रवीन्द्र संगीतावर लुब्ध आहेत. त्या वेळी स्वतःच्या घरातल्या तळ्यात सुनीलदा पोहण्याचा आनंद लुटत होते आणि माझ्या मनात 'फागुन हवाय हवाय करेछि जे दान, तोमार होवाय होवाय...'चे सूर तरंगत होते.

मी इथं काहीही वाढवून-चढवून सांगत नाही. 'त्या पौर्णिमेत न्हाऊन मी शुद्ध झाले,' असं म्हणण्यात अजिबात अतिशयोक्ती नाही. रवीन्द्रसंगीत खरोखरच समजून घ्यायचं असेल तर मला हजारो वर्षं जगायला पाहिजे. कवी समरेंद्र किंवा सुनीलदा ह्यांच्या हातात फक्त गुलाल होता. त्यांच्या हातात कशाचाही प्याला नव्हता. तरीही ते धुंद झाले होते. त्यांच्याबरोबर रवीन्द्र संगीताचं मीही 'आकंठ पान' केलं. मग नशा चढल्याशिवाय कशी बरं राहील?

ज्यांना कधी गाणं म्हणायचं माहीत नव्हतं, तेही गात सुटले होते. आता माझंच पाहा ना! मला सूर कधीच गवसत नाही. पण आज मीही गायले! शांतीनिकेतनमधील सर्व वृक्ष, फुलं, पानं, पक्षी गात होते, डोलत होते. नदीच्या पात्रात तरंग उठत होते. संध्याकाळी 'श्यामा' मध्ये चैताली गायली, कोपाईच्या वाटेवर उर्मिला गायली, गौतमही गायला. चांदण्या रात्री अंगणात बसून दीपन गायला, सुवर्णादीही गायली. गच्चीवर बसून रात्रभर गात होते– रेखा मित्र, सौमित्रदा, अशेष, मृदुल. हे गाण्यानं भरलेलं जीवन सोडून त्या दगडविटांच्या जगात कोण परत जाईल?

मला इथून परतावंसं वाटेना. तुमच्या पायाशी मला लोळण घ्यावीशी वाटली. तुमच्या अमृतात मी बुडी मारली. तुमच्यात मी खोल खोल उडी घेतली.

ढाक्याला परतल्यावर अजूनही, सकाळी मला हळूच कोणीतरी हाक मारीत असल्याचा भास होतो. सूर्योदयापूर्वी मला कोणीतरी उठवत असतं, कोणीतरी अगदी जवळ येऊन मला हाक मारत असतं. म्हणत असतं, 'ओरे गृहबासि, खोल द्वार खोल...' मी दार उघडून सूर्योदय पाहते. मग मला सगळंच– उजेड, हवा, वृक्ष, नदी, माती व माणसंसुद्धा– माझीच वाटायला लागतात. सगळंच खूप गोड, स्वप्नमय, सुंदर भासतं.

हे आतून-बाहेरून शुद्ध होणं नाही का? मला एका सुंदरतेची वाट सापडलीय. कुरूपतेला पार करून सुंदरतेकडे जाणारी वाट. माझ्या ईश्वराकडे नेणारी. मला तिथून कोण परत फिरायला लावणार? कोणत्या धर्मयुद्धात, कोणत्या आधिभौक्तिक दुष्ट शक्तीत एवढं साहस आहे?

□

अस्वस्थता

१.

संध्याकाळी घरात बसून राहयला मला अजिबात आवडत नाही. बाहेर कुठंतरी जावंसं वाटतं. झाडांझुडपांत नाही तर नाही, पण लोकांच्यामधून रस्त्यावरून फिरलं तरी थोडी मोकळी हवा खाता येते. कारण संध्याकाळी लोड-शेडिंगचे प्रताप सुरू झाले की घरात बसणं म्हणजे पेटत्या चुलीवर बसण्यासारखं आहे. मी बाहेर पडल्यावर बहुधा रिक्षाच करते. माझ्याबरोबर भाऊ किंवा बहीण असं कोणीतरी असतंच. रिक्षावाल्याला मी रिक्षाचं छप्पर खाली पाडायला लावते आणि कुठं एका ठिकाणी न जाता तास-दोन-तास मनाला वाटेल तिकडे हिंडून येते. मनसोक्त.

ह्या शहरात हवा खाण्याची ठिकाणं काही कमी नाहीत. पण वैशाखाचा पहिला दिवस सोडल्यास इतर कुठल्याही दिवशी मी 'रमणा पार्क'मध्ये जात नाही. 'सुऱ्हावर्दी उद्याना'त गेले होते एक वर्षापूर्वी. तेव्हा तिथं काव्यगायनाचा किंवा गाण्याचा असा काहीतरी कार्यक्रम होता. ही दोन्ही ठिकाणं माझ्या घरापासून जवळ आहेत. पण तिथं हवा खाण्यासाठी मी कधीच जात नाही. कारण संध्याकाळ होताच इथं बायकांचा बाजार भरतो. इथं पुरुष घासाघीस करून शरीरं खरेदी करतात. 'रमणा पार्क' साठी सरकार दरवर्षी लाखो रुपये खर्च करतं. पण वेश्यावृत्ती वाढण्यापलीकडे त्याचा काही फायदा होत नाही. हल्ली 'काकराईल मशिदी'तही धर्मपिपासू तरुण व वृद्ध ह्यांची गर्दी वाढलीय. फूटपाथ सोडून ती रस्त्यापर्यंत आलीय. तरुणांबरोबर थकलेले वृद्धही थेट पोहोचतात रमण्याच्या बाजारात. ह्या बाजारात टोपी आणि दाढी शोभत नाही. मग त्यांना टोपी लपवावी लागते सदऱ्याच्या खिशात. आमच्यासारख्यांना फिरायला जायला ठिकाणच राहिलेलं नाही. 'रमणा पार्क', 'सुऱ्हावर्दी उद्यान' इथं येते मानवी मांसाची दुर्गंधी, 'क्रेसंट लेक'वर संध्याकाळ घालवणं इच्छा असूनही शक्य नाही. कारण तिथं विकृत तरुण अघोरी आनंद लुटायला तयारच असतात.

सगळीकडेच अडचणी, छळ, अत्याचार आणि दूषित वातावरण.

ह्या ढाक्यात मला हिरवा गंध कुठं मिळेल बरं? शुद्ध हवा इथं कुठं असेल? घराबाहेर पडण्यात अर्थ नाही. कुठंही गेलं तरी आनंद नाही. रिक्षातून हिंडणं म्हणजे दुधाची तहान ताकावर भागावणं. कुठंही थोडा वेळ उभं राहता येत नाही. तशी जागाच नाही. बसायला एखादी पायरी नाही की झाडाचा पार नाही. मुलांना 'प्रॅम' मध्ये घालून अनेक जोडपी संसद भवनाच्या हिरवळीवर फिरायला येतात. लहान मुलं आपल्या छोट्या सायकली घेऊन तिथंच येतात. लांबून पाहिलं तर वाटतं, तिथं जत्राच भरलीय. आणि जत्रा म्हटली म्हणजे घाई-गर्दी, धक्का-बुक्की, गोंधळ आलाच. मला घरी परतावंच लागतं– घरात लोड-शेडिंग असलं तरी. कारण रिक्षावाल्याला फार कष्ट करायला लावणं माझ्या मनाला पटत नाही आणि त्याच्या कष्टाचे पैसे माझ्या खिशाला परवडणारे नाहीत.

२.

कुटुंबनियोजनावर सरकारची कडक नजर असते. त्यासाठी परदेशातून मदतही खूप मिळते. ढाक्यात दुमजली घरांवर ''छोटे परिबार सुखी-परिबार'' अशा जाहिराती लावलेल्या दिसतात. खेडोपाडी परदेशातून आलेलं 'कॉम्बिनेशन फाईव्ह' सगळीकडे पसरलेलं दिसतं. पण गरिबांच्या कडेवर, खांद्यांवर भरपूर मुलं दिसतात आणि त्यांची संख्या वाढतच असते. 'मुला'ची हाव धरणारे पुरुष मुलगा होईपर्यंत उत्पादन बंद करायला राजी नसतात. ते मुलगा व्हावा म्हणून सतत प्रयत्न करतच असतात. 'दोन नको, एकच पुरे' अशीही घोषणा सरकारनं एकदा केली होती. हे एक मूल मुलगा असेल तर ठीक. पण मुलगी असेल तर कोणालाच पुरेसं वाटत नाही. बांगलादेशात 'एक मुलगी पुरे' असं म्हणणारी किती कुटुंबं असतील?

'एक मूल पुरे,' हे लोकांना पटावं म्हणून सरकारनं काही व्यवस्था केलीय का? आणि अशी व्यवस्था केली असल्यास त्याप्रमाणे कार्यक्रम राबवला जातो का? आमचा समाज हे समजण्याइतका परिपक्व आहे का?

□

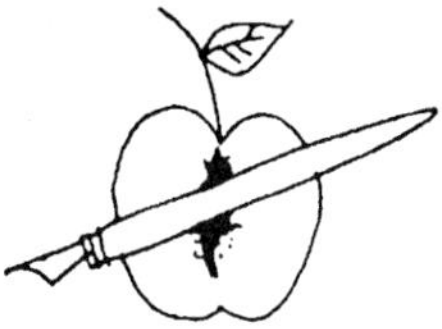

जाहिरात क्षेत्रातील स्त्री

जाहिरातीतील स्त्रीचा जयजयकार असो! जाहिरातींमध्ये स्त्रीचा कसा उपयोग केला जातो अथवा तिला कसं फसवलं जातं, हा माझा आजचा विषय नाही. आज मला दुसरंच काही सांगायचंय. वर्तमानपत्राच्या ऑफिसात 'जाहिरात प्रतिनिधी'ची आवश्यकता असते आणि त्याकरिता साधारणतः स्त्रीची निवड केली जाते. बहुतेक ठिकाणी स्त्रीची निवड का केली जाते, पुरुषाला का निवडलं जात नाही, हा मला नेहमीच पडलेला प्रश्न.

हल्ली 'काळा' पैसावाले भिकाऱ्यांना दान करण्यापेक्षा वर्तमानपत्र काढणं अधिक पसंत करतात. पैशाचा डोंगर वाढत वाढत आकाशाला भिडला म्हणजे हे लोक 'हज'ची यात्रा करतात, परत आल्यावर घरात बसून डोकी खाजवतात, मंत्र्यांबरोबर फोनवरून गप्पाटप्पा करतात, चमचमीत जेवतात, संध्याकाळी क्लबमध्ये जाऊन पितात आणि मग बायका बघायला जातात. खरं म्हणजे 'बायका बघायला' म्हणण्यापेक्षा 'बायका चाखायला' म्हणणं जास्त बरोबर होईल. ह्या सगळ्यांतून सवड मिळाली तर एखादं मासिक, वर्तमानत्र काढायचा विचार करतात. तेवढंच कामांत काम! मासिक कसं असावं, हे ठरवण्यासाठी ते मित्र-मैत्रिणींना बोलावून लॉटरी काढतात. एका चिठ्ठीवर लिहितात 'राजकारण' आणि दुसरीवर 'सेक्स' बस! ऑफिस उघडतात, वार्ताहरांना गोळा करतात, त्यांना देशी-परदेशी स्त्रियांचे फोटो मिळतील तिथून गोळा करायला लावतात. मुखपृष्ठावर बाईचा फोटो आणि आत भडक सेक्स. झालं! काम फत्ते! लोक म्हणायला लागतात, 'कमाल आहे बुवा! हे ज्याला हात लावतात, त्यांचं सोनं होतं.' राहता राहिलं राजकारण. 'राजकारण' म्हणजे एक लबाडीच असते. 'कुठं काय चाललंय' 'कोणी कोणाला शिव्या दिल्या', 'कोण तुरुंगात गेलं आणि कोण बाहेर आलं,' ह्या सगळ्यांवर भर. शिवाय अफवा, आरोप-प्रत्यारोप आहेतच. ह्याचाही फायदा असतोच. मासिकाचा पैसेवाला

मालक रातोरात बुद्धिजीवी बनून जातो. मग चुडीदार-कुर्ता घालून त्याला सभा-संमेलनांत अध्यक्षपद भूषवावं लागतं, लोकांना संदेश द्यावा लागतो, असंख्य लोक– परिचित व अपरिचित– त्याची वाहवा करतात. म्हणतात, 'आपल्यातले हे गुण आम्हाला माहीतच नव्हते हो!' मग मासिकाचे मालक स्मित करतात. कारण मोठ्यानं हसणं आता शोभण्यासारखं नसतं. होता होईल तेवढं गंभीर व्हावं लागतं. मग 'काळ्या'ला लोक 'काळा' म्हणत नाहीत, 'पांढरा' म्हणतात.

'काळ्या'चा पांढरा कसा करायचा हे वर्णन करून सांगण्याचा माझा हेतू नाही, तर जाहिराती मिळवून आणणाऱ्या स्त्रीला काय करावं लागतं, आपलं लक्ष्य गाठण्यासाठी कुठपर्यंत जावं लागतं, ह्यावर दृष्टिक्षेप टाकण्याचा माझा विचार आहे.

एका जाहिरात प्रतिनिधीला मी ओळखते. जाहिरात मिळवण्यासाठी ती जेव्हा जेव्हा एखाद्या कंपनीच्या मालकाला किंवा संचालकाला भेटते, तेव्हा तेव्हा तिला मानहानीला आणि वाईट प्रसंगांना तोंड द्यावं लागतं. ती असहाय आहे. तिला नवऱ्यानं टाकलंय. शिक्षणही फारसं नाही. नोकरीच्या शोधात निघाली तेव्हा तिला हीच नोकरी देण्यात आली. कारण तिला नवऱ्यानं टाकली असल्यामुळे, ती वाईट चालीची असणार, असंच सगळे समजतात आणि ती चांगल्या चालीची नसणं म्हणजेच जाहिरात-क्षेत्रात चपखल बसणारी. पण 'नवऱ्यानं सोडलेली बाई जाहिरात क्षेत्रात जाण्यास योग्य' असं समजणं सपशेल चूक आहे. जी संस्था जाहिरात देणार असेल, तिच्या प्रमुखाशी बातचीत करून काम भागत नाही, तर त्याच्या बंद खोलीत तिला जावं लागतं, मग तो तिला जवळ घेऊन, एखादा दिवस दोघांनीच कुठंतरी जाण्याचा प्रस्ताव मांडतो. तिनं जर 'कुठं' म्हणून विचारलं, तर डोळा मारत तो विचारतो, 'कुठं ते कळलं नाही?' तिला बरोबर समजलेलं असतं. तिनं नकार दिल्यास तो तिला मोठी जाहिरात देण्याची लालूच दाखवतो. तरीही ती कबूल झाली नाही, तर मात्र त्याचा पारा चढतो. तो सरळ विचारतो, 'मग ह्या लाईनमध्ये कशाला आलीस?'

ह्याचा अर्थ 'ही लाईन खराब आहे' असा समजायचा का? आणि जर खरंच असं असेल तर इथं मुद्दामच स्त्रीला का निवडलं जातं? एखाद्या कंपनीच्या वा संस्थेच्या संचालकाच्या स्वाधीन आपलं सर्वस्व करून स्त्री-प्रतिनिधी जाहिरात आणणार, मासिक काढणारे ती छापणार आणि ह्या बदल्यात त्या स्त्रीला काय मिळणार? तर थोडं कमिशन.

ही एक प्रकारची वेश्यावृत्तीच आहे. सभ्य वेश्यावृत्ती. इथंही शरीराच्या बदल्यात पैसा. जाहिरात मोठी हवी असेल तर शरीराचा सौदाही मोठ्या प्रमाणात करायला हवा. 'अग्रणी बँक', 'सोनाली बँक', 'तितास गॅस', 'समवाय बँक', 'विद्युत उन्नयन बोर्ड', 'भाईया ग्रुप अँड इंडस्ट्रीज', 'पेट्रो बांगला', 'व्ही. सी. आय. सी.', 'आरोग्य

खाते', 'पर्यावरण खाते' कुठंही गेल्यास हाच अनुभव येतो. स्त्रीला कुठंही सुरक्षितता नाही.

खरं पाहिलं तर संचालकपदासारखं उच्चपद सोडल्यास, स्त्रीनं कोणत्याही पदावर काम केलं आणि कुठंही काम केलं, तरी तिच्याकडे चांगल्या नजरेनं पाहिलं जात नाही. सगळीकडे तिच्या रूपाचा आणि शरीराचा उपयोग केला जातो. मी पूर्वी काही दिवस कुटुंब-नियोजन विभागाची डॉक्टर म्हणून काम केलं. ह्या विभागाचे उपसंचालक, फॅमिली वेल्फेअर असिस्टंटना फक्त एक भोग्यवस्तू समजायचे. रोज ते एकेकीला बोलावत. नोकरीवरून काढून टाकण्याची भीती दाखवून त्यांना गप्प बसवत. हे सर्व मी प्रत्यक्ष पाहिलंय. ह्या सगळ्याला मी विरोध केला म्हणून मला खूप त्रास झाला.

आता हे सर्व बदललं पाहिजे. स्त्रीनं कुठंही काम केलं, तरी तिचा मान राखला जावा. प्रिन्सेस डायनाही एके काळी लोकांची भांडी घासत होती. पण त्यामुळे तिच्या अस्मितेला मुळीच धक्का लागलेला नाही. ह्या समाजातील सभ्य पुरुषांनी आता सहनशील व्हायला पाहिजे. स्त्रीनं कोणत्याही क्षेत्रात काम करण्याची तिची योग्यता सिद्ध केली तर तिला ते काम मिळावं व मानही मिळावा. ती जाहिरात मागायला आली असेल तर तिच्याशी फक्त जाहिरातीच्या संदर्भातच बोलावं. मग जाहिरात दिली नाही तरी चालेल. स्त्रीचा उपयोग दोन्ही बाजू करून घेतात- जाहिरात देणारे व जाहिरात छापणारे. त्यामुळे स्त्रीची कामाबद्दलची आस्थाच नाहीशी होते. मग स्त्रियांनी स्वतःला घराच्या चार भिंतीतच सुरक्षित समजलं तर त्यांचं काय चुकलं? अशा वेळी, स्त्रियांना लाज वाटायला पाहिजे की सभ्य, सुशिक्षित पुरुषांना?

कोणतंही काम करण्यात कमीपणा नाही. कपडा-व्यावसायिक, कारकून, नर्स, आया, मोलकरीण ह्या कुणाचंही काम अपमानास्पद, कमीपणा वाटावा असं नाही. सर्वांनी कामाबद्दल श्रद्धा बाळगायला शिकलं पाहिजे. वेश्येलासुद्धा मान-मर्यादा आहे. कारण तिच्या धंद्याला सरकारची मान्यता लागते. तिलाही मानानं जगण्याचा अधिकार आहे. स्त्रिया आता कामाच्या निमित्तानं घराबाहेर पडायला लागल्यात. त्यांना काम करण्याची संधी न देता, जे त्यांच्या शरीराशीच लगट करायला पाहतात, त्यांना निवडून बाजूला काढलं पाहिजे आणि चांगली तंबी दिली पाहिजे.

□

कोणी सांगितलं सखे, तुला एवढं दुःख सोसायला?

बांगलादेशातील बंगाल्यांमध्ये काही थोडे बौद्ध व ख्रिश्चन आहेत. हे थोडे बौद्ध व ख्रिश्चन सोडल्यास बाकी सर्व बंगाली हे हिंदू वा मुस्लिम आहेत. ह्या बंगाल्यांचे नीतिनियम धर्माच्या प्रभावाखाली तयार झालेले आहेत. तिसऱ्या जगात राहणाऱ्या ह्या बंगाल्यातील बहुसंख्य दरिद्री आहेत. अगदी खालच्या पातळीवरील जीवन जगणारे आहेत. हाताच्या बोटांवर मोजण्याइतके लोक श्रीमंत आहेत आणि बाकी मध्यमवर्गीय. हे मध्यमवर्गीय त्यांना मिळणाऱ्या माफक शिक्षणात संस्कृती, परंपरा ह्यांच्याबरोबरच धर्मालाही मूलमंत्र मानतात.

बंगाली कुटुंबात 'मुलगी व्हावी' अशी कोणाचीही कधीही इच्छा नसते. ह्याचं कारण प्रचलित समाजव्यवस्थेत कोणत्याही स्त्रीला 'माणूस' मानलं जात नाही. बंगाली मुसलमान, घरात मुलगा जन्माला आला, तर बाळंतिणीच्या खोलीबाहेरील व्हरांड्यात उभं राहून 'आयान' देतात आणि आपला आनंद व्यक्त करतात. मुसलमानांमध्ये 'आयान' म्हणजे 'पवित्र आवाहन.' मुलीच्या जन्मानंतर 'आयान' देण्याची पद्धत नाही. मुसलमानात घरात मूल जन्माला आल्यावर 'आकिका' करतात. हा संस्कार मुलाच्या जन्माच्या सातव्या दिवशी करतात. ह्या दिवशी मुलगा झाला असल्यास एक बैल व दोन बोकड ह्यांची 'कुर्बानी' देतात. पण मुलीच्या वेळेला एका बोकडाची कुर्बानीही चालते.

मुलगा आणि मुलगी ह्यात भेद मानायला जन्मापासूनच सुरवात होते. पुढे पुढे तर त्यांच्यात फारच फरक केला जातो. पूर्वी मुलींना शिकण्यास बंगालमध्ये बंदी होती. हिंदू धर्मात मुलांची मुंज करतात. मुलींची नाही. आणि ज्यांची मुंज होत नाही, त्यांना वेदांचे शिक्षण घेण्यास बंदी. मुसलमानांची मुलं जेव्हा वह्या-पुस्तकं घेऊन शाळेत जातात, तेव्हा मुलींना मात्र घरात स्वयंपाकपाणी करावं लागतं. हा असा फरक करण्याचं कारण म्हणजे मुलींच्या शरीराला व मनाला घरातल्या कामाचीच

सवय लागावी.

मुलींच्या शिक्षणाची सुरवात १९ व्या शतकाच्या आरंभी झाली. १८१९ साली प्रथमच मुलींसाठी शाळा सुरू झाली. ही शाळा मिशनऱ्यांनी सुरू केली होती. बंगाल्यांच्या प्रयत्नामुळे १८४७ साली मुलींचे 'बारासतेर विद्यालय' सुरू झाले. १८५० मध्ये 'बेथून स्कूल' सुरू झाले. मुलींच्या शिक्षणाच्या विरुद्ध असलेल्या लोकांनी केलेल्या अपप्रचारामुळे तेवीस विद्यार्थिनींपैकी सोळाजणींना शाळा सोडणं भाग पडलं. त्या काळी वर्तमानपत्रांतून मुलींच्या शिक्षणाविरुद्ध अशी टीका व्हायची की मुलींना शाळेत पाठवल्यास व्यभिचार वाढण्याची शक्यता आहे. कारण मुली कामपिपासू पुरुषांच्या दृष्टीला पडल्यास हे वाईट पुरुष त्यांच्यावर बलात्कार करतील. मुली वयानं लहान असल्या तरी ते त्यांना सोडणार नाहीत. ह्याचं कारण भक्ष्य-भक्षक संबंध. श्रीमंतांच्या मुली नोकरांच्या सोबतीनं शाळेत गेल्या तरीही त्यांच्या कौमार्याचं रक्षण होईलच असं नाही. नोकरसुद्धा त्यांच्यावर बलात्कार करण्याची शक्यता असतेच.

पुरुषाच्या बरगडीपासून ईश्वरानं स्त्री निर्माण केली असं धर्म सांगतो. पुरुषाच्या बरगडीपासून जर स्त्री निर्माण झाली असं मानलं, तर 'माणूस' म्हणून ती संपूर्ण नाही, हे कोणीही मान्य करील. स्त्रीनं नेहमी पडद्यात राहयला हवं. स्वतःचे वडील, भाऊ, काका, मामा असे काही मोजके पुरुष सोडल्यास इतर पुरुषांपुढे येण्यास तिला मनाई. मुसलमान स्त्रीला अडथळा आहे तो धर्माच्या साखळदंडाचा. ह्या साखळदंडामुळेच आजही बहुतेक मुसलमान स्त्रिया निरक्षर, वारसा हक्कापासून वंचित, बालविवाह झालेल्या, घटस्फोट घेतलेल्या आणि वैधव्य भोगणाऱ्या आहेत.

बंगाली हिंदू स्त्रीला वडिलांच्या स्थावर-जंगम संपत्तीत वाटा मिळत नाही. (हे फक्त बांगलादेशातील स्त्रियांच्या बाबतच आहे. भारतात हिंदू सक्सेशन ॲक्ट १९५६ प्रमाणे वडिलांच्या संपत्तीत मुला-मुलीचा वाटा समान मानला गेलाय.) बंगाली मुसलमान स्त्रीला पुरुषाच्या निम्म्यानंच संपत्तीत वाटणी मिळते आणि तीही फक्त कागदोपत्री. स्त्रीच्या नशिबी खरोखरीच काही नसतं. वारसाहक्कानं स्त्रीला किरकोळ काही मिळणं वा अजिबात काहीही न मिळणं ह्यामुळे तिच्या अस्मितेला ठेच लागते हे नक्की. मुलीचा 'संतान' म्हणून जसा स्वीकार केला जात नाही, तसंच तिला 'माणूस'ही मानलं जात नाही.

वयात येताच बंगाली स्त्रीला एका मोठ्या संपत्तीचं रक्षण करावं लागतं. धर्म आणि समाज ह्यांनी ह्या संपत्तीचं नाव ठेवलंय 'सतीत्व.' 'सतीत्व' राखलं तर स्त्रीची समाजात किंमत राहते. इथं 'स्त्रीची किंमत' ह्याचा अर्थ 'समाज तिला पंक्तीला घेतो. अस्पृश्य ठरवत नाही.' एवढाच घ्यायचा. जगात अस्तित्वात असलेल्या सर्वच धर्मांत स्त्रीच्या 'सतीत्वा'ला फारच महत्त्व दिलं गेलं आहे. पण कोणत्याही

धर्मानं पुरुषासाठी 'सतीत्व' आवश्यक मानलेलं नाही. त्याच्यासाठी एकगामी असणं आवश्यक नाही. उलट धर्मानं व समाजानं पुरुषांसाठी वेश्यांची व्यवस्था केलीय. इस्लामनं पुरुषाचे चार विवाह शास्त्रसंमत मानलेत. शिवाय घरातील दासी-बटकींचा उपभोग घेण्यास त्याला कायद्यानं परवानगी आहे.

'पतिसेवा' हा स्त्रीचा सर्वश्रेष्ठ धर्म मानला गेलाय. 'पती धर्म, पती कर्म, पतीच सर्वस्व. पतीविना स्त्रीला दुसरी गती नाही. पतीची आज्ञा पतिव्रतेला वेदवाक्याप्रमाणे आहे. पती संतुष्ट तर देवही संतुष्ट. पतीकडे विशेष लक्ष द्यावं. तो सांगेल तसंच करावं. पतीची मनापासून सेवा करावी. त्यानं खाल्ल्यावर आपण खावं. त्यानं खाल्लं नाही, तर आपण खाऊ नये. तो झोपल्यावरच आपण झोपावं. तो झोपल्याशिवाय आपण झोपू नये.' पतिव्रता होण्यासाठी ह्या सर्व नीतीच्या गोष्टी स्त्रीच्या डोक्यात भरवल्या जातात. अजूनही ह्यात बदल झालेला नाही. राधाकांत देव, गौरमोहन विद्यालंकार, राजा बैद्यनाथ राय, राजा राममोहन राय, ईश्वरचंद्र विद्यासागर ह्यांनी स्त्रियांच्या कल्याणासाठी स्त्री शिक्षणाची सुरवात केली. असं असूनसुद्धा मुसलमान स्त्रिया 'पतीच्या चरणाशी स्वर्ग' असंच मानतात. त्यांच्या मते पतीला संतुष्ट केल्यास ईश्वर प्रसन्न होतो. स्वर्गाचं आमिष दाखवून स्त्रीला पतीच्या चरणाची दासी करणं हा धर्म आणि समाज ह्यांचा कुटिल डाव आहे.

बंगाली स्त्रिया पती आणि मुलं ह्यांचं उष्टं खाऊन पुण्य मिळवतात. ह्यामुळे पतिसेवा होते; धर्मरक्षणही होतं पण स्त्रियांच्या आरोग्याचं रक्षण होत नाही, त्याचं काय? आरोग्याकडे दुर्लक्ष झाल्यानं बहुतेक बंगाली स्त्रिया निरोगी नसतात, तेजस्वी नसतात आणि काही निर्बुद्ध असतात. स्त्रीला पुरुषाच्या उपभोगाची एक वस्तू मानलं जातं. इस्लामनं स्त्रीच्या इंद्रियाच्या रक्षणाविषयी बरंच काही सांगितलंय. पण त्याचबरोबर हेही सांगितलंय की स्त्री तुमचं 'शस्यक्षेत्र' आहे. त्याचा तुमच्या मनाप्रमाणे उपभोग घ्या. सर्वच धर्मांनी स्त्रीला 'हक्काची भोग्यवस्तू' मानलंय. मूल्यवान भेट म्हणून स्त्रीला नजर करणं, पराजय झालेल्या राज्यातील स्त्रियांचा उपभोगासाठी वापर करणं, ह्या गोष्टी सर्वच धर्मांनी मान्य केल्यात.

बंगाली स्त्रिया भांगात सिंदूर भरतात, हातांत बांगडी म्हणजेच शांखा घालतात. ही सौभाग्यचिन्हं आहेत. पण पुरुषाला असं काही घालावं लागत नाही. वैधव्याचं चिन्हही एकट्या स्त्रीलाच धारण करावं लागतं. विधवेला तऱ्हेतऱ्हेची व्रतं करावी लागतात. तिच्या पोशाखात आणि आहारात आमूलाग्र परिवर्तन होतं. पण विधुराला असं काहीही करावं लागत नाही. विधवेनं निरामिष आहार घ्यावा, हे सांगण्यामागचं कारण ती दुबळी, निस्तेज व्हावी हे आहेच. पण त्याचबरोबर तिची वासनाही मरावी हेही आहे. पण विधुराला ह्या अशा वाईट पद्धती पाळण्याची गरज नाही.

बंगाली स्त्रीच्या दृष्टीनं पती म्हणजे प्रभू, मालक, धनी, सत्ताधीश वगैरे वगैरे

असतो. पतीलाच स्त्रीचा उद्धारक मानलं जातं. हिंदू मुली लग्नापूर्वी अनेक व्रतं करतात. त्या सर्व व्रतांचा हेतू पती मिळावा, मुलगे व्हावेत आणि संसार निर्विघ्नपणे पार पडावा हाच असतो. संसार करणं ह्याचा अर्थ पतिसेवा, सासरच्या माणसांची सेवा आणि सासरच्या माणसांना खूष करण्यासाठी स्वतःच्या व्यक्तिमत्त्वाचा लोप, हाच असतो. समाज तरी हाच अर्थ धरून चालतो. पुरुषांनी धर्म आणि कायदा ह्यांचा जो एक सापळा तयार केलाय, त्या सापळ्यात जी स्त्री स्वतःला कैद करून घेते अथवा त्यासाठी आपल्या सर्वस्वाची आहुती देते, तिची समाजात वाहवा होते. सर्वजण तिची स्तुती करतात. जी स्त्री अशी अडकत नाही, तिच्या चारित्र्यावर शिंतोडे उडवले जातात. ती समाजाच्या दृष्टीनं गुन्हेगार ठरते. तिचा समाजाकडून छळ केला जातो. जणू काही संसाररूपी पिंजरा हेच स्त्रीसाठी आराध्य दैवत. असं करण्यात पुरुषाची लबाडी आहे.

सर्वत्र मातृत्वाचा जयजयकार केला जातो. पण समाजात मान-सन्मान मिळतो तो पित्याच्या परिचयावरून. पित्याच्या नावाशिवाय मुलाचा परिचय पूर्ण होऊ शकत नाही. हा मातृत्वाचा फार मोठा पराभव आहे आणि स्त्रीत्वाच्या ऱ्हासाचा महत्त्वाचा पुरावा आहे. कायदाही मुलांवर वडिलांचा अधिकार अधिक असल्याचं सांगतो.

‘लग्न’ ही घटना म्हणजे स्त्रीची विक्रीच होय. माणसांमाणसांतील संबंधांपेक्षा पैसा, देणं- घेणं ह्यांचा लग्नाशी संबंध अधिक असतो हे हुंडा, मेहेर ह्यांच्यावरूनच सिद्ध होतं. स्त्रीला सदोदित पणाला लावायची वस्तूच मानलं गेलंय. ती ‘पण्य’ मानली गेल्यामुळेच तिला पडद्यात राहावं लागतं, घर आणि अंगण ह्यांची मर्यादा ओलांडून पलीकडे जाता येत नाही, तिच्या साजशृंगारावर अधिक लक्ष दिलं जातं.

‘स्त्री’ नावाच्या पणाला लावण्याच्या ह्या वस्तूला लग्नपद्धतीद्वारे घराघरात बसवलं जातं. तिथं ती एक उपभोगाचं साधन आणि अपत्य निर्माण करण्याचं यंत्र असते. पती हीच तिची ओळख असते. आता जमाना बदललाय. मुली शिकायला लागल्यात. नोकऱ्या करायला लागल्यात. काहीजणी आर्थिकदृष्ट्या स्वतंत्रही झाल्यात.– पण वडील किंवा नवरा ह्यांच्या पैशांत स्वतःच्या पैशांची भर घालणं ह्याव्यतिरिक्त त्यांना आर्थिक स्वातंत्र्य आहे, असं दिसत नाही. समाजाच्या स्त्रीविषयक दृष्टिकोनात काहीही बदल झालेला नाही. स्त्रीवर होणाऱ्या अत्याचारात यत्किंचित घट झालेली नाही. स्त्रीवर धर्माकडून, समाजातील पुरुषांकडून वेगवेगळ्या स्वरूपाचे अत्याचार होत आहेतच.

□

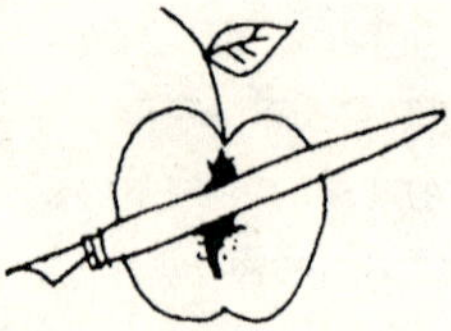

इस्लामची थप्पड

त्यांनी हा नियम कधीपासून सुरू केला ते मला नक्की सांगता येणार नाही. पण ह्या नियमाचं मला नवल वाटतं. ह्या नियमामुळे त्यांचा किंवा इतरांचा फायदा झालाय का नाही ह्याचा विचार करण्याचं कारणच नाही. वरिष्ठांच्या समाधानासाठी तो नियम केला गेलाय आणि वरिष्ठ संतुष्ट असले तर फायद्याला तोटा नसतोच.

हल्ली टी. व्ही. वर बातम्या देणाऱ्या किंवा निवेदन करणाऱ्या स्त्रिया आपला पदर दोन्ही खांद्यांवरून पुढे ओढून घेतात. पूर्वी असं काही करत नसत. मग आताच असं करण्याचं कारण काय?

पूर्वी फक्त 'रोजां'च्या महिन्यात निवेदिका डोक्यावरून पदर घेऊन निवेदन करायची की आता 'रंग-बेरंग' ह्या कार्यक्रमाची सुरवात होत आहे. वगैरे वगैरे. डोक्यावरचा पदर आता दोन्ही खांद्यांवर आलाय. तरी काहीतरी 'झाकणं' आहेच. काहीतरी झाकल्याशिवाय अनेकांना शांती मिळत नाही.

निवेदन करताना निवेदिकेनं दोन्ही खांद्यांवर पदर घेतलेला जेव्हा मी प्रथम पाहिला, तेव्हा मला वाटलं की पदरावरचं भरतकाम सर्वांना दिसावं म्हणून तिनं असा पदर घेतला असावा. फॅशन म्हणून कोणी कोणी असा पदर घेतात. पण जेव्हा टी. व्ही. वर काम करणाऱ्या सर्वजणीच असा पदर घेताहेत असं दिसलं, तेव्हा लक्षात आलं की ही फॅशन नाही. हा हुकूम आहे. वरिष्ठांचा आदेश आहे. फॅशन म्हणून कोणी एकच पद्धत फार दिवस वापरत नाही. पण असा हुकूम का? एवढे दिवस तर सर्वजणी एका खांद्यावरून पदर घेत होत्या. मग आताच त्यात बदल का करावासा वाटला? कोणाची गैरसोय आहे ह्यात? स्त्रियांची तर नक्कीच नाही. कारण बातम्या देण्याचं किंवा निवेदन करण्याचं काम संपताच त्या पदर एका खांद्यावर घेतात. मग ह्या कृत्रिम सभ्यपणाचं कारण काय? ह्या स्त्रियांना आपल्या मनाविरुद्ध, इच्छा नसताना, असा पदर घ्यावा लागतो, असं समजायचं का?

हा चमत्कारिक नियम फक्त स्त्रियांवरच का लादला जातो? (मी ह्या नियमाला चमत्कारिकच म्हणते कारण हा नियम फक्त टी. व्ही. साठीच पाळला जातो. इतर वेळेस नाही.) निवेदक पुरुष असेल तर अंगावर एखादा कपडा घेऊन त्याला आपलं अंग झाकावं लागत नाही.

स्त्रियांवर कपड्यांचं ओझं लादलं जातं आणि नियमांचंही. काहींच्या मते हा इस्लामचा नियम आहे. डोक्यावर पदर घेतल्यावर केशरचना, केसाचे वळण झाकले जाते, म्हणून स्त्रिया डोक्यावर पदर घ्यायला राजी नसतात. आमच्या दोन्ही नेत्या मात्र डोक्यावर पदर घेतात. त्यामागे त्यांचा राजकीय स्वार्थ आहे. पण टी. व्ही. वर काम करणाऱ्या स्त्रियांचा असा कोणताही स्वार्थ नसतो. तरी पण, डोक्यावरून नाही, तरी खांद्यावरून पदर त्यांना घ्यावा लागतो. त्यांना तसं करण्यास भाग पाडलं जातं. ज्या देशात इस्लामचा जयजयकार असतो, तिथं काहीतरी झाकणं आवश्यक मानलं जातं आणि दुसरं काही नाही मिळालं झाकायला तर स्त्रीचं शरीर आहेच. ते झाकलं नाही, तर पुरुषांना चुकल्याचुकल्यासारखं वाटेल ना! इस्लामचे नियम, सामान्यपणे, कामुक पुरुषांना सांभाळून घेण्यासाठीच तयार केले गेलेत, म्हणा ना!

जर इस्लाम मानायचा असेल, तर संपूर्ण मानायला हवा. मग टी. व्ही. वर स्त्रीच काय, तिचा फोटोसुद्धा येता कामा नये. स्त्रियांनी पडद्याबाहेर येता कामा नये. रामपूरला जाणं तर राहिलं दूरच. संपूर्ण इस्लाम मानला तर जाहिरातींमध्ये स्त्रियांची होणारी टिंगलटवाळी थांबेल, नाटकात स्त्रीव्यक्तिरेखा असणारच नाहीत, स्त्रिया गाणार नाहीत, नाचणार नाहीत. इस्लाम मानायचा असेल तर संपूर्ण मानणं चांगलं. अर्धामुर्धा मानणं उपयोगाचं नाही. इस्लामनं सांगितलेली स्त्रियांच्या बाबतची सर्व पथ्यं पाळायची आणि पुरुषांसाठी सांगितलेली सर्व डावलायची, असं का? ह्या देशात इस्लामचे कायदेकानून स्त्रीवरच का लादले जातात?

इस्लामच्या नियमाप्रमाणे स्त्रीला वारसा हक्क मिळत नाही. मुलाला वारस म्हणून संपत्तीतले दोन भाग मिळतात आणि मुलीला फक्त एक भाग. हा असा असभ्यपणा ह्या देशात चालतो. विवाह कायद्याप्रमाणे स्त्रिया 'मेहर'च्या बळावर पुरुषांना विकल्या जातात. पुरुष त्यांच्या अन्नवस्त्राची व्यवस्था करतात आणि त्या बदल्यात स्त्रियांना पुरुषांच्या मनाप्रमाणे राहावं लागतं. पाळलेल्या कुत्र्याला मालक वेळेवर खायला देतो आणि कुत्रा इमानेइतबारे मालकाच्या घराची राखण करतो. स्त्रीचंही अगदी तसंच असतं. पुरुषाला चार लग्नं करण्याची परवानगी आहे. चार बायकांबरोबर वैवाहिक जीवनाचा उपभोग फक्त पुरुषच घेऊ शकतो.

ह्या देशात स्त्रीला दडपून टाकण्यासाठी इस्लामच्या नियमांचं कसोशीनं पालन केलं जातं. पण इस्लामनं सांगितलेल्या इतर नियमांचं काय? चोरी केल्यास हात

कापून टाकण्याचा नियम आहे. तो का पाळला जात नाही? व्यभिचार केल्यास दगडानं ठेचून मारायचं किंवा वेताच्या छडीनं मारायचं असाही नियम आहे. त्याचं काय? ऑक्टोपसप्रमाणे अनीती आपले पाय सगळीकडे पसरवतेय. त्यासाठी शिक्षा काय? का पुरुषांना अनीतीचीच सवय झालीय, म्हणून पुरुष शासक पुरुषांना शिक्षा करत नाहीत? फक्त टोपी आणि कुडता घालून मशिदीत चकरा मारल्या की पापमुक्त होता येतं का?

'इस्लाम हे बचाव करण्याचं कवच आहे,' हे कुणीही सुज्ञ माणूस सहज ओळखू शकेल. पापी, अनाचारी, अत्याचारी माणसाचं इस्लाम हे चिलखत आहे. हे चिलखत ह्या देशातील राजकीय क्षेत्रात सर्वांत जास्त वापरलं जातं. राजकारणाशी समाज आणि समाजाशी माणूस जोडला गेला असल्यानं हे कवच रेडिओ, टी. व्ही., वेगवेगळ्या संस्था, सामाजिक आचार-विचार अशा विविध क्षेत्रांत वापरलं जातं.

टी. व्ही. वर स्त्रीचं दर्शन झालं नाही, तर त्यांचा धंदा चालणार नाही. म्हणून स्त्री तर हवीच. तिच्यावर इस्लामचं पाणी शिंपडून तिला पवित्र करून घेतलं म्हणजे झालं. स्त्रीला सोडता येत नाही आणि इस्लामलाही. स्त्रीचं सौंदर्य, रंगढंग, साजशृंगार, नाचगाणं जसं आवश्यक तसाच इस्लामही आवश्यक. म्हणून थोडा इस्लाम आणि थोडी स्त्री मिळून टी. व्ही. वाल्यांनी एक खिचडी तयार केलीय. ते स्त्रीला वगळू शकत नाहीत आणि इस्लामलाही टाळू शकत नाहीत. त्यामुळे कोणाचाच स्वाभाविक विकास होत नाही. स्त्रीवर सतत कुणीकडून काहीतरी लादलं जात असतं. तिच्यावर सतत कशाचं ना कशाचं दडपण आणलं जातं. ती स्वतःच्या इच्छेप्रमाणे जगू शकत नाही. तिच्या स्वातंत्र्यावर वारंवार गदा आणली जाते. त्याचा परिणाम फार भयंकर होतो. स्त्री 'माणूस' म्हणून उभी राहूच शकत नाही. असल्या अर्धवट व्यवहारात इस्लामचंही नुकसान होतंच. जे काय व्हायचं ते संपूर्ण व्हावं. नाहीतर अजिबात होऊ नये. पूर्वी इस्लाम नव्हता. मग आताच कशाला? थप्पड मारायची असेल तर पाचही बोटांनी मारली पाहिजे. दोन बोटांची थप्पड 'थप्पड' असत नाही.

दुर्बलांवर सोयी-सवडीनुसार इस्लाम लादला जातो. इस्लाम म्हणजे धर्म कमी आणि शस्त्र जास्त आहे. अशा शस्त्राचा वापर करून नेते असत्य लपवतात. टी. व्ही. वाले त्याचा उपयोग करून आपल्या काळ्या धंद्यावर पांघरूण टाकतात. इस्लाम प्रामुख्यानं दुर्बलांवरच लादला जातो. दुर्बळ, गरीब लोक किंवा स्त्रिया ह्यांनी एकदा जरी हे जाचक नियम दूर फेकले आणि स्वतःला मुक्त करून घेतलं तरी मी आणि माझ्यासारखे इतर अनेक त्यांच्यापुढे नतमस्तक होऊ.

उजव्या खांद्यावरचा पदर काढून टाकून तुम्ही बंड करा असं मी म्हणत नाही.

तुमची खरोखरच इच्छा असेल तरच दोन्ही खांद्यांवरून पदर घ्या, एवढंच मला म्हणायचंय. जर इच्छा नसेल, तर मनाविरुद्ध तसं करू नका. तुमच्या इच्छेचा आदर करा. स्वतःच्या इच्छेप्रमाणे जगा. दुसऱ्यांच्या इच्छेप्रमाणे नाही. तुम्ही असं जगलात तर तुमच्या जीवनाचं सार्थक होईल. ह्या मार्गात अडचणी, संकटं खूप येतील, टक्केटोणपे खावे लागतील, पण शेवटी जय तुमचाच होईल. इच्छा असल्यास कोणतंही संकट तुमच्या ध्येयआड येऊ शकत नाही.

□

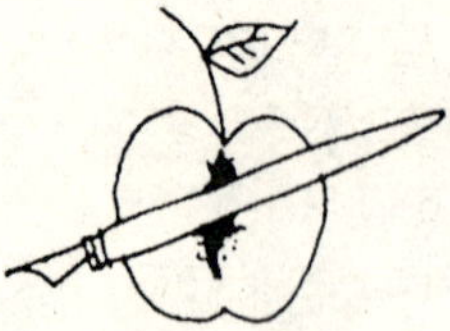

स्त्री नेहमीच उपाशी

१.

एकटी मुलगी. वडील नसल्यानं भावाकडे राहणारी. भावानं तिला दलालांना विकली. ती वेश्यावस्तीतून पळाली. तिला हा घाणेरडा धंदा अजिबात करायचा नव्हता. पण आमच्या सज्जन पुरुषांनी तिला असं सोडलं नाही. त्यांनी तिला रिक्षातून खेचून तिच्यावर सामूहिक बलात्कार केला. आता ती मुलगी रक्तबंबाळ होऊन हॉस्पिटलमध्ये पडलीय. वार्ताहर तिच्याभोवती गर्दी करून तिची दुःखद कहाणी ऐकताहेत. कॅमेऱ्याचा फ्लॅश सतत उडतोय. वा! काय मजा! कॅमेरामन मजेत, वार्ताहर मजेत, वर्तमानपत्रवाले मजेत, वर्तमानपत्र विकणारे मजेत आणि वाचणारेही मजेत.

अशी काही बातमी छापली नाही, तर वर्तमानपत्र चालत नाही, बहुतेक लोक अशा बातम्यांसाठीच वर्तमानपत्र घेतात, असं माझ्या लक्षात आलंय. त्यांना अशा बातम्या वाचून आनंद होतो का दुःख? कोणालाही दुःख होत असेल असं वाटत नाही. सगळेच लुटतात, सगळेच मजा मारतात. सगळ्यांनाच हवं असतं स्त्रीरूपी धन. स्त्री मांसाहाराप्रमाणे किंवा आंब्याच्या लोणच्याप्रमाणे खायला चटकमटक.

२.

ह्या देशात स्त्री म्हणजे एक मजेदार वस्तू आहे. ही वस्तू बिघडतेय असं दिसताच पुरुष थप्पड ठेवून देतील, लाथ मारतील, गळा दाबतील किंवा विहिरीत ढकलतील. आमच्या खेडोपाडी हुंडाबळी आता डाळ-भातासारखे रोजचे झालेत. ठार मारून तळ्यात टाकणं किंवा ठार मारून झाडाला टांगून ठेवणं ह्यासाठी फार दक्षतेची किंवा कौशल्याची मुळीच गरज नाही. पोलिस एक-दोन दिवस शोधाशोध करतात. ह्या तपासाचा हेतू गुन्हेगाराला पकडणं हा नसतोच, तर काही पैसाअडका मिळतो का हे पाहणं हाच असतो. खुनाचा गुन्हा म्हणजे नुसता पैशांचा खेळ!

पण मग हुंड्याच्या प्रश्नाचं काय? हुंडा देण्याचं कबूल करून, मुलीला कोणाच्या तरी गळ्यात मारून, मुलीचा दरिद्री बाप हुंड्याची रक्कम, ट्रान्झिस्टर, सायकल, घड्याळ हे सगळं देऊ शकला नाही, तर? हुंडा देणं आणि हुंडा घेणं हा गुन्हा आहे असं ऐकलंय. पण ह्या सगळ्या ऐकीव गोष्टीच आहेत. हुंडा सर्रास दिला आणि घेतलाही जातो. मुलीच्या वडिलांकडून काही घबाड मिळेल ह्या आशेवर तर पुरुष लग्नाला तयार होतात. 'देनमेहर'ची रक्कमही कमी करून घेतात. म्हणजे पाहिजे तेव्हा तलाक द्यायला बरं! मुलीच्या वडिलांनी काही गडबड केलीच तर मुलीच्या छातीत सुरा खुपसून क्षणात तिचा जीव घ्यायला कमी करत नाहीत.

३.

'पुरुष कष्ट करतात,' असं बोललं जातं. हे अगदी खोटं आहे, हे सगळे जाणून असतात. खेड्यातील एका खाऊन-पिऊन सुखी असलेल्या घराचंच उदाहरण घ्या ना! अगदी पहाटे उठून कामाला लागते ती त्या घरातली गृहिणी. ती अंगण झाडते आणि घर मातीचं असेल तर सारवून घेते. मग चूल पेटवते. सरपण नसलं तर ती कुऱ्हाडीनं लाकडं फोडून घेते. भात टाकते. घरात डाळ किंवा भाजी नसल्यास तिलाच दुसरं काय करायचं ते पाहावं लागतं. हे सगळं तिला एकटीलाच करावं लागतं. ती एवढी सगळी कामं करत असताना घरातला पुरुष दात घासत ओटीवर बसलेला असतो. थंडीत तो ऊन खातो. शेजाऱ्यांबरोबर किंवा घरातल्या इतर पुरुषांबरोबर गप्पागोष्टी करतो. गुरांना सोडतो आणि न्याहारीला येऊन बसतो.

घरातली गृहिणी त्याला भात, भाजी, आमटी, लोणचं असं सगळं वाढून देते. पाणीही ठेवते. पुरुष खाऊन ढेकर देत शेतावर जातो. शेतात तो नांगर धरतो, पेरतो, तण काढतो, कापणी करतो आणि धान्य घरी आणून टाकतो. घरातील स्त्रियाच मळणी करतात, मोठमोठ्या हंड्यांत घालून साळी शिजवतात, उखळात घालून सडतात आणि घरातल्या कणग्यांत भरून ठेवतात. ह्या कामांतून सवड काढून घरातल्या गृहिणीला स्वयंपाकही करावा लागतो. पण पुरुष मात्र तळ्यावरून आंघोळ करून येतात, केसांना सरसूचं तेल चोपडतात आणि पाटावर येऊन बसतात. पोटभर जेवतात व हुक्का पीत बसतात किंवा बाहेर जाऊन थट्टामस्करी, गप्पागोष्टी ह्यांत वेळ घालवतात.

घरातल्या स्त्रीलाच गोठा स्वच्छ करावा लागतो. गुरांच्या खाण्याची व्यवस्था करावी लागते. कोंड्यात मीठ व गूळ घालून ते शिजवून गुरांना खायला द्यावं लागतं, त्यांच्यापुढे कडबा टाकावा लागतो. सकाळी थोडासा शिळा भात पोटात ढकलून ती कामाला लागलेली असते. संध्याकाळ झाली तरी तिला जेवायला सवड मिळत नाही. संध्याकाळी चिमणी किंवा कंदील लावून तिला रात्रीच्या जेवणाची तयारी करावी लागते, भांडी घासावी लागतात, घरदार स्वच्छ करावं लागतं. तिला

खायला, वेणीफणी करायला, कपडे बदलायला वेळच मिळत नाही. रात्री हिंडून-फिरून येणाऱ्या पुरुषाला भूक निघत नाही. तो पुन्हा जेवतो आणि झोपतो. स्त्रीला मात्र सर्व काम उरकल्याशिवाय झोपता येत नाही. ती झोपायला येताच, पुरुष तिच्या थकलेल्या, दमलेल्या, घामेजलेल्या शरीराचा उपभोग घेतो. त्यातून तिला किती सुख मिळतं कोण जाणे! पण पुरुष मात्र तृप्त होतो.

श्रम, कष्ट स्त्रीच जास्त करते. पुरुषाचं घर ती धान्यानं भरते. स्वतः मात्र उपाशीच राहते.

□

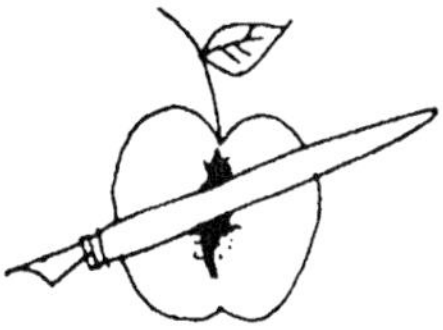

‘नपुंसक’ विषयी

मी व्यासपीठावर कवितावाचन करण्यासाठी उभी राहिले की प्रेक्षकांमधील काही लोक ओरडून मला ‘नपुंसक’ नावाची कविता वाचायचा आग्रह करतात. कोणी कोणी चिठ्या पाठवतात. त्यांनाही तीच कविता ऐकायची असते. माझ्या ‘नियती’ नावाच्या कवितेवरून मला ही कविता सुचली. कवितेचा भावार्थ असा आहे.– रोज रात्री एक नपुंसक पुरुष त्याच्या पत्नीला चुंबनं आणि आलिंगनं ह्यांचा मारा करून फक्त उत्तेजित करतो. पुढे काही करण्यास तो अक्षम असल्यामुळे ती फक्त तळमळत राहते.

ही कविता ऐकून माझी एक डॉक्टर मैत्रीण रडली होती. कारण मी जणू काही तिचीच कहाणी सांगितली होती. तिचा नपुंसक पती रोज तिला असाच रडवत होता. तिला सामाजिक बंधन तोडवत नव्हतं आणि तिचा पती तिला वैवाहिक सुख देण्यास असमर्थ होता. तिचं आयुष्य एका अर्थानं वाया गेलं होतं. ती दुःखी होती. ही काही तिची एकटीची समस्या नाही. समाजात अनेक स्त्रियांची हीच समस्या आहे. ही कविता वाचल्यावर अनेकांनी– त्यांत परिचित होते आणि अपरिचितही– मला भेटून सांगितलं होतं की ही अगदी सत्य घटना आहे. पण अशी ही सत्य घटनेवर आधारलेली कविता वाचून आमच्या देशातील तरुण पोरांना मजा वाटते. ते व्यासपीठावरून मी ही कविता वाचावी म्हणून फर्माइश करतात. ही अत्यंत दुःखद, विदारक, भयंकर सत्य सांगणारी कविता मी वाचलीच, तर ही पोरं नक्कीच शिट्या मारतील, विकृत आनंदानं टाळ्या पिटतील. त्यांच्या ह्या अशा आनंदाचं कारण काय आहे माहीत आहे? ह्या कवितेतील स्तन, ओठ, चुंबन असे काही शब्द त्यांना उत्तेजित करतात. ह्या कवितेतील शृंगारवर्णन त्यांना अघोरी आनंद देतं.

लैंगिक संबंध हा फार महत्त्वाचा विषय असूनही त्याची चर्चा करणं मात्र अनुचित ठरतं. पण ह्या अशिक्षित देशात ह्या लैंगिक संबंधामुळे समस्या मात्र खूप

आहेत आणि समस्यांच्या प्रमाणात त्यांचं समाधान होत नाही. अनेक स्त्रिया नाना तऱ्हेच्या लैंगिक समस्यांना तोंड देत असतात. त्यांतील अनेकजणींना लैंगिक संबंधातील 'अतीव सुख' कसं असतं हे माहीतच नसतं.

सर्वसाधारण माणसाला लैंगिक जीवनाबद्दल एक प्रकारची घृणा वाटते, त्याबद्दल त्याच्या मनात एक सूक्ष्म चीड असते. श्रोत्यांतील किंवा प्रेक्षकांतील सर्वचजण अशिक्षित असतात असं म्हणता येत नाही. त्यांतील अनेक सुशिक्षित असतात. त्यांना माणसाच्या आयुष्यातील सुख-दुःखाची जाणीव असते. पण ह्या सर्वांना लैंगिक जीवनाशी संबंधित शब्द फक्त पुरुषांकडूनच ऐकण्याची सवय असते. स्त्रीनं लैंगिक संबंधाचं वर्णन करणं– मग ते सफल लैंगिक संबंधाबद्दल असो वा विफल– पुरुषांना फार चमत्कारिक वाटतं. त्यातूनच सवंग, हीन अभिरुची निर्माण होते. म्हणूनच मग सुरू होतं शिट्या वाजवणं, आरडाओरड आणि अश्लील कोट्या करणं.

एखादा कवी 'स्तन,' 'मांड्या,' 'योनी' असे शब्द निःसंकोचपणे वापरू शकतो, संभोगाचे सविस्तर वर्णन करू शकतो. त्यात कोणाला गैर वाटत नाही, कोणी उत्तेजित होत नाही. खरा प्रश्न येतो तो स्त्रीनं असं वर्णन केल्यास. कारण हे शब्द पुरुषांनी उच्चारायचे असतात, अशीच सर्वांची धारणा असते. असे शब्द स्त्रीनं उच्चारल्यास लोक त्या स्त्रीला 'गमतीची, मजेदार वस्तू' समजतात. स्त्रीच्या तोंडून असे शब्द ऐकताच पुरुष श्रोते विकृत आनंदानं उड्या मारायला लागतात. काही शब्द वा वाक्यं ही स्त्रीनं उच्चारायचीच नाहीत, असा त्यांचा समज असतो. पुरुष साहसी असतात, शूर असतात. ते युद्ध करतात, विजय मिळवतात आणि सर्वांचा उपभोगही तेच घेतात. म्हणून सर्व त्रास पुरुषांकडूनच होतो. सर्व अनाचार, अत्याचार, उद्धटपणा, अश्लीलता पुरुषांनाच शोभून दिसते. पराकोटीच्या अश्लीलतेला पोहोचण्याचा अधिकार फक्त पुरुषांनाच असतो. म्हणून स्त्रीनं अश्लीलता वर्णन केली तर तिला वाळीत टाकलं जातं. तिनं अश्लील शब्द नुसते उच्चारले तरी लोक तिच्याकडे चांगल्या नजरेनं पाहत नाहीत. लोकांतून उठलेल्या स्त्रियांच्या तोंडातूनच असे अश्लील शब्द बाहेर पडू शकतात. समाजात राहणारी स्त्री व्यासपीठावरून असं काही बोलू लागली तर तिचं काही खरं नाही. पण पुरुषांना त्यात मजाही वाटते, हे काही खोटं नाही. सभ्य स्त्रीच्या तोंडून असभ्य शब्द ऐकण्यातली मजा काही औरच! 'नियती' ही कविता शमसुर रहमान, निर्मलेंदु गुण किंवा रफिक आझाद ह्यांच्यापैकी कोणी लिहिली असती किंवा म्हटली असती तर श्रोत्यांना काही वाटलं नसतं. त्यांना चमत्कारिक वाटतं ते तसलिमा नासरिन, फाहमिदा सुलताना अथवा शफिनाझ परवीन ह्यांच्याच बाबतीत. खरा दोष कवितेचा नाही, लैंगिक शब्दांचाही नाही, तर दोष आहे तो कवितेच्या निर्मात्याच्या लिंगाचा. कविता जर स्त्रीनं केली

असेल तर फारच वेगळं असं काहीतरी वाटतं. पुरुष असेल तर सगळं कसं अगदी सरळ, सोज्ज्वळ वाटतं.

ह्या लोकांच्या दृष्टीनं 'नियती' कवितेत अनेक दोष आहेत. १९८८ साली ही कविता 'रोबबार' ह्या मासिकात छापली गेली होती. तेव्हा मंत्रालयातल्या एका उपसचिवानं मला सांगितलं होतं की ही कविता अश्लील असल्यानं 'रोबबार'च्या ह्या अंकावर बंदी घालण्याचा विचार आहे. पण पुढे तसं काही झालं नाही. पण 'नियती' कविता अश्लील मानली तर बांगलादेशातल्या अनेक कवींच्या कविताही अश्लील मानाव्या लागतील.

'नपुंसक' हा शब्द स्त्रीच्या कोमल गळ्यातून ऐकायला येणं,' हेच लैंगिकतेला सर्वस्व मानणाऱ्या पुरुषांच्या रागाचं कारण आहे. अनेकांच्या मते हा असभ्यपणा आहे. कारण पुरुषांचे दोष, दुर्बलता दाखवणं कोणाला सहन होणार? 'पुरुष' काही इतरांसारखा नाही. तो तर स्त्रीचा 'प्रभू.' एक म्हण आहे; 'Boss is always right.' मग तो 'नपुंसक' नसला तरी right आणि 'नपुंसक' असला तरीही right.

□

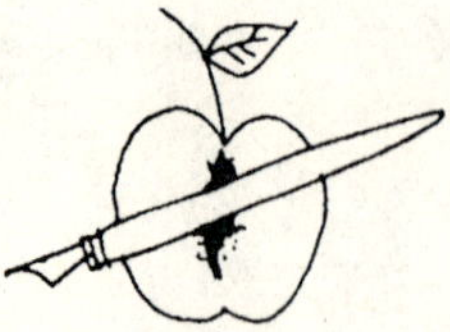

MEGALOMANIA, THY NAME IS MAN

'**पु**रुषाच्या चारित्र्यावरचा डाग पुसायला चार इंची कापड पुरतं, पण स्त्रीच्या चारित्र्या-वरचा डाग बारा हात कपड्यानंसुद्धा झाकला जात नाही.' हे उद्गार आहेत एका पुरुषाचे.

ह्या पुरुषाला कुणीही असभ्य म्हटलं नाही. त्याचं हे गलिच्छ बोलणं ऐकून कोणालाही राग आला नाही. उलट ह्या पुरुषाला सर्वजण एक 'सभ्य गृहस्थ' म्हणून ओळखतात. अशा सभ्य गृहस्थांबरोबर आम्ही– म्हणजे सर्व स्त्रिया– जीवन जगत असतो. आम्ही हीनदीन, बधिर, निर्धन, अवगुणी, नीच स्त्रिया.

स्वतःच्या चारित्र्यावरचा डाग पुरुष चार इंची कापडानंही पुसून टाकू शकतात. ह्याचा अर्थ पुरुषाचं वीर्यस्नात इंद्रिय लहानशा तुकड्यानंही पुसता येतं. पण स्त्रीच्या चारित्र्यावरचा डाग बारा हात लांबीच्या कपड्यानंही झाकला जात नाही. कारण स्त्री गर्भवती झाल्यास ही गोष्ट अजिबात लपून राहत नाही. वर उल्लेख केलेल्या 'सभ्य गृहस्थां'च्या मते माणसाचं चारित्र्य फक्त लैंगिक संबंधावरून ठरतं. कारण त्या संबंधातूनच स्त्रीला गर्भ राहतो. ह्या 'गर्भ राहाण्याला'च हे 'सभ्य गृहस्थ' 'चारित्र्यावरचा डाग' म्हणतात. अर्थात इथं ते औरस आणि अनौरस, वैध आणि अवैध ह्यांतील फरक विचारात घेतातच. जेव्हा अवैध कृत्य केलं जातं तेव्हाच त्याला कलंक मानलं जातं. औरस असो वा अनौरस असो– कोणत्याही मुलाला जन्म द्यायला कारणीभूत पुरुषच असतो. तोच त्याच्या सोयीप्रमाणे मूल औरस का अनौरस ते ठरवतो आणि असहाय, अनाथ, दुर्बळ, दुय्यम स्थानावर असलेली स्त्री पुरुषापुढे स्वतःला अपराधी समजते. 'चारित्र्य' काय फक्त एवढ्यावरूनच मापता येतं? त्याची इतर काही वैशिष्ट्यं नाहीत? इतर काही लक्षणं नाहीत? सभ्य पुरुषांनी चारित्र्याला चार-सहा इंचांतच बसवलंय. चारित्र्याची सुरवात आणि शेवट फक्त तिथंच होतो, असं ते मानतात.

‘चारित्र्य’ ही काही एवढी तुच्छ, क्षुद्र गोष्ट नाही. चारित्र्यावरचा डाग गर्भातील शिशुवर कधीच पडत नाही. मूल नेहमीच पवित्र आणि सुंदर असतं. त्याला समाजातील घाणीचा स्पर्श होऊ देणं योग्य नाही. समाजमान्य विवाहबंधनाशीच स्त्रीच्या अपत्याचा संबंध असलाच पाहिजे, हा काही शिष्टसंमत नियम नाही. स्त्रीची अपत्याला जन्म द्यायची इच्छा असेल तर तिला तसा अधिकार आहे. असं झाल्यास, समाजातील सभ्य लोक विवाहाचा पुरावा मागतील. समाजातील हे पहारेकरी स्त्रीच्या चारित्र्यावर शिंतोडे उडवायला टपूनच बसलेले असतात. ते त्यांनीच तयार केलेली ‘सतीत्व’ ही चीज अशा वेळी पुढे करतील. पण ह्यामुळे स्त्री व तिचं मूल ह्यांना काहीही फरक पडत नाही. हे समाजातील पहारेकरी अशा स्त्रीला आणि मुलाला दलदलीत ढकलतील, शिव्या देतील, छडीनं मारतील आणि तुरुंगातसुद्धा टाकतील. पण ह्यामुळे ती स्त्री आणि तिचं ते मूल ह्यांच्या पावित्र्याला अजिबात बाध येत नाही. अशा स्त्रीनं केलेल्या संघर्षातूनच एक ना एक दिवस ‘स्त्रीच्या शरीरावर तिचाच हक्क आहे. ती पाहिजे तेव्हा गर्भ धारण करू शकते. बारा हात कपड्यात तो झाकायचा अधिकारही तिचाच आहे,’ हे सिद्ध होईल.

‘Frailty, Thy name is woman’ हे एक प्रसिद्ध वचन आहे. सगळ्यांच्या तोंडी ते असतं. Frail चा अर्थ क्षणभंगुर, नश्वर, अस्थिर, दुर्बळ, अक्षम, वंचित, झिजलेली, नैतिकदृष्ट्या दुर्बळ, चारित्र्यहीन, पतिता. Frail पासून Frailty. कुणीही ह्या वचनाला आक्षेप घेत नाही. स्त्रियांचीसुद्धा ह्या वचनाला संमती आहे. स्त्रियांच्या घोळक्यात एखाद्या ‘सभ्य पुरुषा’नं त्यांना गुदगुल्या करून हसत हसत सहजपणे म्हटलं, ‘Frailty, Thy name is woman,’ तर त्या सर्व स्त्रिया खिदळतील, खिदळता खिदळता त्याच्या अंगावर कोसळतील. त्यांना वाटेल, ‘अहा! काय मधुर वाक्य आहे.’ त्यांचा जणू सन्मानच झालाय.

पण पुरुषाला वर्मी लागेल असं एखादं वाक्य काही त्या बायकांनी तयार केलेलं नाही. पुरुषांच्या वर्मी टोला हाणला नाही, तर ते सतत स्त्रियांना झुलवत राहतील आणि ह्या झुलत राहतील. पुरुषांना झुलवायची संधी मग स्त्रियांना कधी मिळणारच नाही.

‘दांडगटपणा आणि चार इंची इंद्रिय ह्यांच्या जोरावर त्यांनी जग जिंकलंय,’ असं पुरुषांना वाटतं. तेच तेवढं महत्त्वाचं. पण हे काही खरं नाही. हे युग बुद्धिवादाचं आहे. चार इंची गोष्टीनं आता काहीही जिंकता येणं शक्य नाही. जर बुद्धी असेल तर ठीक. नाहीतर गाठीला भोपळा. चार इंचाची बहादुरी पुरे झाली आता! आता मुकाट्यानं रस्ता धरलेला बरा!

पुरुष असतात त्यापेक्षा जास्त दाखवतात. ते दाखवतात तेवढे मजबूत नसतात. आता त्यांच्यासाठी एका सुंदर वाक्याचा नजराणा बहाल करण्याची वेळ आलीय. ‘Megalomania, Thy name is man.’ शेक्सपिअरचा काळ आता संपलाय.

जमाना बदललाय. आणखीही बदलेल. ह्या बांगलादेशातील असभ्य पुरुषांभोवतीच काही जग फिरत नाही. 'सभ्य' लोकांनी घडवलेला हा नासका समाज कायमचा राहणार नाही. समाज बदलणारच. समाज बदलणाऱ्यांचं काही तरी 'अभद्र' होणारच. हे 'अभद्र'च 'भद्र लोकां'च्या चार इंचातला जोर कमी करू शकेल.

Megalomania : स्वतःच्या श्रेष्ठत्वाची भ्रामक कल्पना, पराकोटीचा अहंमन्यपणा.

□

धर्माचं काम धर्मानं केलं...

स्त्रियांना प्रत्येक गोष्ट करताना– म्हणजे फिरताना, हसताना, बोलताना, धावताना, बसताना, झोपताना वगैरे– काही बंधनं पाळावी लागतात. त्यांनी किती फिरावं, किती धावावं, किती बसावं, किती हसावं, किती झोपावं ह्या सगळ्याची मर्यादा ठरलेली असते. जर कुणी विचारलंच की ही मर्यादा ठरवली कुणी, तर एकच उत्तर मिळतं– अल्लानं.

अल्लहो त 'आलॉच्या नावापुढे कुणाचंच काही चालत नाही. अल्ला, त्याचे प्रेषित आणि त्या प्रेषितांचे शिष्य म्हणजेच साहेब ह्या सर्वांनी स्त्रियांच्या हालचालीची मर्यादा ठरवून टाकलीय. स्त्रियांनी किती दूर जायचं, कुणाची शय्यासोबत करायची, किती मोठ्यानं हसायचं ह्यांचा सूक्ष्म तपशील देऊन आमचे विचारवंत अहोरात्र इस्लामचा प्रचार करत असतात. हा प्रचार शहरांतून आणि खेड्यांपाड्यांतून धार्मिक उत्सव, सण ह्यांतून केला जातो तसाच राजकारणी लोकांकडूनही केला जातो. (लोकांना फसवण्याचं 'इस्लाम' हे त्यांचं साधन आहे.) समाजातील सभ्य लोकही इस्लामच्या प्रचाराला हातभार लावतात.

स्त्रीनं घराबाहेर पडणं, शिकणं, नोकरी करणं, कमावणं आणि आत्मनिर्भर होणं इस्लामला अजिबात मान्य नाही. कुराणात अल्ला म्हणतो, 'तुम्ही (स्त्रियांनो) स्वतःच्या घरांतच राहा. पूर्वीच्या असंस्कृत युगातील स्त्रियांप्रमाणे नटूनसजून आपल्या रूपाचं प्रदर्शन करत हिंडू नका.' (सूरा आहयाब ३३)

ह्या आयताचं स्पष्टीकरण करताना अल्लामा अबू बकर जाससास लिहितात, 'स्त्रीला तिच्या घरातच राहण्याची आज्ञा दिली आहे. तिला बाहेर जाण्यास बंदी आहे.' (आहकामूल कुराण खंड ३ रा. पृ. ४४३)

स्त्रीचं नैसर्गिक कार्यक्षेत्र घर. इस्लामनं एकत्र येऊन ओळीत नमाज पढायला महत्त्व दिलंय. पण हे फक्त पुरुषांसाठी. स्त्रियांना असा नमाज पढता येत नाही.

सगळ्यांबरोबर नमाज पढण्याची आज्ञा फक्त पुरुषांसाठी आहे. स्त्रीनं नमाज तर पढला पाहिजे पण तिनं तो सगळ्यांबरोबर पढण्याची आवश्यकता नाही.

हजरत मुहम्मद (सा:) म्हणतात, 'घरातील एकांत खोली हीच स्त्रीसाठी सर्वोत्कृष्ट मशीद. (मसनदे अहमद खंड ६वा पृ. २९७ आणि मुसतादरिके हकीम खंड १४ पृ. २०९)

नबींचा एक सहकारी होता अबू हुमाइद सईद. त्याची पत्नी एकदा नबींची सेवा करायला गेली असताना, तिनं नबींना विचारलं, 'हे अल्ला रसूल, मी आपल्याबरोबर मशिदीत नमाज पढू इच्छिते. ह्याबद्दल आपलं काय म्हणणं आहे?' नबी म्हणाले, 'तुझी खरंच तशी इच्छा असेल, ह्याची मला खात्री आहे. पण एखाद्या प्रशस्त जागेत नमाज पढण्यापेक्षा घरातील एका लहानशा खोलीत नमाज पढणं तुझ्या दृष्टीनं जास्त चांगलं आहे, हे लक्षात ठेव. मोहल्यातील मशिदीत नमाज पढण्यापेक्षा तू घरीच पढलेला बरा!' त्यानंतर तिच्या आयुष्यभर ती घरात एकांतात नमाज पढत असे. (मसनदे अहमद खंड ६वा पृ. ३७१, अल- इसतियार, इबनु आबदिलबार, तायकियाय उन्मे हुमाइद अल मायीराह.)

गुलाम, स्त्री, शिशु आणि रोगी हे सोडून प्रत्येक मुसलमानानं जुम्माचा नमाज पढलाच पाहिजे, अशी पवित्र आज्ञा आहे. फक्त 'जमायत' मधूनच नाही, तर 'जनाजा' तूनही स्त्रीला वगळण्यात आलंय. हजरत आनास (राः) सांगतात की आम्ही एकदा नबींबरोबर एका प्रेतयात्रेला गेलो होतो. त्या वेळी काही स्त्रिया पुरुषांमागून येत होत्या. त्यांना नबींनी रागानं विचारलं, 'तुम्ही प्रेत खांद्यावरून नेताय का?' त्या म्हणाल्या, 'नाही.' मग त्यांनी पुन्हा विचारलं, 'दफनाच्या कामात तुम्ही हातभार लावणार का?' ह्या वेळीही त्या स्त्रियांनी नकार दिला. तेव्हा नबी (सः) म्हणाले, 'तुमचं इथं काहीही काम नाही. मग आमच्याबरोबर येण्याचं कारणच काय? आमच्याबरोबर आल्यानं तुम्हाला कुठलंही बक्षीस वा कुठलीही पदवी मिळणार नाही. तुम्ही बऱ्या बोलानं मागं फिरणं बरं!' (फतहुल बारी, खंड ३ पृ. ११८)

हजरत आयशा (रा.) ह्यांनी म्हटलंय, 'नबी (सः) ह्यांनी सांगितलंय की तुम्ही गृहकृत्य करा. तेच तुमचं 'जिहाद' आहे.' (मसनदे अहमद, खंड ६ वा पृ. ६८)

एकदा एका प्रतिष्ठित स्त्रीनं नबी साहेबांना विचारलं, अल्लानं पुरुषांसाठी 'जिहाद'ची पवित्र आज्ञा दिलीय. त्यांना त्यात विजय मिळाला तर लुटलेली धनसंपत्ती मिळते आणि शहीद झाल्यास आपल्या परमेश्वराजवळ जिवंत अवस्थेत आजीविका प्राप्त होते. आमच्यासाठी अशा प्रकारचे काही कर्म आहे का?' नबी (सः) म्हणाले, 'पतीची आज्ञा मानणं आणि त्याच्या अधिकाराविषयी सतर्क असणं.' (आत तरगीब वात तारहीब खंड ३ पृ. ३३६)

काही आवश्यक आणि महत्त्वाच्या कामाकरिता स्त्रीला घराबाहेर जाण्याची परवानगी दिली गेलीय. तसंच सर्वांनी मिळून 'इबादत' करण्यासाठीही स्त्रिया बाहेर जाऊ शकतात. पण घराबाहेर पडल्यापासून क्षणोक्षणी 'घर हेच त्यांचं खरोखरचं कार्यक्षेत्र आहे,' ह्याची त्यांना जाणीव राहील अशी व्यवस्था केली गेलीय. घराबाहेर पडण्याचा अर्थ 'स्त्रीनं स्त्रीत्वाची मर्यादा ओलांडली' असा होत नाही. स्त्रीला मशिदीत जाऊन सर्वांबरोबर नमाज पढण्याची परवानगी दिली गेलीय, पण तीही एका अटीवर– तिनं पुरुषांमध्ये मोकळेपणानं मिसळू नये आणि पुरुषीपणानं वागू नये. स्त्रियांची रांग पुरुषांपेक्षा वेगळी असावी. दोन रांगांतील अंतर जेवढं जास्त असेल, तेवढं इस्लामच्या दृष्टीनं चांगलं. हजरत अबू हुराइरा (राः) ह्यांनी म्हटलंय की नबीं (सः) च्या दृष्टीनं पुरुषांची सर्वोत्तम ओळ म्हणजे पहिली ओळ आणि अती निकृष्ट ओळ म्हणजे शेवटची ओळ. पण स्त्रियांच्या दृष्टिनं स्त्रियांची सर्वांत शेवटची ओळ ही सर्वोत्कृष्ट ओळ आणि सर्वांत पहिली ओळ म्हणजे सर्वांत निकृष्ट ओळ. (मुस्लिम, किताबुस सालात ओ आसहाबुस सुनानिल आरबाया)

पुरुषांच्या पहिल्या आणि स्त्रियांच्या शेवटच्या ओळीचं कौतुक करण्यामागे कारण आहेच. ह्यामुळे स्त्री-पुरुषांत अंतर राहतं आणि पुरुषामागे स्त्री असल्यामुळे समस्याही सुटते. खरं म्हणजे स्त्रियांनी मशिदीत जाऊन नमाज पढण्यास मुहमद (साः) ह्यांनी विरोध दर्शवलाय पण काही विशेष वेळी मान्यता दिलीय पण तीही सशर्त– स्त्रियांनी पुरुषांच्या मागे उभं राहावं, पुरुषांबरोबर बोलू, हसू नये इत्यादी. स्त्रीचं घराबाहेर जाणं कुणालाच पसंत नाही. घरकाम आणि पतीची आज्ञा पाळणं हेच स्त्रियांच्या दृष्टीनं 'जिहाद' ला समतोल असं कर्म आहे, असं सांगितलंय.

स्त्री-प्रतिभेला दाबून टाकण्याची सर्व व्यवस्था केली गेलीय. स्त्रीला अंतर्मुख करण्यात– खरं म्हणजे अंतर्मुख नाही, तर पतिभिमुख व संसाराभिमुख करण्यात आणि तिची प्रतिभा दडपण्यात इस्लामनं फार महत्त्वाची भूमिका बजावलीय.

काही मुस्लिम स्त्रिया दडपल्या जातात तर काही जात नाहीत. नाना सबबी सांगून त्या घराबाहेर पडतात. आणि त्यांनी का पडू नये घराबाहेर? कारण घर हेच एकमेव कार्यक्षेत्र नाही, हे त्यांना समजलंय. घर हे घर आहे. कार्यक्षेत्र तर बाहेर असतं. त्यांना आता घराबाहेरच्या कार्यक्षेत्राचा अनुभव आलाय. ह्याचं कारण आर्थिक आहे. माणूस सभ्य झाला की अर्थकारणही समृद्ध होतं. माणूस सुसंस्कृत झाला की त्याला शिक्षण आणि स्वास्थ्य ह्यांची आवश्यकता वाटते. धर्मवादी माणसं समाजाला देवाच्या नावानं बंधनात जेवढी जखडून ठेवायला बघतात, तेवढी सभ्यता ती बंधनं तोडून पुढे येते. स्त्रिया आता घराबाहेर पडल्यात, शिक्षण घेताहेत, काम करताहेत, म्हणूनच जुनी मूल्यं नष्ट होताहेत. खेड्यांतील स्त्रियांच्या मते धर्म हाच नीती ठरवणारा एकमेव मार्ग असतो. पण मजुरी करायला त्याही घराबाहेर

पडतात. खरं तर 'घरात राहून पतिसेवा व पतीच्या आज्ञेचं पालन हेच स्त्रियांचं एकमेव कर्तव्य आहे,' असं धर्म सांगतो. पण काही कारणानं स्त्रिया धर्मानं सांगितलेला हा नियम मोडतात. त्यांतील एक कारण आहे 'जगणं.' 'माणूस' म्हणून जगणं. स्त्रियांची ही प्रगती पाहून 'धर्मापेक्षा जीवन श्रेष्ठ असल्या'बद्दल माझी खात्री पटते.

जिहाद– धर्मयुद्ध (विशेषतः मुसलमानांचे)
इबादत– नमाज, आराधना, उपासना, पूजाअर्चा.
अल्लहो त 'आलॉ– सर्वश्रेष्ठ ईश्वर.

□

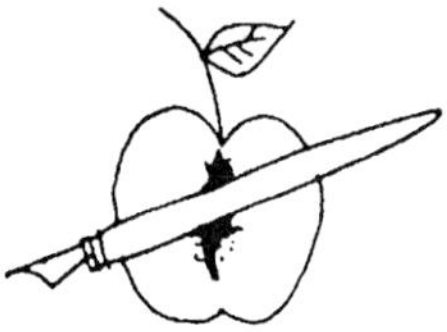

मुलीला जन्म द्या आणि प्रायश्चित्त घ्या

१.

हल्ली माझे बाबा वारंवार मृत्यूबद्दल बोलतात. मी त्यांच्या उशाशी मान खाली घालून उभी असते. ते क्षीण आवाजात म्हणतात, 'बेटा, मला वाटतं आता माझे काही फार दिवस राहिले नाहीत.' बाबांचा रक्तदाब खूप वाढलाय. मधुमेहही आहे. वयही झालंय. आपल्या दोन मुली आणि दोन मुलगे सतत जवळ असावेत असं त्यांना वाटतं. दोन्ही मुली त्यांना भेटतात, पण त्यांचे मुलगे सहजासहजी भेटू शकत नाहीत. आजारी वडिलांच्या जवळ बसायला, त्यांच्या मनात डोकवायला, त्यांच्याशी सुखदुःखाच्या गोष्टी करायला, त्यांच्याबरोबर गतगोष्टी करत आपल्या शैशवाचा पुन्हा अनुभव घ्यायला त्यांच्या दोन्ही मुलांना वेळच नाही.

आम्हा दोघी मुलींनाच सगळी माया-ममता आहे. आम्ही दोघीच त्यांच्या थकलेल्या चेहऱ्यावरून प्रेमानं हात फिरवतो. त्यांच्या आजारपणामुळे आम्हाला दोघींना रात्र रात्र झोप येत नाही.

बाबा त्यांच्या मृत्यूच्या काळजीत असतात. मुलांच्या आर्थिक व सामाजिक प्रश्नांनी ते विचलित होतात. पण अशा वेळी त्यांच्याजवळ असतात त्या त्यांच्या लाडक्या मुलीच. पण ते कामाच्या संबंधात मुलांनाच बोलवतात. स्वतःच्या स्थावर-जंगम मालमत्तेविषयी ते मुलांशीच बोलतात. तिथं मुलींना परवानगी नाही. स्वतःची महत्त्वाची कागदपत्रं मुलांनाच दाखवतात. मुलं पैशाअडक्याच्या, जमीनजुमल्याच्या गोष्टी करून आपापल्या घरी निघून जातात. बहुधा ते दोघं नवीन घर बांधायचं स्वप्न पाहत असावेत. रातोरात सर्व संपत्तीचे मालक होण्यासाठी ते अधीर झाले असावेत. आजारातून बाबा उठू नयेत, अशी प्रार्थनाही कदाचित ते करत असावेत.

आम्हाला दोघींना मात्र बाबा अजून खूप वर्षं जगावेत असं वाटतं. बाबांनी आमच्याबरोबर समुद्रावर फिरायला यावं, हसावं, गावं, सणासुदीच्या दिवशी आमच्याजवळ

बसून जुन्या गोष्टी कराव्यात, असं वाटतं.

आमचे बाबा आमच्यावर– म्हणजे त्यांच्या दोन लेकींवर– खूप प्रेम करतात. पण त्यांच्या संपत्तीतला बहुतेक भाग त्यांच्या मुलांनाच मिळणार हे, ते जाणून आहेत. मुलींना थोडंफार मिळेल किंवा मिळणारही नाही. खरं पाहिलं तर पैसाअडका, घरदार ह्यांची जरूरी त्यांच्या मुलींना आहे. मुलांना कशालाच काही कमी नाही. मुलीच जीवनाच्या प्रवाहाच्या तडाख्यात सापडल्यात. त्यांना आधारही नाही कुणाचा. पण आम्हाला आवश्यकता असून बाबांच्या संपत्तीतला फारच थोडा हिस्सा मिळेल किंवा काहीही मिळणार नाही. आमचा पक्ष नेहमीच हारलेला. ज्यांच्याजवळ भरपूर आहे त्यांनाच आणखी मिळतं. पैशाकडेच पैसा जातो असं म्हणतातच ना!

२.

मी त्या दिवशी एका अतिशय संतापलेल्या पित्याला पाहिलं. त्या गृहस्थांना एकच मुलगी होती. स्वतःची सर्व संपत्ती आपल्या मुलीला मिळावी अशी त्यांची इच्छा होती. ह्या देशात मुलीला जन्म देणं हा अपराधच ठरतो. कारण कायद्याप्रमाणे वारसाहक्क मुलीला न मिळता मुलीच्या काकाकडे जातो. ह्या पित्याला आपली सर्व संपत्ती आपल्या एकुलत्या एक अपत्याला मिळावी असं वाटत होतं. ते सर्व संपत्ती मुलीच्या नावावर रजिस्टर करू इच्छित होते. तसं त्यांनी केलं नसतं तर त्यांची संपत्ती अक्षरशः लुटली गेली असती. पण रजिस्ट्रेशन कर १०% होता. ह्याचा अर्थ त्यांची संपत्ती एक कोट असेल तर त्यांना सरकारला करापोटी दहा लाख रुपये द्यावे लागणार होते. म्हणजेच मुलीला जन्म दिल्याबद्दल हा दंड होता म्हणा ना! जर ह्या गृहस्थांना मुलीऐवजी मुलगा असता तर असा कर मुळीच भरावा लागला नसता.

'एक अपत्य पुरे– मग ते मुलगा असो की मुलगी.' ही आमच्या सरकारची घोषणा आहे. सरकार एकीकडे मुलीला मुलाबरोबर दर्जा देण्याची घोषणा करतं आणि दुसरीकडे जबरदस्त कर घेतं. मुलीला मुलाप्रमाणे वडिलांची संपत्ती का मिळू नये? आणि जर ती कायद्यानं मिळत नसेल, पण वडील ती मुलीच्या नावे करू इच्छित असतील तर त्या पित्याला दुर्दैवाच्या फेऱ्यात का सापडावं लागावं? सरकार मुलीला मुलाच्या बरोबरीनं वारसाहक्क देत नाही आणि मुलीच्या वडिलांना द्यायची इच्छा असल्यास त्याला दंड द्यावा लागतो. हेच जर कन्या-जन्माचं फळ असेल, तर मग मुलीच्या जन्माचा आनंद कुणाला वाटणार? सर्वजण मुलगा व्हावा अशीच इच्छा करणार नाहीत का? नक्कीच करणार. वरवर उदारपणा दाखवायचा आणि आतून गळा कापायचा. एके काळी जन्मल्याबरोबर मुलीचा गळा कापत. म्हणजे अंधार आहे तसाच आहे.

आपल्या मुलीचे हित पाहणारे ते गृहस्थ त्या दिवशी मला म्हणाले, 'सध्या काही नाही तरी ह्या फी घेणं तरी बंद व्हावं.' ह्यावर मी म्हणाले, 'खरं म्हणजे हा

वारसाहक्काचा १०% नोंदणीआकार कायदाच रद्द करायला हवा. वडिलांच्या संपत्तीवर मुलगा व मुलगी ह्यांचा समानाधिकार हवा. आंदोलन करायचंच असेल तर काहीतरी मोठं मिळवण्यासाठी करावं. पाहायचंच असेल तर हिमालयाकडे पाहावं, मृत्युपत्राच्या ढिगाऱ्याकडे कशाला?' हे ऐकून ते गृहस्थ माझ्याकडे डोळे विस्फारून पाहतच राहिले.

ते जाता जाता म्हणाले, 'मुलगा असता तर मला अशी फी द्यावी लागली नसती. मुलगी झाल्यावर मला मुलाची आवश्यकता वाटली नाही.' मला वाटतं की हा पिता विचारी असला तरी कोर्टात दहा लाख निष्कारण भरायला लागल्यावर एक दिवस नक्कीच कुरकुर करील, 'मला ह्या मुलीऐवजी मुलगा का झाला नाही बरं!'

□

मन मारणं

त्या दिवशी, एका अत्यंत सभ्य स्त्रीशी माझी भेट झाली. ही स्त्री पंचतारांकित हॉटेलमध्ये स्त्रियांसाठी असलेली स्वच्छतागृहं साफ करण्याचं काम करत होती. मी तिला सहज विचारलं, 'तुम्हाला पगार किती मिळतो?' तिनं पगाराचा आकडा सांगितला. मला 'डॉक्टर' म्हणून मिळणाऱ्या पगारापेक्षा तिचा पगार जास्त होता. तिच्या घरचींही मी चौकशी केली. तिच्या घरी नवरा व तीन मुलं होती. तिचा नवरा काहीच काम करू शकत नव्हता. कारण तो पंगू होता. सात वर्षांपूर्वी कुठल्याशा आजारात त्याची उजवी बाजू लुळी पडली होती. तेव्हापासून तो झोपूनच होता. हीच एकटी नोकरी करून संसार चालवत होती. मुलांना शिकवत होती आणि नवऱ्याचीही सेवाशुश्रूषा करत होती.

तिची ही कर्मकथा ऐकल्यावर मी तिला विचारलं, 'संसाराची सर्व जबाबदारी तुम्हीच उचलता का? तुमच्या सासरची माणसं तुम्हाला मदत करत नाहीत का?'

'नाही. मी एकटीच सर्व बघते.' तिनं उत्तर दिलं.

तिच्या एकटीवरच सर्व जबाबदारी पडली होती. मी तिला विचारलं, 'तुमच्या लैंगिक जीवनाचं काय?'

माझा प्रश्न ऐकून ती स्तंभितच झाली. बहुतेक हा प्रश्न तिला कोणी कधी विचारील, असं तिच्या मनातही कधी आलं नसावं. तिच्या घरात एक पुरुष होता खरा, पण तो लुळा-पांगळा, तिला शारीरिक सुख द्यायला असमर्थ. अशा स्थितीत सात वर्षं तिनं तशी काढली असतील ह्याची चौकशी कोणीही कधी केली नव्हती. त्या स्त्रीच्या अंतःकरणात आणि पस्तीशीच्या तरुण देहात एक दुःख, एक वेदना साठलेली होती. माझ्या प्रश्नानं ती भळभळ वाहू लागली. ती म्हणाली, 'माझा नवरा मला सुख देऊ शकत नाही. अठ्ठावीस-एकोणतीस वर्षांपासून मी शरीरसुख भोगलेलंच नाही!'

'दुसरं लग्न का केलं नाहीत?'

'आणि ह्या नवऱ्याचं काय? कसं आणि कुठं टाकू त्याला?'

'समजा, तुमचं असं झालं असतं तर तुमच्या नवऱ्यानं दुसरं लग्न केलं असतं ना?'

'हो. नक्कीच केलं असतं.' मान हलवून तिनं होकार दिला.

'मग तुम्ही का केलं नाही?'

'माझी मुलंबाळं उघड्यावर पडली असती.'

'बरं. ठीक आहे. पण मग मन किती मारता! कधी मनात आल्यास 'तशा' सुखाचा का विचार करत नाही?'

जीभ चावत ती म्हणाली, 'छी! छी! कसं शक्य आहे ते?'

'तुमचा नवरा निरोगी आणि तुम्ही लुळ्या झाल्या असतात, तर तो असा एकटा राहिला असता? सात वर्षं? लुळ्या बायकोच्या प्रेमापोटी त्यानं सात वर्षं असं संन्याशासारखं आयुष्य घालवलं असतं?'

तिनं थोडा विचार केला. मग ती म्हणाली, 'शक्यच नाही.'

'मग तुम्हाला ते कसं शक्य आहे?' मी तिला समजावून सांगू लागले, 'तुम्हाला असं आयुष्य जगावं लागतं कारण तुम्ही एक 'बाईमाणूस' आहात. स्त्रीनं लैंगिक भावनांचा निग्रह करणं, हे तिचं एक अत्यावश्यक कर्तव्य आहे, असंच समाज मानतो. स्त्री अविवाहित असो, विधवा असो, तलाक घेतलेली असो, तलाक दिलेली असो किंवा विवाहित असून तिचा नवरा नपुंसक किंवा शरीरसुख देण्यास असमर्थ असो– मनोनिग्रह करायचा फक्त स्त्रीनं.'

वर उल्लेख केलेल्या परिस्थितीत स्त्रीनं आपलं मन मारलं तरच ती समाजात राहू शकते. नाहीतर समाज तिला दूर ढकलतो. समाजानं आपल्याला वाळीत टाकू नये म्हणून त्या स्त्रीनं सात वर्षं कोणत्याही परपुरुषाला स्पर्श केला नव्हता. नवरा पंगू असूनसुद्धा ती त्याला जगवत होती. समाज अशा स्त्रियांची वाहवा करतो. तिचं मन मारणं समाजाच्या दृष्टीनं सती-साध्वीचं काम असतं, पुण्याचं काम असतं, स्वर्ग मिळण्याचं कारण असतं. पुरुष मात्र अशा अद्‌भुत 'कामा'पासून मुक्त असतात. लैंगिक भावना मारणं स्त्रीला आवश्यक आहे, पुरुषाला नाही.

आमच्या देशात रोगी वाढताहेत. खेड्यापाड्यांत, शहरांत, गावां-वस्त्यांत युनानी आणि आयुर्वेदिक दवाखान्यांची संख्या वाढतेय. ह्याचं कारण तिथं जाणाऱ्या रोग्यांची संख्या वाढतेय. ह्या रोग्यांच्या रोगाची लक्षणं सर्वसाधारणपणे अशी असतात : १) अतिरिक्त स्त्रीसंगामुळे किंवा हस्तमैथुनामुळे पुरुषाचं इंद्रिय नरम व कमजोर होणं.

२) इंद्रिय आकारानं लहान होणं.

३) पुढील जाड भाग गुळगुळीत होणं.

४) अचानक कामभावना उद्दिपित होणं आणि लगेच थंड होणं.

५) संभोग २/३ मिनिटांपेक्षा अधिक वेळ न होणं.

६) सतत स्वप्नदोष. वीर्य तयार होताच वीर्यपात. वीर्यपात होताना वेदना... इत्यादी.

ज्या अर्थी रोगी वाढताहेत, त्या अर्थी लैंगिक संबंधांतील जटिलताही वाढतेय, हे स्पष्ट आहे. आमच्या देशात लैंगिक शिक्षण देण्याची पद्धत नाही. बहुतेकजण तेल, ताईत, गोळ्या, मध ह्यांवरच अवलंबून असतात. जसजसे रोगी वाढणार, तसतशी आपल्या वैषयिक भावना मारणाऱ्या स्त्रियांची संख्याही वाढणार, हे उघडच आहे.

भावना-निग्रह फक्त स्त्रीसाठीच. जणू शरीर व मन ह्यांच्यातील वासनांचे दमन करण्याची यच्चयावत जबाबदारी फक्त स्त्रीनंच आपल्या डोक्यावर घेतलीय. तिला 'देवी' केलं जातं, 'सती' बनवलं जातं, 'लक्ष्मी' मानलं जातं, तिची पूजा केली जाते, सन्मान केला जातो, तिला मानमर्यादा दिली जाते. जणू ह्या सगळ्याच्या लोभानंच ती 'सती-देवी-लक्ष्मी' बनते. सर्व शारीरिक 'शुचिता' तिलाच जपावी लागते. पुरुष ह्या 'शुचितेच्या सागरा'त मनसोक्त पोहून अपूर्व आनंद मिळवतो. पुरुषाला आनंदाचं दान करण्याची जबाबदारी जशी स्त्रीची तशीच त्याचं सुख व शौक ह्यांची पूर्तता करण्याची जबाबदारीही तिचीच. त्यासाठी तिला 'सती-देवी-लक्ष्मी' व्हावं लागतं. थोडक्यात अतिपवित्र असावं लागतं.

वैषयिक भावना मारून जीवन जगण्यालाच समाजातील थोरामोठ्यांनी 'पातिव्रत्य' असं नाव दिलंय. पुरुषांना क्रीडा करण्यासाठी हवं असतं स्वच्छ पाणी. घाणेरडं पाणी त्यांना आवडत नाही. त्यामुळे शरीराला व मनाला कसं किळसवाणं वाटतं! स्त्रीला शुद्ध ठेवण्यासाठी समाजानं चलाखीनं योजलेल्या युक्त्यांना अंतच नसतो. पुरुषांचे कलंक, डाग, घाण स्वतःच्या अंगावर घेतल्यामुळे स्त्री घाणेरडी होते, डागाळते, कलंकित होते. अशा डागाळलेल्या स्त्रीला पुरुष नावं ठेवतो. तिचा त्याग करतो आणि दुसऱ्या स्वच्छ पाण्यात 'डाईव्ह' मारायला जातो. हाच तर 'नियम' आहे!

□

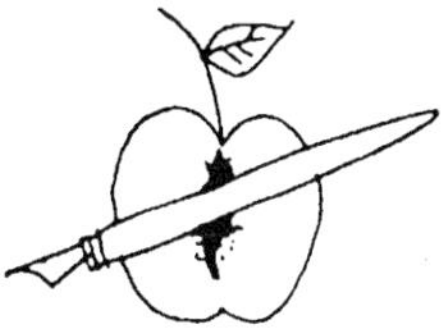

गिनिपिग

कुटुंब नियोजन विभागात डॉक्टर म्हणून मी तीन वर्षं नोकरी केली. कुटुंब नियोजन शस्त्रक्रियांच्या शिबिरासाठी आम्हाला गावोगाव फिरायला लागायचं, गावातल्या कुटुंब नियोजन केंद्रावर 'गिऱ्हाइकं' आणावी लागायची, सकाळपासून संध्याकाळपर्यंत मूल बंद होण्याच्या शस्त्रक्रिया केल्यानंतरच आमची सुटका व्हायची. माझ्याबरोबर दोन फॅमिली वेल्फेअर व्हिजिटर्स आणि एक आया असायची. कुटुंब नियोजन केंद्रावरील असिस्टंटस् लोक गोळा करायचे. मग आम्ही शस्त्रक्रियेसाठी लागणारी सामग्री आणि सर्व आवश्यक कागदपत्रं घेऊन केंद्रावर जात असू आणि जमलेल्या 'गिऱ्हाईकां'वर तुटून पडत असू. माझा अनुभव असा की अशा शिबिरांत शस्त्रक्रिया करून घेण्यासाठी बहुधा पुरुष येत नसत. सोळापासून पंचेचाळीस वर्षांपर्यंतच्या बायकाच येत. समजा तीन वर्षांत स्त्रियांच्या संतती-प्रतिबंधक शस्त्रक्रिया एक हजार केल्या असतील तर नसबंदी फक्त दोन. पुरुषांच्या कुटुंब-नियोजनसाठी करण्यात येणाऱ्या शस्त्रक्रियेला म्हणतात नसबंदी. जे पुरुष अशा शस्त्रक्रियेसाठी यायचे त्यांची अर्धी हाडं स्मशानात गेलेली असायची. पैसे आणि लुंगी ह्यांची लालूच दाखवून त्यांना कुणीतरी केंद्रावर टाकून जायचं. हे असे लोक सोडले तर रोज एकच दृश्य– दरिद्री स्त्रिया एकजात लाल साड्या नेसून बसलेल्या असायच्या. त्यांच्या नजरेत भीती असायची. कावऱ्याबावऱ्या होऊन त्या पाहत असायच्या. ह्यांत कुणाला नवरा नसे, तर कुणाला असे. कुणाला पाच मुलं असत, कुणाला चार, कुणाला तीन तर कुणाला एक. कुणाची मुलं जगलेली नसत, तर कुणाच्या नवऱ्यानं 'तलाक' दिलेला असे. तरीही त्या यायच्या. सरकारकडून मिळालेली साडी नेसून एकशे पंच्याहत्तर रुपये मिळण्याच्या आशेनं, उपाशी बसलेल्या असायच्या. (शस्त्रक्रियेच्या आधी काही तास खायचं नसतं.) मी माझ्या सहकाऱ्यांना नेहमी विचारायची, 'नसबंदीच्या केसेस का नाहीत?' ते म्हणायचे, 'पुरुष येत नाहीत.'

'का येत नाहीत?'

'येत नाहीत म्हणजे नाहीत.'

येत नाहीत. बस्स! रस्त्यावरचे भिकारीसुद्धा येत नसत. अगदी मरायला टेकलेला एखादा म्हातारा पैशाची लालूच दाखवून आणत. एकंदर नसबंदी म्हणताच सगळे नाकच मुरडत. हे काम बायकांचंच असंच सगळ्यांना वाटायचं. नसबंदी करून घ्यायला पुरुष का तयार नसतात, हे मला एक कोडंच आहे. बायकांच्या संतती-प्रतिबंधक शस्त्रक्रियेपेक्षा पुरुषांच्या नसबंदीत धोका खूपच कमी असतो. तरीही पुरुष नसबंदी करायला तयार होत नाहीत. बहुधा पुन्हा लग्न करण्याची वेळ आली तर प्रश्न येईल असाच विचार ते करत असावेत. असं नसतं तर चार-पाच जाणती मुलं असतानाही नसबंदी करायला ते कचरले नसते. स्त्रियांनी पाहिजे ते उपाय योजावेत– गोळ्या, फोम, इंजेक्शनस्, शस्त्रक्रिया. मुलं होण्याचं थांबविण्याचे सर्व तऱ्हेचे– तात्पुरते आणि कायमचे- उपाय स्त्रियाच करतात. गर्भनिरोधक गोळ्यांमध्ये एस्ट्रोजेन व प्रोजेस्टोरोन असे दोन प्रकारचे हारमोन्स वापरलेले असतात. ह्यांचे फायद्यापेक्षा तोटेच जास्त आहेत. ते असे:

- उलटीची भावना.
- उलटी
- डोकं दुखणं, गरगरणं.
- छातीत दुखणं.
- निराशा
- केस गळणं.
- कामभावना कमी होणं.
- पोटात अस्वस्थता आणि पाळीच्या वेळी पोटात भयंकर वेदना.
- पायांत गोळे येणं.
- अतिशय रक्तस्राव.
- अंगावर पांढरं जाणं.
- योनी आणि योनीच्या तोंडावर पांढरा थर जमणं
- वजन वाढणं,
- चरबी वाढणं.
- पॅन्क्रॅयटायटीस.
- गॉल ब्लॅडर स्टोन
- ग्लायकोसुरिया
- रक्तदाब वाढणं.
- शिरांमध्ये रक्ताच्या गुठळ्या होणं.

- गर्भाशयाला फॉयब्राईड नावाचं ट्युमर होणं.
- स्तनांचा कॅन्सर.

कॉपर टी किंवा IUCD (इन्ट्रायुटराईन कॉन्ट्रासेप्टीव्ह डिव्हाइस) ही खूप वापरात आहे. पण त्यामुळे पुढील त्रास होऊ शकतो.

- कॉपर टी बसवताना स्त्रीला अचानक मूर्च्छा येऊ शकते.
- पाळी अनियमित आणि रक्तस्त्राव खूप.
- पाळीच्या वेळी ओटीपोटात वेदना.
- सालफिएंगो अफोरायटीस (गर्भाशयाच्या नळ्या व अंडाशय ह्यांना इन्फेक्शन)
- एनडोमेट्राइटीस.
- गर्भाशयाचा कॅन्सर.
- गर्भाशयाला सूज.
- गर्भाशयाच्या तोंडाला जखम.
- डिव्हाइस तुटणं.
- कॉपर टी आपोआप बाहेर येणं.
- ट्युबल प्रेग्नन्सी

गोळ्या आणि कॉपर टीमुळे एवढा त्रास स्त्रीला होऊ शकतो. पण शस्त्रक्रियेमुळे काही कमी त्रास होत नाही. शस्त्रक्रियेत निरोगी स्त्रियांमध्ये मृत्यूचं प्रमाण ०.१३% आहे. एखाद्या स्त्रीला आधीच काही आजार झाला असल्यास धोका अधिक, ह्याशिवाय 'एक्टोपिक प्रेग्नन्सी' होऊ शकते. म्हणजे गर्भ गर्भाशयाबाहेर वाढू लागतो. ह्यामुळे अनेक समस्या निर्माण होतात. मृत्यूही ओढवू शकतो.

ह्यापेक्षा पुरुषांची नसबंदी सोपी आहे. पण ह्या देशात नसबंदी करून घेणारे पुरुषच नाहीत. फक्त बोलायला ते पुढे असतात. त्यांच्यासाठी दुसरी काही व्यवस्था अजून नाही. ह्याचं कारण? फक्त स्त्रीवरच सगळं काही लादायचं का? का ते सहज शक्य आहे म्हणून? कुटुंब-नियोजन स्त्रीइतकं पुरुषाच्या गळी उतरवणं सोपं नाही. मग सगळं स्त्रीच्याच गळ्यात पडतं. स्त्रीच्या शरीराशी सर्व खेळ होतात. तिलाच सर्व जगाचं गरळ गिळावं लागतं. पुरुषानं वाढवलेल्या कुटुंबाचं रक्षण तिलाच करावं लागतं. पुरुषाच्या सुखाची, समृद्धीची, कुटुंबाची, एवढंच नव्हे, तर समाजाची आणि राष्ट्राची काळजीही तिलाच वाहवी लागते.

□

हिंदूंचा वारसाहक्क

भारताच्या हिंदू सक्सेशन अॅक्ट (१९५६) प्रमाणे स्त्री आणि पुरुष ह्यांच्यात भेद केलेला नाही. हिंदू कुटुंबात जन्मलेल्या अपत्याला– मग ते अपत्य मुलगा असो की मुलगी– आई-वडिलांच्या संपत्तीमध्ये समान वाटा मिळतो. भारतात कायद्यानं हिंदूंना एकापेक्षा जास्त विवाह करण्यास बंदी आहे. परंतु ह्या देशातील हिंदूंना वारसाहक्काचा समान अधिकार कायद्यानं दिलेला नाही आणि एकापेक्षा जास्त विवाह करण्यासही कायद्यानं बंदी नाही. म्हणूनच ह्या देशातील कुलीन ब्राह्मणसुद्धा एका वेळी ऐंशी-नव्वद विवाह करत असत. अजूनही संधी मिळाल्यास त्यांना तीस-चाळीस विवाह करण्याची इच्छा असते. त्यांच्या डोक्यांवर कायद्याची टांगती तलवार नाही. मग ते कशाला संकोच करतील? त्याचप्रमाणे बांगलादेशातील मुस्लिम विवाह कायद्याप्रमाणे पुरुषानं दुसरा विवाह करण्याचं ठरविल्यास त्याला पहिल्या पत्नीची परवानगी घ्यावी लागते. भारतात मात्र मुसलमानांकरिता असा कायदा नाही.

ह्या देशातील हिंदू स्त्रिया वडिलांच्या संपत्तीपासून वंचित राहतात. फक्त मुलांमध्येच संपत्ती विभागली जाते. हिंदूंच्या शास्त्राप्रमाणे वडिलांच्या संपत्तीचा एकमात्र वारस मुलगा असतो असं मानलं गेलंय. जीमूतवाहनचे नियमच ह्या बाबतीत महत्त्वाचे मानले जातात. जीमूतवाहन होऊन गेला अकराव्या शतकात. तो बंगाली होता. त्यानं सांगितलेले नियम फक्त ह्याच देशात अजूनही पाळले जातात. सभ्यतेत भारत बांगलादेशापेक्षा पुढच्या पायरीवर आहे. त्यामुळे तिथं असे नियम केव्हाच मागे पडलेत.

शास्त्राबद्दलच बोलायचं झालं तर मिताक्षरा शास्त्र जीमूतवाहनाच्या नियमाइतकं अनुदार नाही. एके काळी मद्रास, मुंबई, काशी, मिथिला वगैरे ठिकाणी मिताक्षरा शास्त्राचा आदर केला जात होता. जीमूतवाहन शास्त्राचा नाही. मिताक्षराच्या मते वर-

दक्षिणेतील जो भाग अग्नी जाळू शकत नाही, जो वाहून नेता येतो आणि ज्यावर कुणी आपला सरळ सरळ हक्क सांगू शकत नाही, तो भाग स्त्रीधन होय. ह्यावर फक्त स्त्रीचाच हक्क असतो. पतीनं अशा स्त्रीधनातील काही घेतल्यास त्यानं ते परत करणं भाग आहे. सासू-सासऱ्यांकडून मिळालेली संपत्तीही स्त्रीधनच होय.

याज्ञवल्क्यांच्या मते पतीनं वा सासऱ्यानं स्त्रीला स्त्रीधन दिलं नसेल तर त्यांनी मुलांना जेवढी संपत्ती दिली असेल तेवढी तिला देणं योग्य. जर पतीकडून वा सासऱ्याकडून स्त्रीला काही स्त्रीधन मिळालं असेल तर मुलांना दिलेल्या धनाइतकं ते होईल एवढं तिला देणं त्यांचं कर्तव्य आहे. मिताक्षरानंही याज्ञवल्क्याच्या म्हणण्याला पुष्टी दिली आहे.

पिता जीवित असताना संपत्तीची वाटणी झाल्यास मातेचा भाग समान असेल. पण पित्याच्या मृत्यूनंतरही मातेला तेवढाच भाग मिळेल, असं याज्ञवल्क्यांनी सांगितलंय. नारद, बृहस्पती आणि व्यास ह्यांचंही मत असंच आहे.

व्यासांनी तर आजीलाही आईप्रमाणे हिस्सा द्यावा, असं म्हटलंय. विष्णू म्हणतात, 'आई आणि अविवाहित मुलगी ह्यांना मुलांप्रमाणेच वाटा मिळावा.'

बृहस्पतींच्या मते आईचा भाग मुलाएवढा, तर मुलीचा एक चतुर्थांश. कात्यायनही अविवाहित मुलीला एक चतुर्थांश भाग मिळावा ह्या मताचे आहेत. ते म्हणतात, 'सामान्य संपत्तीत पुत्र व कन्या ह्यांचा वाटा समान. मनूला आपण अनुदार मानतो. पण त्यानंही म्हटलंय की भावांनी आपल्यातला हिस्सा बहिणींना द्यावा. तो पुढे म्हणतो, 'निपुत्रिक विधवेला पिंडदान आणि संपूर्ण संपत्ती ह्यांचा अधिकार आहे.' वरदराजाच्या मते पत्नी अर्धांगिनी असते. पाप-पुण्यात भागीदार असते. ती असताना पतीचं धन दुसऱ्या कुणाला का मिळावं? श्रुतीप्रमाणे पती व पत्नी हे दोघं एका पूर्ण स्वरूपाचे दोन अंश आहेत.'

स्त्री जर पुरुषाची अर्धांगिनी असेल तर त्याच्या मृत्यूनंतर तो तिच्यात असतोच आणि जर तसं नसेल तर अर्धांगिनी म्हणण्याला अर्थच काय? आणि जर ती अर्धांगिनी तर सर्व धन-संपत्ती पुरुषाच्या मृत्यूनंतर तिलाच मिळणार.

मनू आणि नारद ह्या दोघांनीही असं म्हटलंय की पुत्र जसा तुमचा तशी कन्याही तुमचीच आहे. म्हणजेच त्या दोघांत आणि तुमच्यांत काहीच अंतर नाही. त्या दोन्ही अपत्यांमध्ये पित्याचा वास आहेच. पुत्र व कन्या दोघंही समान आहेत. ते जिवंत असताना संपत्ती दुसऱ्यांना का मिळावी? पुत्र व कन्या ह्यांच्यात काहीच फरक नाही. तेव्हा कन्याही पुत्रच आहे. ते दोघंही पित्याच्या वंशाचं रक्षण करतात.

थोडक्यात, माणसांप्रमाणे शास्त्र स्त्रीच्या विरोधात मुळीच नाही. वारसाहक्काचा कायदा निर्माण केला अकराव्या शतकातील एका माणसानं. आता आम्ही २१ व्या शतकाच्या उंबरठ्यावर उभे आहोत. जुनं टाकून आम्ही किती तरी नव्या नव्या गोष्टींचं

स्वागत करतोय. जुने संस्कार, जुना समाज पुन्हा नव्यानं घडवतोय. नव्या दमानं. किती तरी टाकून दिलं. पण शास्त्र मात्र टाकू शकलो नाही. आमचे अशिक्षित, अर्धशिक्षित आणि तथाकथित शिक्षित शास्त्राला कवटाळून बसलेत.

ह्या देशात हिंदू अजूनही शास्त्राप्रमाणे चालतात. त्यांच्यासाठी कोणताही सभ्यतेला धरून असलेला कायदा निर्माण झालेला नाही. म्हणून हिंदूंचे बहुविवाह बंद व्हावेत, वारसाहक्काचा सभ्य समाजाला शोभेल असा कायदा व्हावा आणि हिंदू स्त्रीला 'माणूस' मानलं जावं, अशी मी सरकारकडे मागणी करते.

□

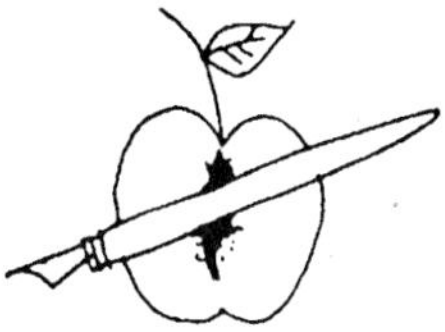

मुसलमानांची दुर्बुद्धी व दुर्दैव

मुसलमानांना नाना प्रकारच्या विकृती असतात. बंगाली मुसलमानांनी एकदा जाहीर केलं की आम्ही इंग्लिश शिकणार नाही. त्याचं फळ त्यांना आता क्षणोक्षणी भोगावं लागतंय. शिक्षण, कला, संस्कृती ह्या सर्वांमध्ये बंगाली हिंदूंपेक्षा बंगाली मुसलमान दोनशे वर्षं मागासलेत. मधून मधून शिंगं खुपसून ते पुढं जायला बघतात, पण त्यांच्यात एवढं अंतर पडलंय की, ते पुढं जाणं तर सोडाच, पण त्यांच्या बरोबरीलाही येऊ शकत नाहीत.

ह्या मुसलमानात आणखी एक विकृती होती. ती म्हणजे 'स्त्रीला शिक्षण द्यायचं नाही.' बंगाब्द १३३० (इ. स. १९२३-२४) मध्ये बेगम रुकिया म्हणतात, 'आमचे मुसलमान बंधू, स्त्रीकडे ज्या अनुदारतेनं, उदासीनपणे आणि अवहेलनेनं बघतात, त्याकडे आता काणाडोळा करता येणार नाही. करायला जावं एक आणि होतं भलतंच, अशी म्हणच आहे ना! ह्या विशाल समाजाचे स्त्री व पुरुष हे दोन अंश आहेत. फार पूर्वीपासून पुरुष स्त्रीची प्रतारणा करत आलाय. स्त्री मुकाट्यानं सर्व सहन करते. पुरुषाच्या बाजूनं 'नारायणाचं सैन्य' आहे. म्हणून ते यच्चयावत स्त्रियांवर विजय मिळवू शकतात. पण आता सुख इतकंच की एवढ्या काळानंतर कृष्णाचं लक्ष आमच्या हिंदू भगिनींकडे गेलं. त्यामुळे हिंदू समाजातील भिन्न भिन्न पंथांतील बंधनांत जखडलेल्या हिंदू भगिनींमध्ये जागरूकता येऊ लागली. त्या– विशेषतः मद्रासच्या स्त्रिया– सर्व क्षेत्रांत पुढे येऊ लागल्या. ह्या वेळी मद्रासच्या लेजिसलेटिव्ह कौन्सिलची उपाध्यक्ष म्हणून एका महिलेची निवड झालीय. सध्या रंगूनमध्ये एक महिला बॅरिस्टर आहे. बॅरिस्टर मिस सोराबजीचं नाव तर सर्वांना माहीत आहेच. परंतु मुसलमान स्त्रियांबद्दल काय बोलावं?

आई विष घालते,
बाप विकायला निघतो,

त्यांचं रक्षण कोण करतो?'

बेगम रुकिया पुढे म्हणतात, 'इस्लामनं जरी मुलींची शारीरिक हत्या बंद केली असली, तरी मुसलमान मुलींच्या मनाची, बुद्धीची आणि विचारशक्तीची हत्या सर्रास चालू आहे. मुलीला मूर्ख बनवून घराच्या चार भिंतीआड कोंडून ठेवायचं, तिला ज्ञान आणि विवेक ह्यांच्यापासून वंचित ठेवायचं, हेच कुलीनतेचं लक्षण मानलं गेलंय.'

बेगम रुकिया ह्यांच्या 'सखावत् मेमोरिअल स्कूल' मधील मुलींच्या पालकांना त्यांच्या मुलींनी थोडं फार उर्दू आणि कुराणशरीफ सोडून इतर काही शिकू नये, असं वाटे. 'मुलींना इंग्लिश शिकवू नये,' असं विशेष करून ते कळवत. एकदा शिक्षण खात्याकडून, बंगालमध्ये महिला पदवीधरांबाबत विचारणा करण्यात आली. बेगमना तीन कोटी मुसलमानांत फक्त एक महिला पदवीधर असल्याचं आढळलं.

ह्या वेळी अलीगड बालिका विद्यालयाचे सेक्रेटरी शेख अबदुल्ला म्हणाले होते की स्त्री शिक्षणाला विरोध करणाऱ्यांच्या मते शिक्षणामुळे स्त्रिया असभ्य आणि उद्धट होतात. धिक्कार असो ह्या लोकांचा! हे लोक स्वतःला मुसलमान म्हणवतात आणि इस्लामच्या मूलभूत विचाराच्या विरुद्ध वागतात. जर पुरुष शिक्षणामुळे आपल्या मार्गापासून ढळत नाही, तर स्त्रिया कशा ढळतील? काही राष्ट्रांनी स्त्रियांना पुरुषांप्रमाणे शिक्षणाचा अधिकार दिलाय. पण काही राष्ट्रं समाजाच्या अर्ध्या अंगाला निर्बुद्ध आणि बुरख्याआड बंदिस्त करून ठेवतात. अशी राष्ट्रं, जीवनसंघर्षात, स्त्री-शिक्षणाला मान्यता देणाऱ्या राष्ट्रांशी बरोबरी कशी करू शकतील? भारतात एक कोटी लोक भिक्षा मागून जगतात. त्यांच्यामध्ये मुसलमानांची संख्या जास्त आहे. तेव्हा ते कोणत्या तोंडाने इतरांची बरोबरी करणार? आम्ही अजूनही कुलीनतेच्या बढाया मारतो. भिक्षा मागणं हे सर्वांत नीचकर्म समजलं जातं आणि त्यात मुसलमानांची संख्या सर्वांत जास्त आहे. ह्याचं कारण ते स्त्रियांना शारीरिक आणि मानसिक विकासापासून वंचित ठेवतात, सर्व क्षेत्रांत त्यांना पांगळं करून ठेवतात. त्यामुळे त्यांची मुलंही निरुद्योगी व आळशी होतात. अशी मुलं बापजाद्यांच्या नावावर भीक मागणार नाहीत, तर काय करणार?

बेगम रुकियांचा जन्म १८८० साली झाला आणि मृत्यू १९३२ मध्ये. आजपासून सत्तर वर्षांपूर्वी त्यांनी सांगितलं की मुसलमानांच्या दैन्य व दुर्दशेचं एकमेव कारण म्हणजे त्यांचे स्त्री-शिक्षणाबद्दलचे औदासीन्य. आमच्या बंधूंना वाटतं की त्यांच्यापैकी जे मूठभर अलीगड, ढाका ह्या विद्यापीठांत किंवा कलकत्त्याच्या इस्लामिया कॉलेजात भरती होतात, ते भवसागर पार करतात आणि त्याच वेळी आपल्या बॅगेत पत्नी किंवा मुलीला कोबलं म्हणजे त्यांचंही कल्याण झालं. पण विधात्याचे नियम वेगळेच असतात. तिथं प्रत्येकाला आपापल्या कर्माचं फळ

मिळतं. दुसऱ्याच्या नाही. तेव्हा स्त्रियांनी बॅगेत बसून मालगाडीतून सदेह स्वर्गाला जाण्याच्या आशेवर बसण्यापेक्षा आपल्या मुलींच्या शिक्षणाकडे लक्ष द्यावं. मुलीच्या लग्नात दागिने आणि हुंडा ह्यांवर जो पैसा खर्च होतो, त्यातील काही आपल्या मुलीच्या शिक्षणासाठी आणि आरोग्यासाठी खर्च करावा.

शाळेत मुलींची आरोग्य तपासणी केल्यास पालक आरडा-ओरड करायचे. त्यांचं म्हणणं असं होतं की आम्ही मुलीला शाळेत पाठवतो ते तिनं थोडं फार शिकावं म्हणून. तिची दृष्टी अधू आहे, दात कमकुवत आहेत, घसा खराब आहे, फुफ्फुसात दोष आहे, ह्यांचा विचार करायला नाही. हे सगळं समजलं तर मुलीचं लग्नं कसं होणार?

बेगम रुकिया एका शाळेच्या संस्थापक व शिक्षिका होत्या. मुलींचं आरोग्य व शिक्षण ह्यांच्यापेक्षा तिच्या पालकांना तिचं लग्न महत्त्वाचं वाटतं हे पाहून त्यांना आश्चर्य वाटायचं.

काळ आता खूप पुढे गेलाय. परंतु मुलीच्या लग्नाचं महत्त्व कमी झालेलं नाही. अजूनही सर्वच स्तरांतील लोकांना मुलगी किती शिकली आहे, ह्यापेक्षा तिचं लग्न कोणाशी झालं हे पाहणं जास्त आवश्यक वाटतं. ह्या देशात स्त्रीची बुद्धी आणि शिक्षण ह्यावरून तिची योग्यता ठरत नाही, तर ती ठरते तिच्या पतीच्या योग्यतेवरून. वर्षांमागून वर्षं लोटली पण काळोख मात्र आहे तसाच आहे. बंगाली मुसलमानांच्या अंतःकरणात साठलेली धूळ, जाळी, जळमटं काढून टाकणं कुणालाही शक्य नाही.

मुलींसाठी शाळा-कॉलेजं निघाली. तिथं वह्यापुस्तकं घेऊन मुली शिकायला येतात, पण त्यांची आकांक्षा चांगलं शिक्षण घ्यावं, अशी नसून चांगला पती मिळावा हीच असते. ९९% मुली ह्याच उद्देशानं इथं येतात. मी त्यांना दोष देत नाही. कुसंस्कार आणि अंधश्रद्धा पुढच्या पिढीकडे जे पोहोचवतात त्यांचा हा दोष आहे. मुलींच्या पायांत परंपरेच्या बेड्या अडकवणाऱ्यांचा हा दोष आहे.

मुसलमान मुलींच्या पायांत अशा बेड्या असल्यानं त्या घर व घराचं अंगण ह्यांच्या पलीकडे फार जाऊ शकत नाहीत. त्यांच्या निर्बुद्ध डोक्यात कल्पनाशक्तीही बेताचीच असते. आमच्या सुशिक्षित समाजातही लग्न झाल्यावर मुलींचं शिक्षण बंद करण्याची प्रवृत्ती आहे. अजूनही त्यात काही फरक पडलेला नाही. सरकार शिक्षणावर लाखो रुपये खर्च करतं. पण घरात नवरा व मुलं ह्यांच्यात गुंतून पडणाऱ्या मुलींची संख्या वाढतेच आहे.

बंगाली मुसलमानांच्या जगातून खूप नाहीसं झालं. हिंदू गेले, उर्दूभाषक गेले. अंधकार मात्र गेला नाही.

□

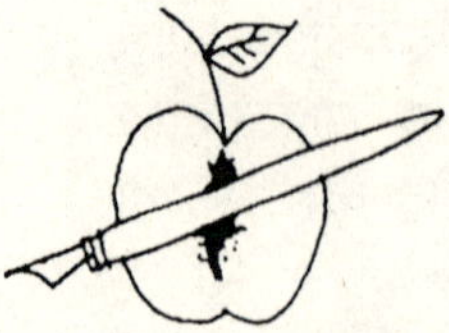

राजकारणातील लबाडी

'बांगलादेश जातीयताबादी दला' बरोबर (बांगला देश नॅशनल पार्टी म्हणजेच बी. एन. पी. बरोबर) ज्या पक्षाचा सर्वांत जास्त घनिष्ठ संबंध आहे, तो पक्ष म्हणजे 'जमायत इस्लामी'. 'जमायत इस्लामी'चं राजकारण धर्माधिष्ठित आहे. ह्या पक्षाचे आचार-विचार, कट-कारस्थानं, दहशत-गुंडगिरी हे सर्व काही धर्मांच्या नावाखाली चालतं. तेव्हा 'बांगलादेश जातीयताबादी' व 'जमायत इस्लामी' ह्यांच्यात मैत्री कशी? ही तर मुंगूस-सापाची दोस्ती.

ज्या धर्मावर 'जमायत इस्लामी' पोसलाय, तो धर्म काय सांगतो पाहाः पुरुष जेव्हा जेव्हा स्त्रीला शरण गेला, तेव्हा तेव्हा विध्वंस झाला. (बुखारि)

'जे राष्ट्र स्त्रीच्या हाती सत्ता देतं, ते राष्ट्र कधीच यशस्वी होत नाही. (बुखारि)

'कुठल्याही राष्ट्रासाठी स्त्रीनं नेतृत्व करणं वैध नाही. कारण अपयश देणारं व नुकसान करणारं कर्म टाळणं अत्यावश्यक आहे.' (नायालुल आओतार) 'राजाच्या अनुयायांचे जे छोटे छोटे गट किंवा तुकड्या आहेत, त्यांतील कोणाचंही नेतृत्व स्त्रीनं करणं कायदेशीर मानलं जात नाही. (अल फासल फिल मिलाल वाल आहवा वान निहाल खंड ४) कारण स्त्री बुद्धी, ज्ञान व शारीरिक क्षमता ह्या बाबतींत अपूर्ण आहे. तिला निर्णयाच्या जागी (वैचारिक बैठकीत) आणि युद्धक्षेत्रावर येण्यास मनाई आहे.'(शारहु मकासिद) 'जेव्हा तुमच्यातील लबाड लोक, अमीर शासक व धनवान व्यक्ती कृपण होतील आणि तुमचे यच्चयावत अधिकार स्त्रीच्या हाती सोपवले जातील, तेव्हा ह्या पृथ्वीच्या पाठीवर राहण्यापेक्षा तिच्या पोटात आश्रय घेणं तुमच्यासाठी उत्तम. (थोडक्यात, ह्या जगात तुम्ही न राहणं चांगलं.) (तिरमिजि शरीफ)

इस्लामच्या ह्या मौलिक विचारांच्या संदर्भात राष्ट्राचं पंतप्रधान होणं आणि नमाजचं इमाम होणं स्त्रीसाठी निषिद्ध आहे. शरीयतच्या परिभाषेत 'नमाज आणि राष्ट्र

ह्या दोघांचं नेतृत्व करणं' ह्याला 'इमामति' म्हणतात. इमामति कुठल्याही स्त्रीसाठी वैध मानलेली नाही. नमाजची इमामति करणाऱ्या स्त्रीला त्या जागेवरून दूर करणं, हे जसं मुसलमानाचं कर्तव्य आहे, तसंच देशरूपी मशिदीचं नेतृत्व स्त्रीच्या हाती गेल्यास तिला त्या पदावरून हटवणं हेही प्रत्येक मुसलमानाचं कर्तव्यच आहे. म्हणजेच 'बांगलादेशच्या निवडून आलेल्या पंतप्रधानांना अवैध किंवा बेकायदेशीर ठरवणं' हे खरं 'जमायत इस्लामी'चं महत्त्वाचं काम आहे, असं म्हणता येईल. 'बांगलादेश जातीयताबादी दला'चं नेतृत्व एका स्त्रीच्या हातात आहे आणि तीच स्त्री आता राष्ट्राचंही नेतृत्व करतेय. तेव्हा तर्कदृष्ट्या बी.एन. पी. 'जमायत इस्लामी' चा कट्टर विरोधी पक्ष असायला हवा. इथं ह्या दोन पक्षांत मैत्री संभवतच नाही.

सूरा निसा (आयात ३०) मध्ये म्हटलंय की पुरुषच स्त्रीचा रक्षक व शासक. कारण अल्लानंच एकाला दुसऱ्यापेक्षा महत्त्व दिलंय.

'पुरुषावर सत्ता गाजवण्याची क्षमता स्त्रीमध्ये नाही. ती पुरुषावर आपलं वर्चस्व प्रस्थापित करण्यायोग्य नाही, म्हणून स्त्रीचं नेतृत्व वैध वा कायदेशीर नाही.' असं जर धर्मच सांगत असेल तर 'धर्म हेच ज्याचं एकमेव हत्यार' आहे, त्या पक्षाच्या दृष्टीनं कुठल्याही स्त्रीनं प्रमुख पक्षाच्या विरुद्ध राजकीय लढ्यात उतरावं, हे अस्वाभाविक आहे. पण आमच्या देशात घडलंय उलटंच. 'जमायत इस्लामी' नं बी. एन. पी. च्या स्त्री-नेत्याशी गुपचूप हातमिळवणी केलीय. हा विरोधाभास नाही? मला तर वाटतं, हा नुसता विरोधाभास नाही, तर धर्मविरोधी वर्तन आहे, नाही का? 'धर्मच ज्यांचं शस्त्र आहे' तेच जर धर्मविरोधी झाले तर देशातील असहाय जनसामान्यांचं काय? का त्यांच्यापुढे स्वर्गाच्या लोभाचं गाजर नाचवलं की त्यांच्या तोंडाला पाणी सुटेल? एकाहत्तर नंतर जे विषारी साप बिळात घुसले होते, ते आता डोकं वर काढताहेत. नुसतं एवढंच नाही, तर काही छाती फुगवून सगळीकडे फिरताहेत. त्यांना लोकांनी मूर्ख व्हावं असंच तर वाटतंय. हे साप आज राष्ट्राच्या मुळावरच अती विषारी डंख मारताहेत.

आमच्या देशातील 'बांगलादेश जातीयताबादी दल' ह्या बलशाली पक्षानं 'जमायत इस्लामी'ला दूध घालून वाढवलंय. 'जमायत इस्लामी'नंही शरीयतविरोधी 'स्त्री-नेतृत्वा'चं दूध पचवलंय. 'बांगलादेश जातीयताबादी' आता चूप बसलाय. त्या पक्षाची नेता, आपल्या भाषणांतून 'मी खलीदा, खलीदा, खलीदा' असं ओरडून आपण निवडून आल्याचं सर्व लोकांना दाखवून देत आहे. स्त्री-नेतृत्वाच्या विरुद्ध असलेल्या हादिस-फतवे ह्यांना प्रमाण मानणाऱ्या 'जमायत' ची राजनीती आता त्या कशाला मनावर घेतील? जमायत, फ्रीडम, युवाकमान्ड ह्यांच्यावर बंदी आणण्यासाठी लोक रस्त्यावर आलेत. परवा ह्याचसाठी तर केवढी सभा झाली. पण त्याकडे आमच्या नव्या पंतप्रधानांनी काणाडोळाच केला.

'जमायत'चा स्वार्थ साधला की तो पक्ष स्त्री-नेतृत्वाच्या विरोधात रानटी सांडाप्रमाणे खवळून उठेल हे सर्वांनी लक्षात ठेवायला पाहिजे. मग खलीदांनी आपल्या डोक्यावरचा पदर कितीही पुढे ओढला तरी त्यांना शिंगाचा मार खावाच लागेल. कारण संधी मिळताच 'जमायत' म्हणेल, 'नबी करीम (साः) नी स्त्रीचं कर्तव्य फक्त घरापुरतंच मर्यादित केलंय.' (फातहुल बारी) 'घराची देखभाल व नवरा आणि मुलं ह्यांचा सांभाळ हीच स्त्रीची सर्वांत महत्त्वाची जबाबदारी.' (बुखारि)

स्त्रीनं घराबाहेर पडून राष्ट्राचं नेतृत्व केल्यास सर्वांत प्रथम नाराज होणारा पक्ष म्हणजे 'जमायत इस्लामी.' तो पडदा-पद्धतीचं समर्थन करून एक दिवस म्हणेल, 'परपुरुषाच्या पुढे स्त्रीनं येणं हा गुन्हा आहे.' मग गुन्हेगार म्हणून आमच्या पंतप्रधानांना इस्लामच्या कोर्टात आरोपीच्या पिंजऱ्यात उभं राहावं लागेल.

राजकारणात धर्माच्या नावावर चाललेल्या ह्या गोंधळात सर्वांत त्रासलाय तो ह्या देशातील सामान्य माणूस. देशात विषारी फूत्कारांनी दूषित झालेली हवा तशीच साठून राहिलीय. तिच्यापासून देशाची व देशातील लोकांची मुक्तता करणं आवश्यक आहे. खलीदा झिया आता ह्या देशाच्या पंतप्रधान म्हणून निवडून आल्या आहेत. त्यांना मी सर्व स्त्रियांतर्फे आदरपूर्वक वंदन करते आणि त्यांच्यासह सर्व स्त्रियांच्या कल्याणासाठी विनंती करते की ह्या देशाला वाचवा. 'जमायत इस्लामी' वर बंदी घाला आणि अज्ञानाच्या अंधकारापासून ह्या देशातील बारा कोटी माणसांना वाचवा.

□

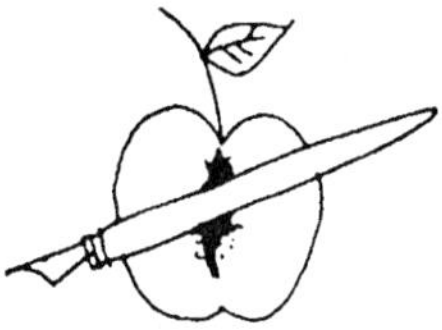

स्त्रीचा परिचय

१.

कोणत्याही फॉर्ममध्ये आपली संपूर्ण माहिती भरावी लागते. स्वतःचं नाव, वय, जन्मतारीख ह्यानंतर पिता किंवा स्वामी (बंगालीत पतीला स्वामी म्हणतात.) ह्यांच्या नावाची विचारणा केलेली असते. ते पाहून मी विचारात पडते. विवाहित पुरुष तिथं स्वतःच्या वडिलांचे नाव लिहितात. कारण त्यांना वडीलच असतात, 'स्वामी' नसतो. (पुरुषांना कधी स्वामी असूच शकत नाही) पण विवाहित स्त्रीसाठी मात्र इथं थोडी अडचण येते. कारण तिला वडीलही असतात आणि स्वामीही असतो. त्यांतील एकाला 'पालक' म्हणून तिला निवडावं लागतं. विवाहित स्त्रिया सामान्यपणे 'स्वामीं'चीच पालक म्हणून निवड करतात.

स्त्री व पुरुष किंवा पती आणि पत्नी हे परस्परपूरक आहेत असं मानलं जातं. मग स्त्री आपल्या परिचयात पतीचा उल्लेख करत असेल, तर पुरुषानं पत्नीचा उल्लेख करणं योग्य ठरतं. समजा असं जर करायचं नसेल तर पुरुष व स्त्री दोघांनीही आपापल्या आई-वडिलांच्या नावाचा उल्लेख करावा. माझ्या मते पुरुष व स्त्री दोघांनीही– मग ते विवाहित असोत वा नसोत– आपापल्या आई-वडिलांचाच 'पालक' म्हणून स्वीकार करावा, हे उत्तम.

२.

समजा ह्या देशाचा एखादा नागरिक आपल्या आईवडिलांसह मयमनसिंहमध्ये राहत आहे. त्यांच्या वडिलांचं जन्मगाव आहे राजशाही. तिथंच त्याच्या वाडवडिलांचं घर आहे. त्याची आई आहे चटुग्रामची. ह्या नागरिकाला त्याचं 'गाव कोणतं' असं विचारलं तर तो मयमनसिंह सांगणार नाही, चटुग्रामही सांगणार नाही, सांगेल राजशाही. राजशाहीत त्याच्या वडिलांचं घर असेलही. पण ते कामानिमित्त येऊन राहिलेत मयमनसिंहला. त्यांनी लग्न केलं चाटुग्राममधल्या मुलीशी आणि अनेक वर्षं

त्यांचं वास्तव्य आहे मयमनसिंहला. ह्या वर उल्लेखलेल्या नागरिकानं– म्हणजे त्यांच्या मुलानं– राजशाही कधी पाहिलंही नसेल, तरी त्याचं मूळगाव राजशाहीच मानलं जातं. वडिलांच्या जन्मगावाला आपलं मूळ गाव मानायचं, ही एक विचित्र पद्धत आहे.

ही विचित्र पद्धत पडण्याचं कारण 'पितृसत्ताक समाज व्यवस्था.' ह्या व्यवस्थेत वडीलच कुटुंबाचे प्रमुख असतात. संसारात वडील कमावत नसले, ते बेकार, कमवायला असमर्थ, अत्याचारी, वाईट असले तरीही मुलांना आपल्या वडिलांचंच नाव लावायला लागतं. आई नऊ महिने पोटात गर्भ वाढवते, मुलाला जन्म देताना तिला खूप कष्ट, वेदना सहन कराव्या लागतात, तरी तिची ओळख समाजाच्या दृष्टीनं महत्त्वाची नाही. ह्याचा अर्थ, 'मातृसत्ताक समाज व्यवस्था' यावी असं माझं म्हणणं नाही, स्त्रीच्या सामाजिक स्थानाबाबतचं बेगम रुकियांचं स्वप्न वास्तवात यावं असंही मला म्हणायचं नाही, माझं म्हणणं एवढंच आहे की जिथं माणूस राहतो तेच त्याचं गाव मानलं जावं. ह्याशिवाय आई आणि वडील यांच्याही गावांचा त्यानं वेगळा उल्लेख करावा. ही पद्धत जेवढ्या लवकरात लवकर अमलात येईल तेवढं कल्याणच होईल.

पण 'कल्याण होईल' असं जे म्हटलंय त्याचा अर्थ स्त्री आर्थिक दृष्ट्या स्वतंत्र होईल, तिला राजकारणात आणि मशिदीत प्रवेश मिळेल, शिकायला, नोकरी अथवा कुठलाही व्यवसाय करायला तिला परवानगी मिळेल, सगळा काळोख फिटेल, तिची सर्व जाचक सामाजिक बंधनांतून सुटका होईल, तिच्या सर्व समस्यांचं समाधान होईल, असा मात्र होत नाही.

ह्या समाजाच्या रोमा-रोमात भिनलेला रोग सहज बरा होणं शक्य नाही. सुशिक्षितांमध्ये स्वास्थ्याबद्दल जी चर्चा चालते तिचाच अधिक विस्तार व्हायला पाहिजे. माणूस जागा व्हावा व त्यानं रोगीष्ट, व्याधीग्रस्त वृक्षाला मुळापासून उपटून टाकावं.....

३.

पिता किंवा पती ह्यांचं नाव स्वतःच्या नावापुढे लावण्याचा शौक आजकाल स्त्रियांमध्ये फार वाढलेला दिसतोय. ही पद्धत काही नवीन नाही. ही पद्धत त्वरित बंद व्हावी असं मला वाटतं. नाही तर स्त्रीचं जे काही व्यक्तित्व शिल्लक आहे ते वडिलांच्या रहमान, इस्लाम, हक किंवा पतीच्या चौधरी, हुसेन, मुश्तफा ह्या नावात संपूर्णपणे विलीन होऊन जाईल. गंगोपाध्याय, साहा, पाल, चक्रवर्ती, सेन ह्या नावांबद्दलही मला हेच म्हणायचंय. आपल्या इच्छेप्रमाणे आई किंवा वडील ह्यांच्यापैकी कोणाचंही आडनाव लावावं. पण आडनाव अजिबात न लावणं सर्वांत चांगलं. ज्या नावांवरून जात, धर्म, वर्ण कळणार नाही अशी बंगाली नावं मुलांना

ठेवण्याची आता वेळ येऊन ठेपलीय. त्यासाठी काही नावांची उदाहरणं देते ती अशी: प्रज्ञा, लावणी, अथइ, नीलिमा, रौद्र, समुज्ज्वल, सुख समुद्र, शुक्ला, शकुंतला, अरण्य, निबिड, रूपसी, हृदय.

४.

एका मोठ्या प्रतिष्ठित संस्थेत उमेदवारांच्या मुलाखती होत्या. मुलाखतींच्या वेळी मी तिथं होते. संस्थेत 'ऑफिसर'च्या जागेसाठी उमेदवार निवडायचे होते. कमीत कमी योग्यता 'मास्टर्स डिग्री' अशी होती. उच्चशिक्षित स्त्री व पुरुष उमेदवार संस्थेच्या संचालकांसमोर एकेक करून येत होते आणि त्यांची मुलाखत घेतली जात होती. मी तिथं एक निरीक्षक म्हणून होते. संचालक स्त्री उमेदवार व पुरुष उमेदवार ह्यांच्याशी मुलाखतीच्या वेळी वेगवेगळ्या तऱ्हेनं वागताना पाहून मी चकित झाले. पुरुष- उमेदवाराला नाव, शिक्षण, पदवी, पदवी घेतल्याचं वर्ष, पदवीसाठी घेतलेले विषय, अनुभव ह्यांच्याबद्दल विचारीत. पण स्त्री उमेदवाराला नाव, विवाहित का अविवाहित, विवाहित असल्यास पतीचं शिक्षण, पेशा वा व्यवसाय, व्यवसायाचं ठिकाण अशा गोष्टींबद्दल विचारीत. उमेदवार स्त्रीचा पती कारकून असल्यास तिची योग्यता कमी समजली जाई, अभियंता असल्यास योग्यता वाढे. ह्याचा अर्थ, स्त्री उमेदवाराची स्वतःची योग्यता तिच्या पतीच्या योग्यतेखाली दडपली जात होती. काही संस्था तर स्त्री उमेदवाराच्या शारीरिक सौंदर्यावरूनच योग्यता ठरवतात!

स्त्रिया शाळा-कॉलेज-विद्यापीठ ह्यांत शिक्षण घेतात, उच्च पदव्या मिळवतात. पण केवळ स्वतःचं अस्तित्व व व्यक्तित्व ह्यांच्या बळावरच उभं राहण्याची 'योग्यता' त्यांना मिळत नाही.

□

स्त्रियांचं कर्म

माझ्या धाकट्या बहिणीनं मास्टर्स डिग्री मिळवल्यानंतर बऱ्याच ठिकाणी नोकरीसाठी अर्ज केले होते. त्यांत एक-दोन सरकारी व बिनसरकारी बँकाही होत्या. 'सिटी बँक' आणि 'ऑल बाराका बँक' ह्यांना ऑफिसर्स पाहिजेत अशी जाहिरात आली होती ना?' मी बहिणीला विचारलं. 'हो. आली होती. पण तिथं मी अर्ज करून काही उपयोग नाही.' बहीण म्हणाली.

'का?'

'ते बायकांना घेत नाहीत.'

'शैक्षणिक पात्रता असली तरी?'

'हो. तिथं 'पुरुष असणं' हीच खरी पात्रता.'

'असं का?'

'बायकांना बाळंतपणाची रजा द्यावी लागते. त्यांना ओव्हर टाईम देता येत नाही. म्हणून ते बायकांना बँकेत नोकरीच देत नाहीत, असं मी ऐकलं खरं!' बहीण म्हणाली.

माणसाला– मग तो पुरुष असो की स्त्री– कुठलंही काम करण्याचा अधिकार आहे. ह्या देशात, केवळ बँकाच स्त्रियांना नोकऱ्या देत नाहीत असं नाही, तर इतर अनेक संस्थाही तेच करतात. स्त्रीजवळ शैक्षणिक पात्रता, प्रावीण्य, अनुभव असला तरी ती 'स्त्री' आहे, म्हणून हे सगळं नगण्य ठरतं.

आम्ही २१ व्या शतकाच्या उंबरठ्यावर उभे आहोत आणि 'बाळंतपणासाठी रजा द्यावी लागते म्हणून आम्ही बायकांना नोकरीत घेत नाही' ह्या 'सुसंस्कृत' देशातील एका संस्थेनं दिलेल्या कारणावर मी विश्वास ठेवावा का?

कपड्यांच्या कारखान्यात आर्थिक दृष्ट्या मागासलेल्या कुटुंबांतील स्त्रिया कामं करतात, एक देशी औषधांचा कारखाना संपूर्ण स्त्रियांच्या कष्ट आणि कौशल्यावर

चालतोय, एन. जी. ओ. (NGO) खूप स्त्रियांना नोकऱ्या देतात, ही चांगली लक्षणं आहेत. पण कायद्याच्या दृष्टीतून पाहिलं तर स्त्रियांना वेतन खूपच कमी दिलं जातं. स्त्रियाही कमी वेतन मिळालं तरी चालवून घेतात. म्हणूनच 'स्वस्त मजूर' म्हणून त्यांना कामं मिळतात. जगात सर्वत्रच स्त्रियांना 'स्वस्त' म्हणूनच काम दिलं जातं. खुद्द अमेरिकेचंच उदाहरण घ्या ना! तिथं ज्या कामाचे स्त्रीला ५९ सेंट्स मिळतात, त्याच कामाबद्दल पुरुषाला १ डॉलर मिळतो.

'स्त्री ही फक्त घरात ठेवायची वस्तू आहे. तिनं घराबाहेर जाऊन काम करणं योग्य नाही, स्वावलंबी होणं बरोबर नाही,' असा फतवाच असंस्कृत देशांतील असभ्य समाजांनी काढलेला दिसतो. ज्या देशातील प्रत्येक सज्ञान नागरिक स्वावलंबी नसेल तो देश कधीच सुसंस्कृत होणार नाही, अशी माझी खात्री आहे.

ह्या देशाच्या घटनेत स्त्री व पुरुष ह्यांना समान अधिकार असल्याचं नमूद केलंय. अनेक सरकारी आणि बिनसरकारी संस्था घटनेतील ह्या तरतुदीचं उल्लंघन करतात आणि तरीही त्यांना व्यवसाय करायला परवानगी दिली जाते. अशा गोष्टींकडे सरकारचं लक्ष वेधण्यात काहीही अर्थ नाही, हे मला माहीत आहे. कारण संयुक्त राष्ट्रसंघानं मानवाधिकाराच्या संबंधात जो ठराव केला आहे, त्यात स्त्री-पुरुषाला समान अधिकार मिळण्याबाबत काही महत्त्वाचे आदेश व सूचना केल्या आहेत, म्हणूनच आमच्या सरकारनं त्या ठरावाला पूर्णतः मान्यता दिलेली नाही.

शिकलेल्या स्त्रियांमधील जेवढ्या स्त्रिया नोकरी करतात, त्याच्या कितीतरी पट बेकार राहतात. ह्याचं कारण नोकऱ्या कमी आहेत असं मुळीच नाही, तर अनेकांच्या मते स्त्रिया जडभारी कामं करू शकत नाहीत. त्यांना हलकी कामंच द्यावी लागतात. ही गोष्ट अगदी खोटी आहे. खेडेगावातील शेतकरी कुटुंबातील स्त्रिया कोंबडं आरवल्यापासून मध्यरात्रीपर्यंत न थांबता काम करतात. त्यांच्या कामाला कठोर माणूसही हलकं काम म्हणणार नाही. स्त्रिया जमीन खणू शकतात, माती वाहू शकतात, दगडसुद्धा फोडू शकतात. कोणतंही काम त्या पुरुषांच्या बरोबरीनं करू शकतात. पण त्यांना काम करण्याची संधीच दिली जात नाही. त्या दिवशी रेस्टॉरन्टमध्ये काही स्त्रियांना नोकरी करताना पाहून माझ्या ओळखीचे दोन पुरुष तुच्छतेनं हसले. कारण त्यांना 'त्या बायका वाईट चालीच्या' वाटल्या. अजून आमच्या लोकांना स्त्रियांनी अशी कामं करताना पाहायची सवय झालेली नाही. त्यांच्या मते त्या एकदम उच्चपदावरची तरी कामं करू शकतात किंवा एकदम नीच पातळीवरची. म्हणजे एक तर स्त्री एखाद्या इंडस्ट्रीची मालक असू शकते किंवा एकदम शेण गोळा करणारी, वेश्या, मोलकरीण, भंगीण अशी काही तरी असू शकते. ह्या दोन स्तरांच्या मधल्या स्तरावरील कामं स्त्रियांना करायला हरकत नाही, एवढी समज अजून ह्या समाजाला आलेली नाही. सैन्यात स्त्रियांना घेतलं जात नाही.

ह्याचं कारण? स्त्रिया धावू शकत नाहीत? उडी मारू शकत नाहीत? बंदूक चालवू शकत नाहीत?

स्त्रिया सर्व काही करू शकतात, हे इतर देशांतील स्त्रियांनी दाखवून दिलंय. त्या विमान चालवू शकतात, जहाज चालवू शकतात आणि बंदूकही चालवू शकतात. 'पुरुष' नावाच्या प्राण्यानं स्त्रियांचं मन आणि शरीर ह्यांच्याभोवती एक अद्भुत रहस्यमयता निर्माण केली, त्या रहस्यमयतेच्या जाळ्यात स्त्रीला जखडलं आणि ह्या रहस्यमयतेतूनच तत्त्वज्ञान, मानसशास्त्र, काव्य, महाकाव्य ह्यांची रचना केली, पुरुषानं स्त्रीला कठोर वास्तवापासून दूर ठेवलं, पण त्याचबरोबर तिच्या जन्मसिद्ध अधिकारापासून त्यानं तिला वंचित ठेवलं. सेल्स गर्ल, ट्रक- बस- टेम्पो- लाँच- ट्रेन चालक म्हणून किंवा बँक, इंशुरन्स कंपनी, रेस्टॉरन्ट, हॉटेल, हॉस्पिटल, लाँड्री, गॅरेज इथल्या सर्व प्रकारच्या कामांत स्त्री आपली पात्रता सहज सिद्ध करू शकते. कापड, कागद, साबण, शाम्पू, स्नो, पावडर, औषधं, चप्पल, ज्यूट, विटा, पेन, पेन्सिल, मसाला, सिरॅमिक अशासारख्या कारखान्यांत पन्नास टक्के कामगार स्त्रिया घेण्यास कारखानदारांना भाग पाडल्यास देशातील बुद्धिमान बेकारांचा प्रश्न बराचसा सुटेल, स्त्री परावलंबनातून मुक्त होईल आणि सर्वांत महत्त्वाची गोष्ट म्हणजे ह्या उद्योगांना अधिक सच्चे, निष्ठावंत व कामात तत्पर असे कामगार मिळतील. गवंडीकाम, सुतारकाम ह्यांमध्येही स्त्रिया पुरुषांपेक्षा अधिक कौशल्य दाखवू शकतात.

शास्त्रज्ञ, डॉक्टर, कलाकार, स्थापत्यविशारद, फिल्ममेकर, जज्ज, बॅरिस्टर, वकील, मंत्री, पंतप्रधान अशा विविध पदांवर कामं करून स्त्रियांनी आपली क्षमता सिद्ध केलीय. फक्त उच्चपदावरील कामावरच नाही, तर अगदी क्षुल्लक किंवा मध्यम प्रतीच्या कामांवर स्त्रियांना घेण्याची सरकारी व बिनसरकारी संस्थांना सक्ती केली पाहिजे. त्याचबरोबर नोकरी करणाऱ्या स्त्रियांसाठी असलेल्या वसतिगृहांची संख्याही वाढली पाहिजे.

'रिकामं मन म्हणजे सैतानाची कार्यशाळा' असं म्हटलं जातं. स्त्रियांना आळशी, निरुद्योगी करून आमच्या समाजातील मध्यमवर्गीय आणि उच्चवर्गीय पतिराज आपल्या पत्नीचं चांगल्या 'सैतानां'त परिवर्तन करतात. त्या मग नटतात, नाचतात, हसतात, खेळतात, डोलतात.– बस्स! त्या कानांना आठ-दहा छिद्रं पाडतात, त्यांत सोन्याची कडी अडकवतात, नाक टोचून त्यांत चमक्या घालतात, ड्रेसला, साडीला, चपलांना जर लावतात किंवा टिकल्या लावतात.– थोडक्यात निरर्थक कामं करून 'अनुत्पादक सैतान' होतात. साजशृंगार, फॅशन, चमकदमक ह्यांचं एकमात्र कारण स्त्रीचं आळशी जीवन. सध्या लहान मुलांना शाळेत नेण्या-आणण्याची पण एक फॅशन निघालीय. मुलाला आठ वाजता शाळेत पोहोचवायला जायचं म्हणून हल्ली

गृहिणी सहाला उठून मेकअप करायला बसतात. किंडर गार्टन्स् पालकांकडून भरपूर पैसे घेतात. मग स्कूल-बसची व्यवस्था का करत नाहीत? पालकही ही योग्य मागणी का करत नाहीत?

स्त्रियांना बाळंतपणाची रजा द्यावी लागते, हे काही नोकरी न देण्यामागचं संयुक्तिक कारण होऊ शकत नाही. सैन्य, पोलिस ह्या महत्त्वाच्या विभागांत काम करणाऱ्या स्त्रियांना अशी रजा मिळू शकते, तर ह्या देशातील सिटी बँक किंवा ऑल बाराका बँक ह्यांनाच एवढा उद्धटपणा करायचं कारण काय? एवढं एकच कारण आहे की आणखी काही छुपी कारणं? का स्त्रियांना दूर ठेवण्याचं एखादं कारस्थान? असेलही. हल्ली काहीही असंभव नाही.

माझे एक नातेवाईक आहेत. त्यांची मुलगी चांगली शिकलेली आहे. त्या दिवशी ते मला म्हणाले, 'माझ्या मुलीला शिक्षिकेची नोकरी मिळाली तर बरं होईल. स्त्रियांच्या दृष्टीनं तीच नोकरी चांगली. सुरक्षितही.' म्हणजे आता स्त्रियांच्या नोकऱ्यात चांगल्या आणि वाईट असा फरक केला गेलाय. जी नोकरी एखादी स्त्री आनंदानं करते किंवा ज्या नोकरीत ती प्रावीण्य दाखवते, ती नोकरी त्या स्त्रीच्या दृष्टीनं चांगली. 'ही नोकरी चांगली,' 'ती वाईट' असा फरक केल्यास भविष्यात स्त्रियांमध्ये नैराश्य येईल. 'बायकी' व 'पुरुषी' असे गुण वा दोष दुष्ट पुरुषांनी निश्चित केलेत. त्याचप्रमाणे आता 'बायकांची कामं' आणि 'पुरुषांची कामं' असा फरक करायचा खेळ ह्या विशाल, विज्ञानाधिष्ठित पृथ्वीवर सुरू झालाय.

स्त्री जर माणूस असेल तर जे काम करायला पुरुषाला अडचण येत नाही ते काम करायला स्त्रीलाही अडचण येण्याचं काही कारण नाही. स्त्रियांनाही हात-पाय, डोकं असतं, म्हणजेच त्या संपूर्ण माणूस असतात. त्यांना निरुद्योगी ठेवण्याचा अधिकार कोणाही माणसाला, संस्थेला वा राष्ट्राला नाही....

□

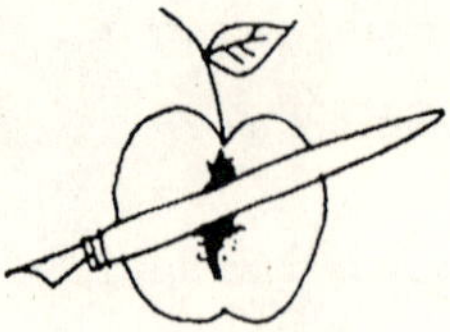

पाकिस्तानचं प्रेम, स्वर्गाचा मोह आणि अनुभव

१.

एकाहत्तर साली कोणाबरोबर युद्ध करून बांगलादेशनं स्वातंत्र्य मिळवलं हे सांगायचं आमची प्रचारमाध्यमं टाळतात. मागील १६ डिसेंबरला बांगलादेशच्या दूरदर्शनवर वारंवार सांगितलं जात होतं की नऊ महिने युद्ध करून आणि रक्त सांडून बांगलादेश स्वतंत्र झाला. एकाहत्तरमध्ये बांगलादेशनं कोणाबरोबर युद्ध केलं? आपल्या थोरल्या भावाबरोबर लढला का हा देश? म्हणून त्याचं नाव घ्यायचं टाळलं जातंय का? पंतप्रधानांनी त्यांच्या भाषणात 'भारत' ह्या मित्रराष्ट्राचं ह्या युद्धातील योगदान चलाखीनं नाकारलं. त्यांनीही आपल्या भाषणात 'बंगाल्यांची घरदारं कोणी लुटली, कोणी जाळली, अविवेकानं अनेक हत्या कोणी केल्या, बलात्कार कोणी कोणावर केले, बुद्धिजीवींना निवडून काढून त्यांचे खून कोणी केले', हे सांगायचं टाळलं. आमच्या देशातील प्रमुख पक्षाला इतिहासाचा स्वीकार करायचा म्हणजे संकट वाटतं.

मागील १६ डिसेंबरच्या रात्री टी. व्ही. वर एक नाटक दाखवलं गेलं. दुसऱ्या महायुद्धापासून गोष्ट सुरू झाली आणि कालक्रमानुसार पुढे सरकू लागली. पण, अचानक, भारताच्या फाळणीच्या आधी 'मुस्लिम लीग'ची 'लडके लेंगे पाकिस्तान' ही घोषणा पुन्हा पुन्हा ऐकवली गेली. ही घोषणा एवढ्या अभिमानानं का केली गेली? आणि तीही विजय-दिवसाच्या आदल्या रात्री? इतिहासाचं स्मरण केलं म्हणावं तर एकाहत्तरच्या डिसेंबरमध्ये बांगलादेशची धरती व आकाश ज्या 'जय बांगला'च्या घोषणेनं दुमदुमून गेलं होतं त्या 'जय बांगला'ची घोषणा का केली गेली नाही? 'जय बांगला' म्हणायला बंदी पण 'लडके लेंगे पाकिस्तान' म्हणायला बंदी नाही. ही आमची बेअब्रू आम्ही झाकणार कशी?

२.

एका लहानशा शहरात मी पुस्तकांची दुकानं पाहत होते. दोन-चार दुकानं पाहिली. कुठल्याही दुकानात कादंबऱ्या, कथासंग्रह, कवितासंग्रह किंवा निबंधाची पुस्तकं नव्हती. एका रॅकमध्ये असायची क्रमिक पुस्तकं व बाकी सगळी पुस्तकं म्हणजे 'मकछुदोल मोमेनीन,' 'बेहेशती जेओर,' 'ताजकेरातुल आवलिया,' 'नेयामूल कुराण,' 'छोटोदेर हजरत मुहम्मद,' 'हजरतेर जीबनी,' 'नबीर बिबिगण,' 'हजरत खादिजा हजरत आयशार जीबनी' इत्यादी. मी ही पुस्तकं पाहून चकित झाले. दुकानदाराला विचारलं, 'ही अशीच सगळी पुस्तकं का?'

'ही बक्षिसाची पुस्तकं आहेत.'

'बक्षिसाची म्हणजे?'

'शाळांमध्ये हल्ली वर्षभर चांगला अभ्यास करणाऱ्यांना बक्षिसं दिली जातात. त्यांना ही पुस्तकं बक्षिस म्हणून दिली जातात. शाळांचे मुख्याध्यापक व शिक्षक बक्षिसासाठी हीच पुस्तकं पसंत करतात.' 'हजरत खादिजा (रा.)' नावाचं पुस्तक मी उचललं. पान उलटून आत काय आहे ते पाहिलं. लहान मुलींचं चारित्र्य घडवायला 'खादिजा'च का? हजरतांच्या तेरा का चौदा पत्नींची जीवनकथा वाचून शाळेतील मुलींवर कोणते आदर्श संस्कार होतात हे मला जाणून घ्यायचं होतं. 'हजरत खादिजा आदर्श पत्नी कशा होत्या,' 'त्यांची पतिसेवा किती आदर्श होती' ह्याचं ज्ञान खेड्यांपाड्यांतील आणि लहान गावांतील छोट्या मुलींना देऊन, त्यांनाही आदर्श गृहिणी, आदर्श पत्नी आणि आदर्श स्वयंपाकीण होण्याला प्रोत्साहन द्यायचं. ह्यातून ह्या देशाला आणि जगाला काय फायदा? त्यांना 'जोन ऑफ आर्क'ची गोष्ट का नाही सांगायची? मेरी ऑलस्टोनक्राफ्टचं चरित्र का नाही वाचायला द्यायचं? बंगालची दुर्गा हाजरा, सरोजिनी नायडू, बेगम रुकिया, ननीबाला देवी, लीला नाग, इला मित्र ह्यांच्याविषयी माहिती का नाही द्यायची?

सत्य आणि सुंदर ह्यांच्याकरिता दीर्घकाळ चाललेला हा संग्राम, घोर अंधकारातून काटेकुटे तुडवीत प्रकाशाकडे जाणारी वाट ह्यांच्याबद्दल नव्या पिढीला काहीही ज्ञान द्यायचं नाही, असंच समजायचं का? त्यांना प्रकाशाचा किरणही दिसू द्यायचा नाही? त्यांची मनं संकुचित करून त्यावर धर्मांधता थापायची? शाळेतील शिक्षक आणि पालक मुलींच्या विचारांवर, भावनांवर नियंत्रण ठेवतात. त्या लहानग्यांच्या स्वच्छ मनावर जेव्हा तर्क, बुद्धी, विवेक ठसवायचा, तेव्हा ठसवला जातो परलोकाचा दुर्धर मोह.

ज्या स्त्रियांना स्वर्गाचा मोह आहे त्यांना मी काकुळतीनं सांगते की स्वर्गाच्या मोहाला मुळीच बळी पडू नका. तिथं तुम्हाला मानसिक वा शारीरिक सुख मिळण्याची व्यवस्था नाही. उलट तुमचा प्रिय पुरुष असंख्य पऱ्यांबरोबर जलक्रीडा करताना

पाहून तुम्ही अपमानानं आणि रागानं म्हणाल की ह्यापेक्षा नरक बरा! तेव्हा कुठलाही मार्ग चोखाळण्याआधी निश्चित ठरवा की पतिसेवेचा मार्ग धरायचा का स्वावलंबनाचा.

३.

अ‍ॅनेस्थेशियाचे एक प्रोफेसर ऑपरेशन थिएटरमध्ये काही विद्यार्थ्यांना शिकवत होते. रोग्याला भूल कशी व किती द्यायची म्हणजे तो ८- १० सेकंदांत झोपी जाईल, ऑपरेशननंतर त्याला कसं उठवायचं, हे सगळं त्यांनी खूप प्रयत्नपूर्वक समजावून सांगितलं. नंतर ते म्हणाले, 'रोगी शुद्धीवर येताना त्याला कोणतीही वाईट बातमी सांगू नका. कारण त्यामुळे त्याच्या स्नायूवर आकस्मित आघात होऊन तो पुन्हा बेशुद्ध होऊ शकतो.'

विद्वान प्रोफेसरांनी त्यासाठी पुढील उदाहरण दिलं: जर एखाद्या स्त्रीचं सिझरियन केलं आणि तिला मुलगी झाली असेल तर ती शुद्धीवर येत असताना 'तुम्हाला बाळ झालं' असं सांगा. मुलगा झाल्याचं सांगायला हरकत नाही. पण कधीही मुलगी झाल्याचं सांगू नका.' कारण अनुभवी प्रोफेसरांना माहीत होतं की मुलगी झाल्याचं समजताच ती स्त्री पुन्हा जे डोळे बंद करील ते कायमचेच.

जवळच्या व्यक्तीच्या मृत्यूची बातमी आणि मुलीच्या जन्माची बातमी ह्या दोन्ही बातम्या 'वाईट बातम्या' म्हणून सारख्याच!

□

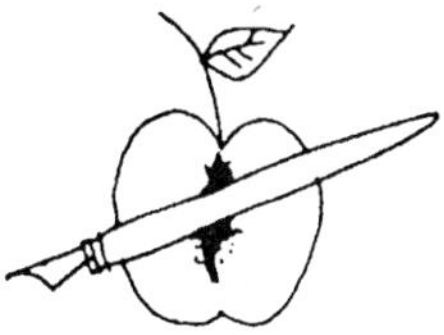

बातमी कबरीबाबत

ही बातमी एवढी छोटी आहे की कुणाला दिसणंही शक्य नाही. 'एका बाईनं झाडाला दोर बांधून फास लावून घेतला,' 'कुणीतरी सुनेचा गळा कापला,' 'कुणा एका मुलीला बलात्कार करून नंतर ठार मारण्यात आलं आणि तिचं प्रेत पोत्यात बांधून नदीत फेकण्यात आलं,' 'हुंडा दिला नाही म्हणून सुनेचा खून केला,' 'राग आला म्हणून तोंडावर ॲसिड फेकलं,' 'कुणावर तरी सुरीहल्ला झाला,'– ह्या बातम्या एवढ्या महत्त्वाच्या नाहीत की ज्यामुळे हलकल्लोळ माजेल. देशात एवढ्या मोठ्या आणि महत्त्वाच्या घटना घडताहेत. 'सार्कचा फवारा उडतो आहे, त्या फवाऱ्यात सात रंग नृत्य करत आहेत,' 'पाकिस्तानचे पंतप्रधान भेटीवर आले आहेत,' 'विजय दिवसाच्या परडेची तयारी होते आहे' शिवाय प्रचंड रॅली, सिनेमा, सी. एन्. एन्.' मंत्र्यांचे नवे संदेश, सचिवांची फाईली हालवण्याची धावपळ– एवढ्या महत्त्वाच्या बातम्यांत 'वेश्येला मेल्यानंतरही कब्रस्तानात जागा दिली गेली नाही' ही का महत्त्वाची बातमी झाली?

कब्रस्तानात एक पाटी लटकत असते– 'येथे महिलांना प्रवेश करण्यास मनाई आहे.' ह्याचा अर्थ जिवंत महिला तिथं जाऊ शकत नाहीत. मेल्यावर मात्र त्यांना तिथं प्रवेश मिळतो. पण 'जमालपूर पौरसभार फौति कब्रस्ताना'त सत्तर वर्षांच्या मालतीला मरणानंतरही शिरकाव मिळाला नाही. तिथल्या मातीनं नाही नाकारलं तिला, पण माणसांनी नाकारलं. तिथल्या लोकांनी मृत मालतीचा स्पर्श त्या मातीला होऊ दिला नाही. म्युनिसिपल कॉर्पोरेशनच्या मेंबर्सनी प्रेताचं दफन कब्रस्तानात करायला विरोध केला. नगराध्यक्ष व जिल्हा प्रशासक ह्याविरुद्ध काही बोलू शकले नाहीत.

मालतीच्या मृतदेहाला साडेतीन हात जागा का मिळाली नाही? त्या लोकांचं म्हणणं, 'मालती वेश्या होती.' मालती वेश्या असल्यामुळे तिचा मृत पापी देह

कब्रस्तानातील पवित्रता नष्ट करील म्हणून जमालपूरच्या 'पवित्र पुरुषां'नी 'कुठल्याही पापाला आश्रय द्यायचा नाही,' असा पण केला. मालतीचा मृतदेह अंत्यसंस्काराअभावी दोन दिवस तसाच पडून होता. अखेर कब्रस्तानाबाहेर त्याला जागा मिळाली.

ह्या निष्ठुरतेचं कारण काय? मालती वेश्या होती म्हणून तिच्यावर समाजाचा एवढा राग? असं का? मालतीला धंदा करण्यासाठी लायसन्स कोणी दिलं? मालती ह्या धंद्यात का पडली ते मला माहीत नाही. पण सरळ, भोळ्या मालतीला एखाद्या लबाड पुरुषानं फूस लावून, फसवून कुंटणखान्यात विकलं असेल किंवा नवऱ्यानं टाकल्यावर इतरांनी बळजबरीनं तिला ह्या धंद्यात ओढलं असेल, असा माझा अंदाज आहे. मालतीच्या धंद्याला सरकारची सहमती होती. ती दारिद्र्य व सामाजिक छळ ह्यांची शिकार ठरली. सरकार तिला दुसरं कुठलंही काम देऊ शकलं नाही. ह्याचाच अर्थ सरकारनंच तिला ह्या धंद्याकडे प्रवृत्त केलं. मालतीला 'पवित्र पुरुषां'चा शौक पुरा करण्यासाठी त्यांचं वीर्य स्वतःच्या शरीरात धारण करावं लागलं. पण ह्यामुळेच ती 'पापी' ठरली. जिवंतपणी तिला समाजात स्थान मिळालं नाही आणि मेल्यावर कब्रस्तानातही जागा मिळाली नाही.

समाजातील सभ्य पुरुषांच्या आनंदासाठी, त्यांच्या सुखासाठी सरकार जे देह राखून ठेवतं, त्याच देहांवर अंत्यसंस्कार करण्याच्या वेळी सरकारचे लोकच विरोध करतात. वेश्यावृत्तीला विरोध नाही, वेश्येच्या अंतिम संस्कारांना विरोध. हा कुठला नियम? आम्हाला हे मान्य नाही. आम्ही म्हणजे अशा स्त्रिया– ज्या सुदैवानं वेश्या झाल्या नाहीत आणि त्यामुळे त्यांना वेश्येचे दुःख, वेदना, त्रास भोगावा लागला नाही. पण स्त्रीला काहीतरी भोगावं लागतंच. 'स्त्री' म्हणून जन्म घेतल्यावर छळ झाला नाही, अशी स्त्री ह्या पृथ्वीवर सापडायची नाही. समाजातील आणि समाजाबाहेरील अशा सर्वच स्त्रियांना छळ, त्रास सोसावा लागतोच. कोणाला कमी, कोणाला जास्त. एवढाच फरक.

पंतप्रधानांबद्दल मला जेवढा आदर वाटतो, तेवढाच एखाद्या वेश्येबद्दल वाटतो. 'माणूस' म्हणून जगावर त्यांचा अधिकार सारखाच. कोणीही वेश्या म्हणून जन्माला येत नाही. समाज कोणाला सम्राज्ञी करतो, कोणाला अडाणी ठेवतो. कोणाला संत करतो तर कोणाला वेश्या. समाजातील सबळ स्वतः सगळ्याचा फायदा घेऊन दुर्बलांना चिखलात ढकलतात. वेश्या दुर्बळ म्हणून ते तिचा भोग घेतात आणि तिचे जन्मसिद्ध अधिकारही ओरबाडून घेतात. असाच जर समाज असेल तर त्या समाजाची एक घटक म्हणून मला अतिशय शरम वाटते, घृणा वाटते.

ह्या समाजातील प्रत्येक स्त्री आज मालती आहे. प्रत्येकीलाच पुरुषाचा डंख व धिक्कार सोसावा लागतो. सगळ्या स्त्रियांनाच पुरुषप्रधान संस्कृतीच्या जाळ्यात अडकावं लागतं. छळ सोसावा लागतो. मरणयातना सहन कराव्या लागतात.

ज्या मातीत मालतीची कबर खणली गेली नाही ती माती कोणाच्या मालकीची? कोणा महापुरुषाच्या कबरीसाठी ती जागा राखून ठेवली होती का? आणि म्हणून मालतीला ती जागा मिळाली नाही? मालती ह्या देशातीलच एक स्त्री होती, नागरिक होती. मालती ह्या मातीतीलच एक निराश्रित, दरिद्री, दुर्बल माणूस होती. ही माती तिची नाही, तर कोणाची?

२. माझ्या बालपणीची गोष्ट. एक दिवस मी गच्चीत उभी होते. टळटळीत दुपार असल्यामुळे सगळीकडे शुकशुकाट होता. तेवढ्यात मला रस्त्यावर दूरवर एक 'माणूस' चालत येताना दिसलं. माझ्याबरोबर माझ्या घरातील कोणीतरी गच्चीवर बसले होते. त्यांना मी म्हटलं, 'सबंध रस्त्यात फक्त एकच माणूस.' माझं बोलणं ऐकून तेही पाहू लागले आणि मग हेटाळणीच्या स्वरात म्हणाले, 'माणूस काय म्हणतेस? अं? ती तर बाई आहे!' त्यांचं बोलणं ऐकून मला आश्चर्य वाटलं. आज एकोणीस वर्षं झाली ते आश्चर्य अजून फिटलं नाही!

□

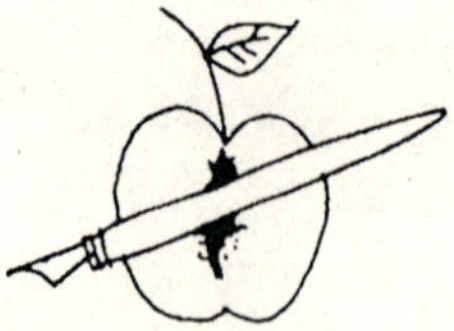

खरं बोलायचं तर....

हल्ली मुल्ला शास्त्रीय ज्ञान द्यायला लागलेत. कारण त्यांच्या लक्षात आलंय की सध्याचं जग विज्ञानाधिष्ठित आहे. तेव्हा धर्माची विज्ञानाबरोबर सांगड घातली नाही, तर त्यांचा धर्म टिकाव धरू शकणार नाही. म्हणूनच धर्माचा धंदा करणाऱ्या चलाख लोकांनी शास्त्राला आपल्या धर्मात आणण्यासाठी अनेक माणसं नेमलीत. ह्या माणसांत काही प्रतिष्ठित लोक आहेत, काही तत्त्वज्ञानी आहेत आणि विज्ञानाचे ज्ञान मिळवलेलेही आहेत. हे लोक जेव्हा धर्माचा प्रचार करतात तेव्हा सामान्य लोकांना वाटतं की एवढी विद्वान माणसं सांगताहेत म्हणजे सर्व खरंच सांगत असणार. कारण त्यांचा अभ्यासही सखोल असणार. स्वर्ग-नरक असं असणारच. मरिस बुकाइलि नावाच्या गृहस्थांनी कुराणाला शास्त्रीय प्रयोगशाळेतील परीक्षानळीत घालून, लिटमस पेपर त्यात बुडवून प्रयोगान्ती सिद्ध केलंय की शास्त्रीय सौरजगत व कुराणात वर्णिलेलं सौरजगत ह्यांच्यामध्ये काहीही फरक नाही. दोन्ही अगदी सारखीच आहेत. हे ऐकलं की आमच्या अशिक्षित लोकांना वाटतं, हे मरिस बुकाइलिंनी सांगितलंय ना मग ते खरंच असणार. बायबलच्या 'ओल्ड टेस्टामेंट' मध्ये सहा दिवसांत जगाची निर्मिती झाल्याची जी गोष्ट आहे ती कुराणात जशीच्या तशी उद्धृत केलीय. पण मरिससाहेब अरबी शब्दांची उलटापालट करून, त्यात स्वतःचं तिखटमीठ लावून कुराणात अगांतुकपणे चमत्कारिकपणा आणतात. कुराणात 'सहा दिवस' असाच उल्लेख आहे. मरिस बुकाइलि 'सहा समय काळ' असं लिहितात. (ह्याचा अर्थ 'सहा युगाएवढा काळ' की 'सहा वेळा'?) बुकाइलि विसाव्या शतकातील आहेत पण हजरत मुहम्मद विसाव्या शतकातील नव्हते. विज्ञानाचे सर्व नियम कुराणाप्रमाणे आहेत असं दाखवून बुकाइलिंना मूर्ख लोकांकडून वाहवा मिळवायची होती, ती त्यांना मिळालीही. एकटेच बुकाइलि नाहीत, तर ह्याच उपखंडातील प्रोफेसर सलाम, शमशेर अली हेसुद्धा सवंग लोकप्रियतेसाठी

विज्ञानाला इस्लामच्या पिंजऱ्यात ढकलतात.

इजिप्तचे एक विचारवंत आलामा फरिद आजदि लिहितात, 'पुरुषाचा मेंदू साधारणपणे ४९ १/२ औंस असतो तर स्त्रीच्या मेंदूचं वजन सामान्यतः ४४ औंस असतं. २७८ पुरुषांच्या मेंदूंची वजनं केली. ह्या मेंदूंपैकी जास्तीत जास्त एका मेंदूचं वजन ६५ औंस भरलं आणि कमीत कमी एका मेंदूचं वजन ३४ औंस भरलं. ह्याउलट २९१ स्त्रियांच्या मेंदूंची वजनं केल्यावर असं आढळून आलं की सगळ्यात जास्त एका मेंदूचं वजन ५४ औंस तर कमीत कमी एका मेंदूचं वजन ३१ औंस होतं. ह्यावरून स्त्रीचं अंग-प्रत्यांग आणि स्नायू पुरुषापेक्षा अनेक पटीनं दुर्बळ असतात हेच सिद्ध होत नाही का?'

पुरुषाची बुद्धी व ज्ञान स्त्रीपेक्षा अधिक व परिपक्व असते हेच फरीद आजदिंना इथं दाखवून द्यायचंय. प्राणिमात्रांत माणसाच्या मेंदूपेक्षा मोठा मेंदू असणारे प्राणी बिनडोक, मूर्ख असल्याचं व माणसापेक्षा लहान मेंदू असणारे बुद्धिमान असल्याचं दिसून आलंय. मेंदूचा आकार व वजन ह्यांचा बुद्धी, ज्ञान व प्रतिभा ह्यांच्याशी संबंध नसतो. नाहीतर चिमणीपेक्षा गेंडा बुद्धिमान ठरला असता!

अरब विद्वान आब्बास महम्मुद आकास अल आक्काद ह्यांनी असं म्हटलंय की स्त्री आर्थिक दृष्टीनं पूर्णपणे पुरुषावर अवलंबून असते. तिची सर्व जबाबदारी पुरुष घेतो. म्हणून कर्तृत्व व नेतृत्व ह्या दोन्ही बाबतीत स्त्रीवर पुरुषाचा अधिकार मोठा! दुर्बळांची जबाबदारी घेणं हे सबळांचं कर्तव्यच आहे. पण फक्त आर्थिक परावलंबन हेच एकमात्र कारण असू शकत नाही. नाहीतर जी स्त्री धनवान आहे किंवा जिचा पती तिचं पोषण करू शकत नाही अथवा जो पती स्त्रीच्या संपत्तीवर जगतो, अशा कुटुंबांत स्त्रीनं कुटुंबप्रमुख होणं योग्य ठरलं असतं. पण इस्लाममध्ये हे कदापि शक्य नाही.

'स्त्रीवर पुरुष अधिकार गाजवतो ह्याचं प्रमुख कारण पुरुष कमावतो, हे आहे,' असं कुराणात स्पष्ट म्हटलंय. पण स्त्री जर कमावती असेल तर काय, हा प्रश्न महम्मुदांच्या डोक्यात आला नाही. कारण ते आब्बास महम्मुदांप्रमाणे चतुर नव्हते. म्हणूनच वर्तमानातील महम्मुदांनी स्त्रीनं कर्त्री होण्याला मनाई करण्याची जबाबदारी उचललीय आणि त्यासाठी ते कुराणाची मदत घेतात.

बांगलादेशच्या कुटुंबविषयक कायद्यात एक नवीनच उदारता दिसायला लागलीय. कुराणात स्पष्ट लिहिलंय की पत्नीला एकदा तलाक दिल्यावर जोपर्यंत तिचा दुसऱ्या पुरुषाशी विवाह होऊन त्याच्याशी शारीरिक संबंध येत नाही तोपर्यंत ती पहिल्या पतीसाठी कायदेशीर नाही. (सूरा बाकारा आयात २३०)

कुराणातील प्रत्येक वाक्य अल्लाचं आहे. पण कुटुंबविषयक कायद्याप्रमाणे एखाद्यानं पत्नीला तलाक दिल्यावर तिचा दुसऱ्या पतीशी शारीरिक संबंध तर

सोडाच, पण दुसरा विवाह न करताच तलाक देणारा पहिला पती पुन्हा तलाक दिलेल्या पत्नीला 'पत्नी' म्हणून स्वीकारू शकतो. अल्लाच्या आज्ञेप्रमाणे न वागता जे स्वतःच स्वतःचे नियम बनवतात, त्यांना 'काफर' म्हणतात. जे कुराणाला मानत नाहीत ते 'काफर.' पण धर्ममान्य म्हणून जो कुटुंबविषयक कायदा सध्या पाळला जातोय तो तर धर्माच्या उलटाच आहे. अल्लाच्या बंद्यांनी त्यांच्या सोयीनुसार कुराणाची रचना करायला आणि नियम बदलायला अल्लाहो त 'आलॉनं कधीच परवानगी दिलेली नाही.

जर अल्लाचा आदेश मानायचा असेल तर संपूर्ण मानावा नाहीतर आधुनिक विज्ञान, सुसंस्कृतपणा आणि स्त्रीचे अधिकार ह्यांना मतलबापुरतं धर्मात घुसवलं तर धर्माचे बारा वाजतीलच, पण सुसंस्कृतपणाही असंस्कृत होईल.

कुटुंबविषयक कायद्याप्रमाणे पुरुषाला चार विवाह करताना आधीच्या पत्नीची संमती घ्यावी लागते. कुराणात सांगितलेले चार विवाह आणि आधुनिक संमतीची सभ्यता मिसळून एक खिचडी तयार झालीय. त्यामुळे अल्लाला अमान्य केलं गेलंय आणि सुसंस्कृतपणालाही. म्हणजेच स्त्रीच्या अधिकाराची टर उडवलीय! कारण कुराणात अल्लानं सांगितलंय की तुम्हाला आवडलेल्या स्त्रियांशी दोन, तीन अथवा चार विवाह करा. (सूरा निसा आयात ३) ज्यांनी पत्नीची संमती घेण्याचा नियम केला ते काफर कारण त्यांनी अल्लाची आज्ञा अमान्य केली! सध्याच्या कुटुंबविषयक कायद्याला इस्लामविरोधी म्हणायला काहीच हरकत नाही.

आणि जर विरोध करायचाच असेल तर तो असा कचरत कशाला? जोरात का नाही? विरोध म्हणजे विरोधच. मग आवाज खालचा असो की चढा, उद्देश एकच.

□

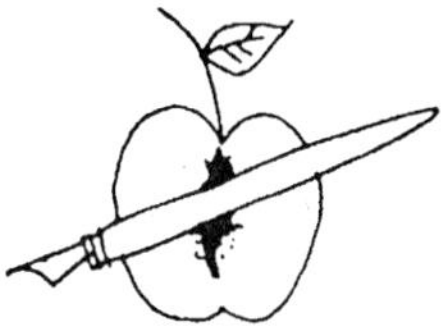

संसार-चिता

राममोहन रायांचा जन्म साधारणतः १७७४ सालचा. तेव्हा भारतात सतीची प्रथा होती. सती जाणं म्हणजे पती नामक पुरुषाचा मृत्यू झाल्यास पत्नी नामक वस्त्राला पतीबरोबर दहन करणं. भारतवर्षात तेव्हा सतीचाच अग्नी भकभक करत जळत होता. राममोहन रायांचा ह्या प्रथेशी घनिष्ठ संबंध आहे. १८१८-१९ मध्ये त्यांनी लिहिलंय, 'पतीच्या मृत्यूनंतर जी स्त्री सती जाते ती वसिष्ठ पत्नी अरुंधतीप्रमाणे स्वर्गात जाते. ती मनुष्याच्या शरीरावर जितके केस असतात (ते असतात साधारणपणे साडेतीन कोटी) तेवढी वर्षं स्वर्गात वास करते. अशी स्त्री मातृ, पितृ व पती अशा तीन कुळांना पवित्र करते.' ही राममोहन रायांची मतं नाहीत हे नक्कीच. सती प्रथेच्या बाजूनं आणि विरोधात बोलणाऱ्यांच्या संवादातील सती प्रथेच्या बाजूनं बोलणाऱ्यांची ही मतं आहेत.

सती प्रथेच्या विरोधकाची भाषा ही राममोहन राय ह्यांची आहे, 'प्रथम विधवेला तिच्या पतीच्या मृतदेहाला बांधा. त्यांच्यावर एवढी लाकडं रचा की त्या स्त्रीला उठता येता कामा नये. अग्नी देताना आणखी दोन ओंडके त्यांच्यावर ठेवा. एवढी सगळी कर्मकांडं कोणत्या हरीच्या लालनं सांगितलीत की ती केलीच पाहिजेत. सती ही जाणीवपूर्वक केलेली स्त्री-हत्या होय.'

आमच्या पूर्वजांनी जाणीवपूर्वक स्त्री-हत्या केल्या. त्यांचं म्हणणं असं की सतीच्या प्रथेमुळे पाप लागो की आणखी काही होवो, आम्ही ही प्रथा बंद होऊ देणार नाही. ही प्रथा बंद झाली आणि विधवा जिवंत राहिली तर ती व्यभिचारी होण्याची भीती आहे. सती गेल्यास ह्या भीतीला जागाच उरत नाही. त्यामुळे सर्व कुटुंब निर्धास्त होईलच पण पतीलाही तो जिवंत असताना, आपल्यानंतर आपली पत्नी कलंकित होईल का अशी चिंता राहणार नाही.

जाणूनबुजून केलेल्या स्त्री-हत्येचं हे उत्कृष्ट उदाहरण होय. विधवा जिवंत

राहिल्यास व्यभिचारी होण्याची शक्यता असल्यानं आमच्या वाडवडिलांना तिची हत्या करणं योग्य वाटलं. तिला तिच्या पतीच्या चितेवर जाळली की ते निःशंक आणि पतीही निःशंक. तिच्यावर व्यभिचाराचा कलंक लागू नये म्हणून तिला जाळायची!

प्रसिद्ध कादंबरीकार शरच्चंद्र चट्टोपाध्यायांनी पार्वती, चंद्रमुखी, राजलक्ष्मी, हरिलक्ष्मी, भवानी, सविता, शारदा अशा व्यक्तिरेखा निर्माण करून अनेक कथा-कादंबऱ्या लिहिल्या. शरदबाबूंनी ह्या व्यक्तिरेखांना हसायला लावलं, रडवलं, पतिगृही पाठवलं, विधवा केलं, प्रेमात पडायला लावलं. त्यांना स्त्रीत्वाची किंमत ठाऊक होती. त्यांनी लिहिलंय, 'स्त्रीत्व म्हणजे काय? तर स्त्री किती सेवापरायण, स्नेहशील, पतिव्रता आहे, दुःखकष्ट निमूटपणे किती सहन करणारी आहे, तिच्यामुळे पुरुषाला किती सुख मिळतं, तिच्या रूपामुळे ती पुरुषाची लालसा किती शमवते आणि त्याला किती तृप्त करते. स्त्रीची किंमत ठरवण्याचा ह्याहून दुसरा मार्ग नाही, हे मला जगाच्या इतिहासानं उघड उघड दाखवून दिलंय.'

त्यांनी पुढं म्हटलंय की ज्यांनी इतिहास वाचलाय त्यांच्या लक्षात येईल की विधवा-विवाहाकडे जगात आदरानं पाहिलं जात नाही. सगळेच त्याकडे कमी-अधिक प्रमाणात तुच्छतेनं पाहतात. असं असताना ज्या देशात ही प्रथा निषिद्ध मानली गेलीय तिथं विधवेला जाळून मारणंच सर्वांत श्रेयस्कर असं मानलं जात असल्यास आश्चर्य वाटण्याचं कारण नाही. 'सती जाणं हाच स्त्रीचा परमधर्म आहे,' असं पुरुषांनी सर्वांना पटवून दिलंय. मनूच्या मतेही स्त्रीला पतिसेवेशिवाय दुसरं काम नाही. ती इहलोकीही त्याची सेवा करते व परलोकीही.

शरदबाबूंनी सती जाण्याच्या वेळचं वर्णन पुढीलप्रमाणे केलंय– 'पतीचं निधन झाल्यास, त्याच्या निधनानंतर लगेचच त्याच्या पत्नीला एक वाटी भांग आणि धत्तुरा खायला घालून धुंद करत. मग स्मशानाच्या वाटेवर ती कधी हसे, कधी रडे तर कधी लोळण घेई. सती जायचं म्हणून हे हसू असं मानत. ती आगीचा दाह सहन करू शकणार नाही म्हणून तिला चितेवर बसवल्यावर कच्च्या बांबूची जाळी बनवून त्याखाली दाबून धरत. तूप व धूप एवढा घालत की त्यामुळे खूप धूर होऊन तिच्या यातना लोकांना दिसत नसत. त्या यातना पाहून लोकांनी घाबरू नये म्हणून ही योजना. ह्या वेळी वाद्यांचा गजर करण्यात येई. त्यामुळे तिच्या किंकाळ्या, रडणं-भेकणं कुणाला ऐकू जात नसे. हेच सती जाणं.'

आमच्या पूर्वजांच्या हातांवर विधवांना फरपटत नेल्याच्या खुणा आहेत. तिला बांबूंनी दाबून धरल्याचे व्रण आहेत. अजूनही त्यांच्या हाताला जळकट वास आहे, अजूनही स्त्रीला जाळण्यापोळण्याची त्यांची वृत्ती गेलेली नाही. अनेक लबाड्या, युक्त्याप्रयुक्त्या करून समाजात ही प्रथा चालूच आहे. आता स्त्रीला पतिनिधनानंतर

धरून बांधून त्याच्या चितेवर जाळत नाहीत. पण वेगळ्या प्रकारे पोळतातच.

आता फक्त सती-दाह नाही, तर एकेक घटकाच मरणकाळ आहे. ह्यात मरण असतं फक्त स्त्रीचंच. तिला जन्मतःच मरावं लागतं. तिचा गळा दाबला जातो. त्यातूनही ती वाचलीच तर मृत्यूपेक्षा भयानक यातना तिला सहन कराव्या लागतात. वैवाहिक जीवन आणि नरक ह्यांत स्त्रीच्या दृष्टीनं काही फरक नसतो. नरकात सतत साप, विंचू डसतात. संसारात नवरा आणि सासरची माणसं त्यांच्यापेक्षा जास्त डंख मारतात. साप व विंचू ह्यांचा डंख दाताखाली ओठ दाबून सहन तरी करता येतो. पण माणसाचा दंश असह्य असतो. माणसाला फक्त दातच नसतात, तर अतिशय विखारी नखं असतात. स्त्रियांना दंश करण्यासाठी समाजानं काही नीतिनियम तयार केलेत. त्यांच्या दंशांनी स्त्री विवाहापूर्वी, वैवाहिक जीवनात आणि त्यानंतरही घायाळ होऊन कळवळते.

राममोहन रायांनी स्त्रियांना चितेवर जाळणं बंद केलं. ईश्वरचंद्र विद्यासागरांनी विधवा-विवाहाची प्रथा सुरू करून आणखी एक पुण्यकर्म केलं. व्यभिचार आणि भ्रूणहत्या ह्यांचं भय लोकांना दाखवून त्यांनी विधवांना मुक्ती दिली. वरवर पाहता छळ व यातना ह्यांतून स्त्रीची सुटका झाली. पण खरंच तिची सुटका झाली का? समाजात स्त्रीला भस्मसात करण्यासाठी आगीच्या ज्वाळा काय कमी लवलवताहेत! ती ह्या ज्वाळांत अधिक दग्ध होत नाही का? तिचा शारीरिक मृत्यू होत नाही, पण मानवता आणि स्वातंत्र्य ह्यांचा मृत्यू होतोच.

मृत्यू होतो तो माणूस म्हणून जगण्याच्या न्यूनतम अधिकारचा.

□

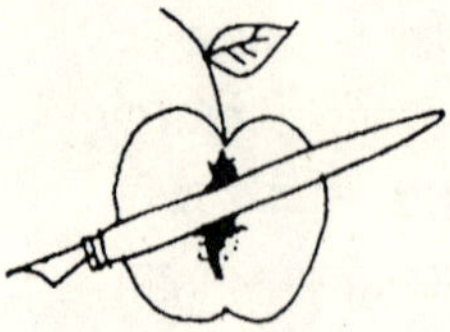

(कु) संस्कार

१.

ते एक सर्जन आहेत. माणसाच्या शरीराची आतून व बाहेरून ते फार कौशल्यानं शिलाई करतात. सिल्क, नायलॉन, कॉटगाट वगैरे प्रकारचे धागे वापरून आणि सरळ, वाकड्या, मोठ्या, लहान सुया घेऊन ते जेव्हा यकृत, आतडी, पांथरी, चामडं ह्यांना टाके घालतात तेव्हा त्यांचं कौशल्य पाहून मी चकित होते. पण ह्याच गृहस्थांनी त्यांच्या शर्टाची दोन बटणं तुटताच त्यांच्या पत्नीला हाक मारली. ते एक तास नुसते बसले. पण त्यांनी बटणं लावली नाहीत. 'आपण एवढे सुंदर स्टिचेस घालता मग बटणं का लावली नाहीत?' मी विचारलं. माझा प्रश्न ऐकून ते चांगलेच संतापलेले दिसले. ते म्हणाले, 'मला तुम्ही शर्टाची बटणं लावायला सांगता?' (ह्याचा अर्थ 'मला तुम्ही असलं तुच्छ काम करायला सांगता? फारच उद्धट आहात बुवा!) मीच पुढे म्हणाले, 'आपण बटणं लावणं, उसवलेला कपडा ठाकठीक करणं किंवा इतर काही शिलाई नक्कीच चांगली करू शकाल.' ते रागानं उठून म्हणाले, 'मग घरात बायको आहे कशाला?'

ते उच्चशिक्षित आहेत. पण माणसाचं कातडं शिवण्याला ते 'स्टिच' म्हणतात आणि घरातील शिवणकामाला तुच्छतेनं 'शिलाई' म्हणतात. 'स्टिच घालणं' हे पुरुषाचं काम आणि 'शिलाई' स्त्रीचं. हे संस्कार त्यांनी त्यांच्या उच्चशिक्षणाबरोबरच सांभाळलेत, सोडून दिले नाहीत.

'टाका' हा कधी त्यांच्या अभिमानाचा विषय असतो तर कधी अपमानाचा. अपमान वाटण्याचं कारण ते हे काम स्त्रीचं म्हणून धरून चालतात. स्त्रीची म्हणून समाजानं जी काही कामं राखून ठेवलीत ती पुरुषानं करायची म्हणजे फार अपमानास्पद गोष्ट. स्त्री काय माणसांत मोडते?

२.

पती आणि पत्नी दोघेही बँकेत नोकरी करतात. त्यांना पगारही सारखाच आहे. ते बरोबर बँकेत जातात आणि बरोबरच परत येतात. पण घरी परत आल्यानंतर पतिराज एक तर कॉटवर आडवे होतात, नाहीतर फिरायला जातात, किंवा क्लबमध्ये जातात, पत्ते कुटतात, मित्रांबरोबर गप्पा मारतात. पत्नी मात्र भांडी घासते, भात करते, भाजी चिरते, मसाला वाटते, स्वयंपाक करते आणि वाढतेही. ते दोघं जेवतात. पण पतीच्या पानात पडतो सबंध मासा किंवा माशाचा मोठा तुकडा. ह्याचं कारण काय? आर्थिक जोर? तो तर इथं शक्य नाही. दोघंही सारखंच कमावतात. दोघांचा हुद्दाही सारखाच आहे. मग हा फरक का?

ह्याला म्हणतात संस्कार. स्त्री व पुरुष दोघंही नोकरी करत असले, एवढंच नाही, तर पत्नी इंजिनियर आणि पती भंगी असला तरी स्वयंपाकपाणी स्त्रीलाच करावं लागतं. शिवाय पतीला चांगलंचुंगलं खायला घालावं लागतं. एकदा अशाच नोकरी करणाऱ्या दांपत्याला उद्देशून म्हटलं की तुम्ही स्वयंपाकाच्या कामाची वाटणी का करत नाही?

कपाळाला आठ्या घालत पुरुषानं विचारलं, 'ती कशी?'

'समजा तुम्ही वाटण वाटलंत, तर ती तांदूळ निवडेल. तुम्ही मटण चिरलं तर ती भात टाकील– अशी.' माझं बोलणं ऐकून ते पतिदेव रागानं लाल झाले. म्हणाले, 'ज्यानं त्यानं आपापलं काम करावं.' त्यांच्या म्हणण्याचा अर्थ स्वयंपाक हे स्त्रीचंच काम. पुरुषाला स्वयंपाक येत असला तरी त्यानं तो करणं योग्य नाही. 'का नाही?' माझा प्रश्न.

ह्या माझ्या प्रश्नाचं उत्तर त्यांनी दिलं नाही. कारण त्यांच्याजवळ उत्तरच नव्हतं. हे आहेत केवळ संस्कार. स्वयंपाकपाणी स्त्रीचंच काम. खरं तर घराबाहेर स्वयंपाक करणारे सर्व आचारी पुरुषच असतात. बाहेरची शिलाई पुरुषच करतात. घराबाहेर साफसफाई करणारे पुरुषच असतात. पण घरात क्लीनर, टेलर, कूक– सर्व काही एक स्त्री असते. ती विनावेतन श्रम करते. जिथं पगार द्यावा लागतो तिथं पुरुषांची नियुक्ती आणि विनावेतन काम स्त्रीसाठी. तिला पैसा हवाच कशाला? तिला खायला-ल्यायला पुरुष देतोच. पाळलेल्या मैनेला जसं मालक खायला-प्यायला देतो ना अगदी तसंच. पक्ष्यासाठी पिंजरा असतो व स्त्रीसाठी घर. पुरुषानं पाळलेल्या ह्या स्त्री-प्राण्याला कुठंलही स्वातंत्र्य मिळू नये म्हणून समाजातील दक्ष पुरुष पहारेकरी जागरूक असतात.

३.

डॉ. गुलाम मुर्शिद यांनी लंडनला पोहोचल्याबरोबर (सतरा नोव्हेंबरला) मला पत्र लिहिलं. मन मारण्याचं एक उदाहरण त्यांनी त्या पत्रात दिलं होतं. त्यांनी

लिहिलं होतं की एका पत्रकारानं त्यांच्या पंगू पत्नीला पुरी १८ वर्षं सांभाळलं. त्यानं दुसऱ्या स्त्रीला घरात आणलं नाही. माझ्या ह्याआधी लिहिलेल्या 'मन मारणं' ह्या लेखावरून हे लक्षात येईलच की 'घरात आणणं' वा 'न आणणं' ह्याचा मन मारण्याशी काहीही संबंध नाही. त्या पत्रकारानं दुसऱ्या स्त्रीला घरी आणलं नसेल, पण तो दुसऱ्या स्त्रीकडे गेला होता की नाही हे डॉ. मुर्शिद ह्यांनी स्पष्ट केलेलं नाही. पंगू नवऱ्याबरोबर आयुष्य घालवणाऱ्या स्त्रीला दुसऱ्या परपुरुषाला घरी आणण्याचा सल्ला मी दिलेला नाही. 'घरी आणलं नाही' याचा अर्थ 'मन मारलं' असा होत नाही.

४.

'पिता किंवा पती ह्यांचं नाव स्त्रीनं लावलं नाही, तर स्त्रीच्या सर्व समस्या सुटतील का? मूळ समस्यांबद्दल लिहा,' असं लोक मला सांगतात. धर्मानं स्त्रीचा किती आणि कसा अपमान केलाय हे सांगितलं तर लोक म्हणतात, 'आर्थिक मुक्तीशिवाय स्त्री-मुक्ती शक्य नाही, म्हणून आर्थिक स्वातंत्र्याबद्दल बोला.' आर्थिक स्वातंत्र्याबद्दल लिहिलं की ते म्हणतात लैंगिक स्वातंत्र्याशिवाय स्त्रीला खरी मुक्तता मिळणार नाही. मग आता लिहायचं तरी कशाबद्दल आणि त्याचा फायदा तरी काय? पुरुषप्रधान समाजव्यवस्थेला विरोध केला तर लोक सल्ला देतात की धर्मापासून सुटका झाल्याशिवाय स्त्री-स्वातंत्र्याबद्दल आरडाओरड करून काहीही उपयोग नाही. समाजवादी विचारसरणीचे लोक म्हणतात की या फालतू गोष्टींबद्दल लिहिणं म्हणजे वेळ वाया घालवणं. भांडवलशाही व्यवस्था नष्ट व्हायला पाहिजे. तेव्हाच स्त्री 'माणूस' म्हणून उभी राहू शकेल.

प्रत्येकाच्या मते एक काही तरी झाल्याशिवाय दुसरं काही होणार नाही. पण ह्या सर्वांमध्ये माझं एक सांगणं आहे की अन्याय लहान असो की मोठा त्याकडे तुच्छतेनं पाहणं योग्य नाही. अन्याय कधीच तुच्छ नसतो म्हणून तो दूर होईपर्यंत विरोध हा केलाच पाहिजे. लहान-मोठ्या सर्व समस्यांना विरोध झालाच पाहिजे.

हा विरोध करण्याची जबाबदारी माझी एकटीची नाही. सगळ्यांची आहे. कापड व्यवसायातील मजुरापासून पंतप्रधानापर्यंत.

पूर्वी चीनमध्ये मुलींच्या पायांत लोखंडी बूट घालत. त्यामुळे त्यांचे पाय आकारानं लहान होत. अशा अनेक वर्षांपासूनच्या बेड्या अजूनही स्त्रीच्या शरीर-मनावर आहेतच. त्यामुळे तिचं मन गंजून गेलंय. अशा मनात नवीन विचार येत नाहीत. मग विरोध करणं तर दूरच. बहुतेक स्त्रिया पिंजऱ्यातल्या पक्ष्याप्रमाणे असतात. पिंजऱ्यात राहिल्यामुळे ह्या पक्ष्यांना उडता येत नाही. स्त्रियाही चार भिंतींच्या पिंजऱ्यातून बाहेर येऊ शकत नाहीत. सवयच नसल्यानं त्या विरोध

करायचं विसरून जातात. पण अजून ज्यांचा आवाज कायमचा बंद झालेला नाही त्या माझ्यासारख्यांनी ओरडणं आवश्यक आहे. आम्ही इतका मोठा आवाज काढला पाहिजे की तो झोपलेल्या स्त्रियांच्या कानांत शिरला पाहिजे!

□

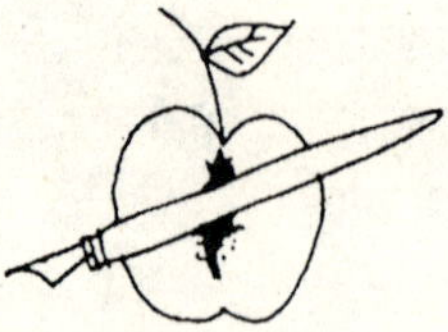

प्रत्येक स्त्री आज नूरजहानच आहे

'कमलगंजच्या छातकछडा गावातील लोकांनी नूरजहानला दगडांनी ठेचून मारलं' असं म्हटलं की लोक म्हणतात, 'गावातील लोकांनी नाही, तर मौलाना मान्नाननं तिला मारलं.' मौलाना मान्नान नूरजहानला दगड मारत होता तेव्हा गावातील चांगली माणसं होती कुठं? त्यांनी मौलानाचा फतवा ऐकला होता. इस्माईलच्या घरात खड्डा खणला गेला, त्यात नूरजहानला उभं केलं गेलं आणि मग दगडांनी ठेचून मारलं गेलं तेव्हा हे लोक काय चूपचाप पाहत उभे राहिले? त्यांनी त्या खड्ड्यात मौलानालाच जिवंत का पुरलं नाही? त्यांनी असं काहीही केलं नाही ह्याचाच अर्थ दोष एकट्या मौलानाचा नाही. छातकछडा गावातील सर्वच लोक ह्या गुन्ह्यातील गुन्हेगार आहेत. अजून ह्या लोकांना मौलानाची ओळख कशी पटली नाही, ह्याचंच मला आश्चर्य वाटतं. ज्यांनी मौलानाचा फतवा मानला त्यांच्यात आणि मौलानाच्यात मला काहीच फरक दिसत नाही. जर आपल्यात एखाद्याला विरोध करायची ताकद नसेल तर अपराधाची सर्व जबाबदारी दुसऱ्यावर ढकलता येत नाही. जे विरोध करू शकत नाहीत तेही अशा वेळी अपराधाच्या जबाबदारीत गुंतलेले असतात. अनेकजण ही बातमी ऐकून अवाक झाले. ते म्हणाले, 'छीः छीः! ह्या काळात दगडांनी ठेचून मारणं म्हणजे भयंकरच!' हे ऐकून मला हसू आलं. मी म्हटलं, 'असं मारणं फार भयंकर वाटतं हे खरं, पण अदृश्य दगड स्त्रीच्या मनावर व शरीरावर सतत फेकले जात असतात. त्यांचं काय?' ते लोकांना दिसत नाहीत म्हणून त्यांच्याबद्दल बातमीही छापून येत नाही.

व्यभिचार केल्यास शरीयती कायद्याप्रमाणे दगडांनी ठेचून मारलं जातं. सर्व देश जर अर्धा शरीयती कायदा मानत असेल, त्याला विरोध करत नसेल तर छातछकडा गावानं ह्या कायद्याची कडकपणे अंमलबजावणी केली, तर त्याला एवढा विरोध का? अन्यायाच्या विरोधात उभं राहणाऱ्यांची संख्या दिवसेंदिवस कमी होतेय.

मौलवींपुढे माणसं मान झुकवतात, गुडघे टेकतात, मौन पाळतात.

मौलानानं शरीरसुखाची मागणी नूरजहानकडे केली. तिनं त्याला नकार दिला म्हणून अतिशय क्रूरपणे त्यानं तिची हत्या केली. त्यानं तिची कामना केली आणि तिचा सर्वनाश केला. काही नाश दिसतात, काही दिसत नाहीत. जे अदृश्य दगड स्त्रीला मृत्यूकडे ढकलतात ते फार भयंकर असतात, फार हिंसक असतात. स्त्रीलाच हे भोगावं लागतं, समाजाचा सर्व छळ तिलाच सोसावा लागतो, समाजातील सर्व गरळ तिला एकटीलाच गिळावं लागतं.

ज्यांना आपण हिंस्र म्हणतो ते प्राणीही पुरुषांइतके हिंस्र नसतात. स्त्रीला शिक्षा करण्यासाठीच पुरुषांनी तऱ्हेतऱ्हेचे कायदे केलेत. फतवे काढलेत. स्त्रीवर वाटेल ते आरोप करून ती दुःखीकष्टी झालेली बघण्यात पुरुषांना आनंद मिळतो. पुरुष स्त्रीला जेवढा जखमी करतो तेवढा कुठलाच प्राणी आपल्या जातीच्या प्राण्याला करत नाही. प्राण्याकडून सुसंस्कृतपणाची अपेक्षाच नाही. तरीही त्यांच्यात माणसांएवढी कठोरता, पाशवीपणा आणि हिंसकपणा नसतो. मौलाना मान्नानला काहीही शिक्षा होणार नाही. त्याला कोणी दगडानं मारणार नाही. तो समाजात उजळ माथ्यानं हिंडेल. तो आता आणखी एखाद्या नूरजहानची इच्छा धरील, ती त्याला मिळाली नाही, तर दगड फेकेल किंवा आणखी काहीतरी फेकेल. ह्या समाजातील एका मोठ्या गादीवर बसून हे लोक स्त्रियांवर अपमान, अवहेलना, अन्याय, अत्याचार आणि सांगता येणार नाहीत अशा छळाचे दगड फेकतात. ह्यात काही स्त्रिया ठार मरतात तर काहींच्यात धुगधुगी असते. वरवर पाहता त्या जिवंत वाटतात, पण त्या खऱ्या मेलेल्याच असतात.

नूरजहान जिवंत असतानाही सुखी होती का? एकानं तिला तलाक दिला होता. दुसऱ्यानंही दिलाच असता. लाथा तर तिला कधी चुकणं शक्यच नव्हतं. समाजातील वडीलधाऱ्यांनी तिला रोज त्रास दिलाच असता. मरणानं तो त्रास एकदाच चुकलाच म्हणायचा. एका दृष्टीनं ती वाचलीच.

आम्ही सगळ्याच स्त्रिया एकेक नूरजहान आहोत. आमच्यासाठीच खड्डे खणलेत, आमच्यासाठीच फतवे जारी केलेत– विचित्र फतवे. आम्ही म्हणजे घरात ठेवायची एक चीज. पडद्यात झाकायची एक वस्तू. जन्मतःच पुरुषाचं शासन आमच्यावर सुरू होतं. शासक असतो पालक. विवाह नावाच्या घटनेनं पती नामक पालकाकडे आम्हाला सोपवलं जातं. त्याच्या सुखासाठी आम्हाला आमचं सर्वस्व द्यावं लागतं. तरीही आम्हाला तलाक दिला जातो. तलाकनंतरही आम्ही जगावं म्हणून आम्हाला खाणं व कपडा दिला जातो. आम्ही जगलोच तर आणखी पुरुषांची शारीरिक भूक आम्हाला भागवावी लागते. स्वातंत्र्य, शिक्षण, आरोग्य, जागरूकता आमच्यासाठी नाहीच. आमच्यासाठी असतात फक्त निरर्थक गोष्टी. खरं शिक्षण, चैतन्य, स्वास्थ्य

कधी आम्हाला ठाऊक नाही. असतो तो फक्त देखावा.

फार पूर्वीपासून स्त्रीला फतवे, नीतिनियम ह्यांच्या जाळ्यात फसवलंय पुरुषानं. त्यामुळे ती अंध, बधिर होते आणि ह्याचा पुरुषांना आनंद होतो. असा आनंद पुरुषांनी आतापर्यंत खूप मिळवलाय. देशातील लाखो मौलवींनी कोट्यवधी नूरजहानना मारलंय. एखाद्या वेळेस चुकून अशी बातमी वर्तमानपत्रात छापली जाते जेव्हा आपण हसिना, खलिदांचं भाषण ऐकत असतो, क्लिंटन निवडून आल्याचं वाचतो, त्यानंतरचा आनंदोत्सव पाहत असतो, तेव्हाही कुठं ना कुठं नूरजहान मारली जात असतेच. आमच्या देशात अजूनही मौलाना काही नूरजहानना गळा दाबून मारतात, काहींना फाशी देतात, काहींना विष घालतात, काहींना दगडानं ठेचतात, तर काहींची कत्तल करतात. ज्या स्त्रिया स्वतःला नूरजहानप्रमाणे अत्याचारित समजत नाहीत त्यांचा स्वतःबद्दल गैरसमज आहे. त्यांना एक ना एक दिवस समजून चुकेल की त्याही नूरजहान आहेत. तेव्हाच त्या ताठ मानेनं उभ्या राहतील अशी मला आशा आहे.

◻

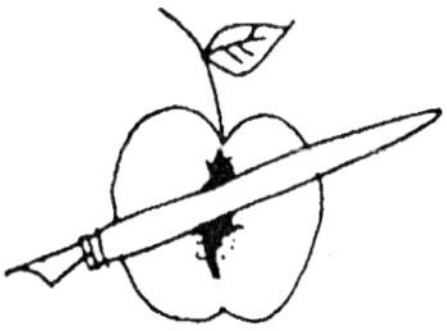

घटना-दुर्घटना

१.

प्रसूतीच्या वेळी प्रसूती नीट व्हावी म्हणून स्त्रीच्या योनिमुखाला एक लहान छेद देऊन योनिमार्ग मोठा करावा लागतो. नाहीतर योनी वेडीवाकडी फाटून योनी व गुदद्वार एक व्हायची भीती असते. असं होऊ नये म्हणून डॉक्टर प्रसूतीच्या वेळी योनिमार्ग मोठा करताना अतिशय काळजी घेतात. ते फक्त योनिमुखाला एक छेद देतात. त्यामुळे स्त्रीला त्रासही कमी होतो. मग तो छेद शिवून टाकतात. सात दिवसांत टाके सुकून तो भाग पूर्णपणे मिळून येतो. ह्या गोष्टीला कुणाचा विरोध असण्याचं काहीच कारण नाही. पण कुणी केला नाही, तरी त्या स्त्रीचा नवरा बहुधा विरोध करतो. का? कारण पत्नीच्या गुप्त भागाला टाके पडले. अशी पत्नी घरी नेणं योग्य नाही.

२.

प्रगत देशांत सिझरियन ऑपरेशन्स दिवसेंदिवस लोकप्रिय होताहेत. ज्यांना आठ-दहा मुलं नको आहेत, त्यांच्या दृष्टीनं हे ऑपरेशन अधिक योग्य व सुरक्षित आहे. ह्या ऑपरेशनमुळे प्रसूतीच्या वेळी स्त्रीला असलेले अनेक धोके टाळता येतात आणि तिचं स्वास्थ्यही चांगलं राहतं. पण ह्या ऑपरेशनला पुरुषच विरोध करतात. स्त्रीचं ओटीपोट गुळगुळीत असल्याशिवाय पुरुषाला समाधान वाटत नाही. स्त्रीचं शरीर गुळगुळीत, स्वच्छ व मऊ हवं. त्यावर डाग असले तर पुरुषाचा आनंद कमी होतो. तो तोंड वाकडं करतो. त्याच्या मते पोट कापलेल्या पत्नीबरोबर संसार करता येत नाही.

३.

गर्भाशयाला ट्यूमर झालं किंवा अतिरिक्त रक्तस्राव झाला तर गर्भाशय काढून टाकावं लागतं. कारण गर्भाशयापेक्षा स्त्रीचा जीव मोठा. स्त्रीचा जीव वाचवण्यासाठी

गर्भाशय काढून टाकण्यास विवेकी माणसानं सामान्यपणे तयार व्हायला हरकत नाही. घरातील इतर तयार झाले तरी पती तयार होणं कठीण. तसं पाहिलं तर अशा गर्भाशयाचा काहीही उपयोग नसतो. पुत्रप्राप्तीसाठी त्याची जरूर. कारण वंशरक्षण महत्त्वाचं. पण ट्युमर झाल्यास किंवा अतिरिक्त रक्तस्राव झाल्यास गर्भ धारण करणं अशक्य. तरीही पतीला गर्भाशय काढायचं म्हटलं की कसंसंच होतं. गर्भाशय नाही ती स्त्री कसली? काही तरी अपुरं वाटतं. गर्भाशय काढून टाकल्यावर स्त्रीची प्रकृती सुधारते. पण अशा स्थितीत पुष्कळ वेळा पतिदेव तिचा त्याग करतात.

४.

स्तनात ट्यूमर झाल्यास स्तन काढून टाकणंच योग्य. अशा स्थितीत स्तनाचं प्रेम स्त्रीपेक्षा पुरुषालाच अधिक असतं. रोगिष्ट स्तनालाही कुसकरायला पुरुषाचे हात वळवळत असतात. तो आपल्या पत्नीला स्तन नाही म्हणून इतका दुःखी होतो की तिच्याबद्दलचं प्रेम, प्रीती सगळं विसरून जातो. तो न कचरता सांगून टाकतो, 'मलाही भावना म्हणून काही आहेच. विकलांग पत्नीचा उपयोग काय?'

५.

काही गर्भवती स्त्रियांच्या पायाला सूज येते, रक्तदाब वाढतो, ह्यावर उपाय केला नाही, तर एक भयानक फेफऱ्यासारखा रोग होतो. ह्याला 'एक्लाम्पसिया' म्हणतात. ह्या रोगात मूल तर मरतंच, पण आईच्या जीवालाही धोका असतो. हा रोग होण्याचं कारण म्हणजे स्त्रीकडे तिच्या पतीचं व सासरकडच्या लोकांचं दुर्लक्ष. ते तिला डॉक्टरकडे नेत नाहीत.

हा रोग झाला तर लोकांना वाटतं, भूतबाधाच झालीय. 'ती स्त्री डोक्यावरून पदर न घेता बांबूच्या बेटात गेली, म्हणून असं झालं,' असं मानलं जातं. ताईत, गंडे-दोरे बांधले जातात, तिला पाणी न दिल्यामुळे तिची तब्येत आणखी बिघडते. नंतर जर डॉक्टरांची मदत घेतलीच, तर डॉक्टर मूल पोटातून काढून त्या स्त्रीला वाचवू शकतात. अशी स्त्री अक्षरशः मरणाला शिवून आलेली असते. ह्यामुळे काही वेळा स्त्रीच्या डोक्यावर परिणाम होतो. असा परिणाम होवो वा न होवो, त्या स्त्रीच्या पतीला वाटतं, 'दुसऱ्या कोणाला असं झालं नाही. मग हिलाच का असं व्हावं? नक्कीच हिनं काही तरी पाप केलं असणार. म्हणूनच देवानं हिला शिक्षा केली. हिला घरातून हाकललीच पाहिजे.'

६.

प्रसूतीची वेळ येताच सुईणीला बोलावलं जातं. ती आपलं सर्व शक्ती पणाला लावून ओढाताण करून मूल बाहेर काढते. खरं तर गर्भाशयाच्या नैसर्गिक आकुंचन-प्रसरणामुळे मूल आपोआप बाहेर येतं. पण एवढी वाट ती पाहत नाही. मूल होतं, पण सुईणीनं केलेल्या ओढाताणीमुळे हळूहळू गर्भाशय योनिमार्गातून बाहेर येतं.

चाललं, खोकलं तरी ते खाली सरकतं. ह्यामुळे स्त्रीला खूप त्रास होतो. पण तिच्या पतीला तिच्याहून जास्त त्रास होतो. गर्भाशय खाली सरकल्यामुळे त्याच्या लैंगिक सुखाच्या आनंदात व्यत्यय येतो. त्याची फार मोठी गैरसोय होते. तसं पाहिलं तर त्यानंच सुईणीला बोलावून आणलेलं असतं. सुईणीमुळेच गर्भाशयाला धक्का पोहोचलेला असतो. पण ही सगळी जबाबदारी पुरुष कधीही घेत नाही. त्याला शरीरसुख मनासारखं मिळत नाही म्हणून तो वैतागतो. म्हणतो, 'या घाणेरड्या बाईला आजच तलाक देतो बघा!'

मी ज्या सहा प्रसंगांचा वर उल्लेख केला ते नेहमीच घडणारे आहेत. आमच्या खेड्यांपाड्यांतील नव्हे, तर शहरांतीलही मूर्ख, अशिक्षित कुटुंबांत हे घडतं. तथाकथित शिक्षित कुटुंबंही ह्याला अपवाद नसतात. शारीरिक स्वास्थ्यासाठी आधुनिक विज्ञानाचा उपयोग करून घेण्याची मानसिकता आमच्या 'पतिदेवां' मध्ये अजूनही आलेली नाही. त्यांच्या हीन वृत्तीचं फळ मात्र स्त्रीलाच भोगावं लागतं. एवढंच नाही, तर नवऱ्याच्या चुकीच्या निर्णयामुळे तिचा मृत्यूही होतो. (इथं नवऱ्याच्या निर्णयाला महत्त्व देण्याचं कारण कुठलाही निर्णय घेण्याचा अधिकार स्त्रीला नाही. फक्त पुरुषाला आहे.) समजा, ह्या सगळ्यांतून पत्नी वाचलीच, तर तिचा आजार व विरूपता ह्यामुळे पती तिचा त्याग करतो. मग दरिद्री स्त्री एक तर नातेवाइकांच्या आश्रयाला जाते अथवा वेश्याव्यवसाय पत्करते किंवा भीक मागते. तिला काही काम मिळण्याची शक्यता फारच कमी असल्यामुळे तिची अवस्था फारच अवघड होते.

ह्या सर्वाला खरं जबाबदार कोण? एकटा पती की पुरुषप्रधान समाज? खरं तर हे दोघंही नाहीत. खरी जबाबदार आहे आमची आर्थिक, राजकीय दुरवस्था. शिक्षण, आरोग्य, जागरूकता समाजाच्या सर्व स्तरांत पोहोचविण्याची ताकद अजून ह्या देशात आलेली नाही. इथं विज्ञानापेक्षा धर्माला अधिक मानलं जातं, चांगल्यापेक्षा वाईट लवकर स्वीकारलं जातं. देश मागासलाय. त्यात काही भलं घडेल अशी आशा करणं म्हणजे मूर्खपणाच!

□

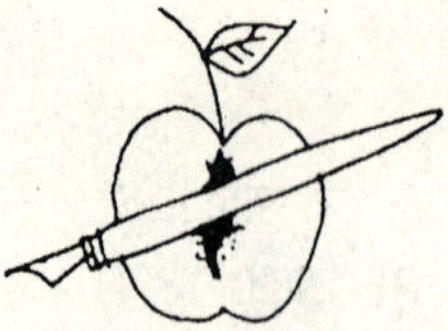

वुई शॅल ओव्हरकम

कुसुम नावाची एक मुलगी माझ्या घरी काम करते. जरा चांगल्या भाषेत सांगायचं तर कुसुम घरातल्या कामांत मला मदत करते. ती आहे तेरा-चौदा वर्षांची. ती कुठून काही तरी शिकून येते आणि माझ्याकडे त्याचा प्रयोग करते. मी बऱ्याच दिवसांपासून पाहतेय की आमच्या घराच्या चहूबाजूंनी जेव्हा नमाजाची बांग दिली जाते तेव्हा हातातलं काम टाकून कुसुम नळाकडे धाव घेते. हातपाय स्वच्छ धुऊन अगदी मन लावून स्वयंपाकघराच्या कोपऱ्यात नमाज पढते. ह्या वेळी तिच्याकडून कुठलंही काम करून घेणं कोणालाही शक्य नसतं. चुलीवर काही करपून त्याचा कोळसा झाला तरी आवाज, वास, धूर सगळं दृष्टीआड करून ती अल्लाकडे दुवा मागत असते.

एक दिवस मी तिला विचारलं, 'कुसुम, तू पाचवेळा नमाज पढतेस. नमाजाच्या सूरा तुला येतात का?'

'हो. दोन येतात.' कुसुमनं उत्तर दिलं.

'कोणत्या?'

'आलहामदूलिल्लह' आणि 'कुलहुआल्ला.'

'ह्यांचा अर्थ माहीत आहे? म्हणजे ह्यांत काय म्हटलंय, ते माहीत आहे?' माझा प्रश्न ऐकून तिला आश्चर्य वाटलं. सूरेला अर्थ असतो हे ती प्रथमच ऐकत होती. तिनं कपाळाला आठ्या घातल्या. मी तिला काही तरी वाईट सांगतेय असा तिला संशय आला. म्हणून जरा त्रासिकपणेच ती म्हणाली, 'काहीतरीच काय विचारता? 'सुरे'ला आणखी अर्थ कसला? सूरा म्हणजे सूरा.'

तेही खरंच म्हणा! सूरा म्हणजे सूरा. तिला आणखी अर्थ म्हणजे फारच झालं!

'तू नमाज कशासाठी पढतेस?' मी कुसुमला विचारलं.

'स्वर्ग मिळावा म्हणून.' तिनं अगदी सरळ उत्तर दिलं.

'का? स्वर्गात काय असतं?'

कुसुम पाय पसरून जमिनीवर बसली. मग अत्यंत उत्साहानं म्हणाली, 'स्वर्गात माशाचं काळीज खायला मिळतं.'

'तुला माशाचं काळीज एवढं आवडतं? ठीक आहे. उद्याच मी तुला बाजारातून आणून देते.'

ती उठून उभी राहिली. अगदी ठासून मला म्हणाली, 'इथल्या माशांचं काळीज कडू असतं. स्वर्गातल्या माशांचं एकदम गोड.'

तिचं बोलणं ऐकून चकित होऊन मी तिच्या तोंडाकडे पाहतच राहिले. तिचा तिच्या बोलण्यावर ठाम विश्वास होता. माशाचं काळीज खाण्याच्या मोहापायी ती पाच वेळा नमाज पढत होती. तिला अडवणं कोणालाही शक्य नव्हतं.

हल्ली आणखी एका गोष्टीचं मला आश्चर्य वाटतं. तरुण आणि किशोर हल्ली घोळक्या-घोळक्यानं मशिदीकडे जाताना दिसतात. माझ्या लहानपणी असं नव्हतं. तेव्हा म्हातारेच खडावा वाजवत व काठीचा आधार घेत जाताना दिसत. हल्ली शुक्रवारी जुम्म्याचा नमाज पढायला श्रीमंत मर्सिडीजमधून तारकाखचित मशिदीत येतात. ह्यात अधिकतर स्मगलर्स, वाईट धंदे करणारे, लबाड आणि अत्याचारी असतात. ते येतात मात्र पांढरी सुरवार-झब्बा घालून. काही भुरटे चोरही येतात. बाहेर पडताना दुसऱ्याचे जोडे घालून जातात. ह्या सर्वांबरोबर मध्यमवर्गीय सुशिक्षित तरुण, किशोर आणि काही वृद्धही येतात. हे सर्वच स्वर्गात जाण्यासाठी व्याकुळ झालेले असतात.

बहुतेक वृद्ध कबरीच्या भीतीनं काळेनिळे पडलेले असतात. 'आपण हा संसार पार कसा करणार' ह्या शंकेनं त्यांचे पाय डगमगत असतात. 'कयामत'च्या दिवशी आपलं पारडं भारी व्हावं म्हणून ते मशिदीकडे येरझाऱ्या घालत असतात. त्यांच्याबद्दल मला काही म्हणायचं नाही. इथलं त्यांचं सगळं संपल्यातच जमा असतं. पण बुद्धिवान, धट्टेकट्टे तरुण. त्यांचं काय? कार्यक्षम युवक. त्यांना परलोकाचा लोभ का? त्याचं कारण एकच. फ्रस्ट्रेशन. बंगालीत म्हणतात नैराश्य! सध्या आमच्या चारी बाजूला पसरलंय नैराश्य. राजकारणात नैराश्य. अर्थकारणात नैराश्य. समाजात बोकाळली आहे अनीती, अव्यवस्था, बेकारी. ह्यांत हे निर्दोष तरुण– देशाची भावी पिढी– पार फसलीय. ह्या तरुणांतले काही चोऱ्या करतात, काही मादक द्रव्याचं सेवन करतात, तर काही मशिदीत जातात. ह्या सगळ्याचं मूळ कारण एकच– नैराश्य. ह्या तरुणांना चांगुलपणा, सौंदर्य, पूर्वग्रहदूषित नसलेली बुद्धी, स्वच्छ विचार-भावना मिळाल्या. पण ह्या महान गोष्टींचा वापर कुठंच होताना दिसत नाही. जिथं जावं तिथं खोटेपणा, विकृती, सत्तेचा व पैशाचा जोर. म्हणूनच ह्या तरुणात आलंय नैराश्य. हे नैराश्य त्यांना नाशाकडे नेतं. कोणी माशाचं गोड काळीज

खाण्याच्या आशेनं, कोणी पक्ष्यांचं मांस आणि फळफळावळ खाण्यासाठी, कोणी दारूसाठी, कोणी पऱ्यांच्या लोभानं तर कोणी 'याक्कूम' झाडाची फळं, साप, विंचू आणि उकळतं पाणी ह्यांपासून वाचण्यासाठी वळतात नाशाकडे. ह्या जगानं तरुणांसाठी काहीही आशादायक ठेवलं नाही. म्हणून ते दारू-मांस ह्यांकडे वळतात. हा दोष त्यांचा नाही. हा दोष आहे आमच्या लबाड, लोभी, मूर्ख राजकारणी लोकांचा. त्यांच्यामुळेच सर्व समाजव्यवस्थेचा व राष्ट्राचा नाश झालाय.

देशात मादक द्रव्य घेणाऱ्यांची संख्या वाढतेय. नैराश्यापासून मुक्ती मिळवायला माणसं इकडे वळतात. परिणाम आणखी नैराश्य. मला वाटतं, जेव्हा हा समाज आणि देश माणसांना राहण्यासारखा होईल तेव्हाच माशाचं काळीज, दारू, मांस, पऱ्या, मादक द्रव्य ह्या सर्वांतून माणूस मुक्त होईल आणि ती जबाबदारी जे ह्या सगळ्याच्या आहारी गेले नाहीत त्या आमच्यासारख्यांची आहे.

याक्कूम गाछ– हा फारसी शब्द असून त्याचा उच्चार जकोम किंवा जक्कूम असाही आहे. ह्याचा अर्थ नरकातील एक काटेरी झाड. ह्या झाडाची फळे म्हणजे राक्षसांची मुंडकी. पापी लोकांना ही मुंडकी खावी लागतात.

□

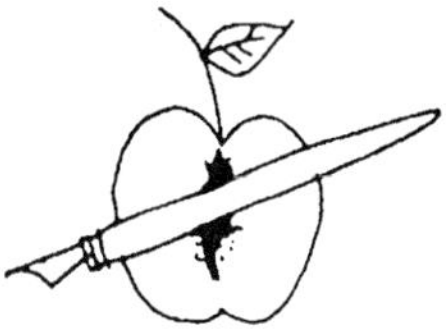

विचार-शिल्प

१.

धूम्रपान करण्याची सवय असलेल्या कित्येक स्त्रियांना मी ओळखते. ह्या समाजात स्त्रियांनी धूम्रपान करणं म्हणजे अवघडच. ते असो. पण ही सवय असलेल्या स्त्रियांमध्ये अपराधाची भावना एवढी तीव्र असते की ती पाहून मला आश्चर्यच वाटतं. त्यांना धूम्रपान करण्याची हुक्की आली की त्या टॉयलेटमध्ये जाऊन धूम्रपान करतात. मग तोंड धुऊन बाहेर येतात. त्या ही सवय सोडू शकत नाहीत आणि अपराधाची भावनाही दूर करू शकत नाहीत. त्यांच्याबद्दल मला फार सहानुभूती वाटते. कुठल्याही पुरुषाला असं लपूनछपून, चोरूनमारून धूम्रपान करावं लागत नाही. स्त्रियांनाच सर्व गोष्टींची चोरी. सर्व बंधनं.

स्त्री घरात, बाहेर, मोकळ्या जागी, रस्त्यात– थोडक्यात तिला पाहिजे तिथं धूम्रपान करू शकत नाही? धूम्रपान हे जर एक 'पान' असेल तर ते स्त्री-पुरुष सर्वांना सारखंच. फक्त पुरुषांनीच धूम्रपान करावं असं कुठंच लिहिलेलं नाही. धूम्रपान आरोग्याला घातक आहे, हे माहीत असूनही सांगते की ज्या स्त्रियांना ही सवय आहे त्यांनी कुठंही न लाजता ते करावं. त्यांना मनाई नाही. स्त्रीला त्यासाठी टॉयलेटमध्ये वा कुठल्या आडोशाला जायला लागू नये. स्त्रीला कसलीही आडकाठी असू नये. तिला जे काय करायचंय ते तिनं धीटपणे, मान ताठ ठेवून करावं. समाजाच्या कालबाह्य नियमांपुढे तिनं वाकू नये. (वि.सू.– स्त्री व पुरुष दोघांनीही धूम्रपानापासून दूर राहणं चांगलं)

२.

गर्भाशय स्त्रीचं असतं. म्हणून त्यात गर्भ वाढू द्यायचा की गर्भपात करायचा ह्याचा अंतिम निर्णय, जिचं गर्भाशय आहे तिनं घेणं योग्य. त्या गर्भाची काळजी घेण्याचा अधिकार कोणा पुरुषाचा, समाजाचा वा राष्ट्राचा नाही. गर्भधारणा की

गर्भपात हा निर्णय घेण्याचं स्वातंत्र्य जोपर्यंत स्त्रीला मिळणार नाही तोपर्यंत मी तिला 'पुरुष नियंत्रित मांसाचा गोळा' असंच बिनदिक्कत म्हणणार.

एम.आर.च्या नावावर कित्येक गर्भपात होतात. अविवाहित स्त्रियांची हॉस्पिटल्स व क्लिनिक्समध्ये ह्यासाठी रांग लागते. तिथं त्यांना आपली खोटी ओळख द्यावी लागते, विवाहित असल्याचं भासवावं लागतं, प्रियकर किंवा मित्र ह्यांची ओळख पती म्हणून करून द्यावी लागते. असा खोट्याचा आधार का घ्यायचा?

स्त्रियांना खरं बोलायचं स्वातंत्र्य हे राष्ट्र का देत नाही? गर्भपात करून घेण्यासाठी असंख्य अविवाहित व बलात्कारित स्त्रियांना खोटं का बोलावं लागतं? रजिस्टरमध्ये खोटं नाव, खोटा पत्ता लिहावा लागतो. त्यापेक्षा स्त्रीलाच गर्भपाताचा निर्णय घेण्याचा अधिकार मिळाला तर तिचं स्वातंत्र्य अबाधित राहील आणि तिला खोटंही बोलावं लागणार नाही.

३.

जगात माणूस सोडून कुठल्याही प्राण्याचं गर्भाशय बाहेर येत नाही. ह्याचं कारण सांगताना स्त्रीरोग-चिकित्साशास्त्राचे एक प्रोफेसर आबदुल बायेछ भूयां म्हणतात, 'दुसऱ्या प्राण्यांच्या प्रसव समयी सुईण नसते. पण माणसाच्या वेळी असते. म्हणून त्याच्या नशिबी हा भोग.'

बांगलादेशातील अज्ञान व अंधश्रद्धा जोपर्यंत दूर होत नाहीत तोपर्यंत सुईणीला ह्यावं लागणार आणि स्त्रीला भोग भोगावे लागणार. अडाणीपणा व आंधळेपणा कधी ह्या देशातून दूर होणार? मी एकटी किंवा माझ्यासारखे आणखी काही हे काम करू शकतील? जर सर्व राष्ट्रानं ही जबाबदारी उचलली नाही, तर नुसतं लेखन करून किंवा मिरवणुका काढून देशातील अडाणीपणा दूर करणं आम्हाला शक्य नाही.

४.

ओव्हरसीज कॉल बुकिंग नंबर जर एखाद्या स्त्रीनं फिरवला तर ऑपरेटरकडून विचारणा केली जाते नंबर फिरवणाऱ्या व्यक्तीच्या नंबराची. तो देताच 'कॉलर' कोण म्हणून प्रश्न विचारला जातो. 'शमीमा', 'नसिमा', 'रुकिया', खलिदा', 'नमिता' असं काही सांगितल्यास ताबडतोब पुढचा प्रश्न विचारला जातो. मिस का मिसेस? हे समजल्याशिवाय ऑपरेटरला चैन पडत नाही. कारण ह्या सर्वांची नोंद ठेवायची असते. स्त्रीच्या नावाआधी मिस किंवा मिसेस लिहिणं आवश्यक असतं. पुरुष विवाहित असो वा अविवाहित त्याच्या नावापुढे Mr., लिहिलं की भागतं. तसंच स्त्रीच्या नावापुढे Ms. लिहावं. बुकिंग करताना स्त्री विवाहित आहे की अविवाहित हे समजण्याची काहीही आवश्यकता नाही.

स्त्रीला विवाहित का अविवाहित असं वेगळं काढण्याच्या पद्धतीवरून स्त्रीसाठी विवाह हीच महत्त्वाची गोष्ट आहे असं वाटलं तर त्यात काय चूक आहे? विवाहाला

स्त्रीच्या जीवनातील सर्वांत महत्त्वाची घटना मानल्यास तिचं कधीच भलं होणार नाही. कारण विवाहयज्ञात स्त्रीची कार्यक्षमता, बुद्धी, प्रतिभा ह्या सगळ्यांचीच आहुती दिली जाते. ह्याचा अर्थ मी विवाह पद्धतीला अत्यंत निरर्थक मानते असा नाही. विवाह अर्थपूर्ण असेलही. पण स्त्रीच्या जीवनात फक्त त्यालाच प्रमुख स्थान देण्याच्या मी विरुद्ध आहे. विवाहरूपी मुकुटाला डोक्यावर चढवायला एक अडाणी स्त्री सोडली तर इतर नक्कीच विरोध करतील, असा मला विश्वास वाटतो.

५.

हल्ली संसदेत काही 'अलंकार' बसतात. ह्या 'अलंकारां'ना तिथं बसण्याचं खरोखरच काही कारण आहे का? मला तरी तसं काही कारण दिसत नाही. त्या फक्त संसदेची शोभा वाढवतात. दुसरं इतर कुठलंही काम करत नाहीत.

हा देश स्त्रियांना शिकू देत नाही. वारसाहक्कापासून त्यांना दूर ठेवतो. समाज त्यांना 'माणूस' मानत नाही. हा देश स्त्रियांच्या बाबतीत मानवाधिकारांचं उल्लंघन करतो. त्यांना नोकरी करण्यास, राजकारण करण्यास अथवा समाजात प्रतिष्ठित स्थान मिळण्यास खूप अडचण येते. अखेर दाखवण्यापुरतं म्हणून त्यांना संसदेत जागा दिली जाते. संसदेत त्यांची किंमत 'एक डेकोरेशन पीस' एवढीच असते. अशीच जर ह्या देशाची स्थिती असेल तर स्त्रियांची प्रगती व्हावी, असं सरकारला वाटतच नाही, असं मानायला हरकत नाही.

इतिहासाची पानं उलटून पाहिल्यास असं दिसतं की, विभिन्न काळात भिन्न भिन्न देशांत स्त्रिया योद्ध्याही होत्या. त्या घोड्यावर स्वार होऊन युद्धात उतरल्या होत्या. आता युद्ध तर जाऊच देत, पण देशाच्या निवडणुकीत उभं राहण्यास योग्य असंही वातावरण त्यांच्यासाठी असू नये? कुटुंब व समाज त्यांना संसारात अडकवून ठेवतो. स्त्री युद्ध न करता विजय-सिंहासनावर बसली किंवा संसदेत 'डेकोरेशन पीस' म्हणून घुंघट घेऊन बसली तर फटके मारून, गळा कापून अथवा फाशीवर चढवून तिची जी अवहेलना होते, त्यापेक्षा इथं जास्त होते.

त्या तीस 'अलंकारां'ना स्त्री असून स्त्रीचा अपमान करण्याचा काहीही अधिकार नाही आणि मतांच्या बळावर जिंकलेल्या पक्षालाही देशासमोर व जगासमोर स्त्रीला उपहासाची गोष्ट बनवण्याचा अधिकार नाही.

□

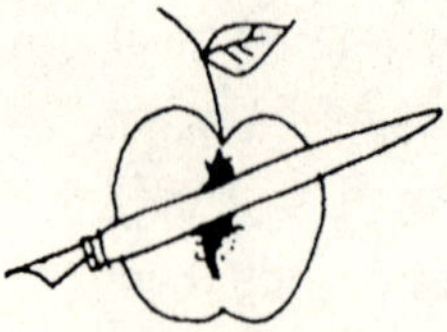

एकला चलो रे!

१.

सध्या ढाक्यात दोन कामांसाठी स्त्रिया घराबाहेर पडतात– एक भाजी बाजारात जाण्यासाठी आणि दुसरं म्हणजे मुलांना शाळेत नेण्या-आणण्यासाठी. ही दोन कामं अनेक गृहिणींसाठी सक्तीचीच आहेत. ही दोन्ही कामं त्यांची स्वतःची आहेत का? स्वतःचं काम करायला माझा विरोध नाही. पण ह्या गृहिणी दुसऱ्यांच्या पैशानं खरेदी करतात आणि दुसऱ्यांच्या मुलांचीच ने-आण करतात. 'दुसऱ्यांची मुलं' ह्याचा अर्थ त्यांच्या पतींची मुलं. पितृप्रधान समाजव्यवस्थेत मुलं पित्याच्या नावानंच ओळखली जातात. म्हणूनच ह्या दोन कामांना मी स्त्रियांची कामं मानायला तयार नाही.

गृहिणी बाजारहाट करतात, पती व मुलं ह्यांच्यासाठी स्वयंपाक करतात. त्यांना जेवायला घालतात. कारण पुरुषांच्या सेवेसाठीच त्यांचा जन्म असतो. त्यांच्यासाठीच तर स्त्रिया जगतात.

स्त्रिया बाजारात जातात, मुलांना वाढवायला मदत करतात हे पाहून लोकांना वाटतं की स्वातंत्र्य त्यांच्या हाती आलंय. पण बाजारात जाणं आणि मुलांना नेणं-आणणं ही कामं नोकरांची आहेत, हे कोणी लक्षातच घेत नाही. साधारणपणे ही कामं घरातल्या नोकरांना सांगितली जातात. पण नोकरामुळे कधीमधी कुटुंबप्रमुखाचा 'लॉस' होतो, म्हणून त्यानं ही कामं घरच्या गृहिणी नावाच्या 'विश्वासू नोकरां'वर सोपवली आहेत, असंच मला वाटतं. ह्यात कुटुंबप्रमुखाचा 'लॉस' तर नाहीच, शिवाय गृहिणीलाही वाटतं की आपल्याला मुक्तीची वाट सापडली बरं का! जणू हेच तिचं स्वातंत्र्य!

२.

प्रायव्हेट फर्ममध्ये काम करणाऱ्या काही मुलींना मी ओळखते. त्या सर्वजणींच्या मते त्यांचे वरिष्ठ त्यांच्यावर दडपण आणतात. म्हणजे काय करतात? तर त्यांना

कामानिमित्त रूममध्ये बोलावून घेतात, त्यांच्याशी गोड गोड बोलतात आणि जास्ती काम करून घेऊन त्यांची पिळवणूक करतात. अक्षरशः पिळवणूक. त्या सगळ्याच ह्याबद्दल नाराज आहेत. पण त्यांच्याजवळ दुसरा पर्याय नाही. त्यांनी कामाला नकार दिला तर त्यांची नोकरी जाईल व त्यांचे खूपच नुकसान होईल.

नोकरी करणारा पुरुष व स्त्री ह्यांच्यात फार मोठा फरक असतो. नोकरीत पुरुषाला बुद्धी व श्रम खर्च करावे लागतात. पण नोकरी करणाऱ्या स्त्रीला ह्यांच्याबरोबरच पिळवणूक सहन करावी लागते. म्हणजेच नोकरीत स्त्रीची 'इनव्हेस्टमेंट' जास्त असते.

जास्त देऊन स्त्रिया कमी घेतात. म्हणूनच अनेक कारखान्यांत स्त्रियांना कायमच्या नोकऱ्या मिळतात. त्या कमी पगारात जास्त श्रम करतात. फक्त कारखान्यांतच नाही, तर समाजात सर्वत्रच स्त्रिया देतात जास्त, मिळवतात कमी.

३.

माझ्या धाकट्या बहिणीला सुंदर, गुटगुटीत मुलगी झाली. तिला मुलगीच हवी होती. पण मुलगी झाली म्हणून लोकांकडून तिला विचित्रच अनुभव आले. सर्वांत प्रथम अनुभव आला तो खुद्द सर्जनचा. त्या सर्जननी तिचं सिझर केलं. ती शुद्धीवर येताच तिच्या डोक्यावर हात फिरवत ते म्हणाले, 'वाईट वाटून घेऊ नकोस. पुढच्या वेळी नक्कीच मुलगा होईल.' मुलगी झाली म्हणून माझी बहीण व मेहुणे खूप आनंदात होते तर इकडे शेजारी एक एक करून सांत्वन करायला येत होते. सर्वांचं सांगणं एकच– 'मुलगी झाली म्हणून वाईट वाटून घेऊ नकोस. त्याचा आता काय फायदा?' माझी बहीण व मेहुणे– दोघंही पुन्हा पुन्हा सांगत होती की आम्हाला खरंच वाईट वाटत नाही. पण कोणालाच त्यांचं बोलणं खरं वाटत नव्हतं. मुलगी झाली म्हणजे वाईट वाटणारच.

मेहुण्यांनी त्यांच्या ऑफिसमध्ये आणि मित्रमंडळीत मुलगी झाल्याची बातमी सांगितली. अगदी प्यूनपासून एम्. डी. पर्यंत– सर्वजण– एकच वाक्य म्हणाले, 'जाऊ द्या. वाईट वाटून घेऊ नका.'

माझी बहीण आणि मेहुणे लोकांच्या ह्या अशा वागण्यानं अक्षरशः वैतागले. ह्या 'सांत्वन कार्यक्रमा'ची त्यांनी भीतीच घेतली.

४.

सेंट्रल मार्केटमधील आणि बेइली रोडवरील साड्यांच्या दुकानांत हल्ली मुली सेल्स गर्लस् म्हणून काम करतात. त्या अत्यंत सभ्यपणे, नम्रतेनं आणि सौजन्यानं गिऱ्हाइकांशी वागतात. त्यांच्या ह्या वागण्यावरून त्यांना हे काम साधतंय हे उघड आहे. विक्रेत्या म्हणून त्या यशस्वी व्हायला मुळीच हरकत नाही.

पण अनेकांच्या मते सेल्स गर्लचं काम मुलींसाठी लज्जास्पद आहे. ह्यात त्या

मुलींची मानमर्यादा राहात नाही. पण हे मत चुकीचं आहे. कोणतंही चांगलं काम माणसाच्या आत्मसन्मानाला ठेच पोहोचवत नाही. अनेक मुली व स्त्रिया नोकरीसाठी वणवण फिरतात. पण त्यांना काम मिळत नाही. कारण लोकांच्या मते 'सेल्स गर्ल' होणं वाईट. दुकानांचे मालकही लोकांच्या दबावाखाली येऊन ह्या मताला दुजोरा देतात.

लोकांना 'सेल्स गर्ल' चालणार नाही, पण 'कॉल गर्ल' चालेल. स्त्रीला 'कॉल गर्ल' करायला समाज उत्सुक, पण 'सेल्स गर्ल' करायला नाराज. स्त्रियांना निरुद्योगी करून ठेवण्यात आमचा समाज नेहमीच तत्पर. त्याचा हा उत्साह आणि ही तत्परता ह्यांच्या विरुद्ध उभं राहण्याची आता वेळ आलीय.

□

स्त्री आता मशिदीची 'इमाम' होणार!

चर्च ऑफ इंग्लंडनं स्त्रीला प्रीस्ट म्हणजेच पाद्री होण्याची संमती दिलीय. पूर्वी स्त्रीला हा अधिकार नव्हता. चर्चमध्ये बोलायचासुद्धा ज्यांना अधिकार नाही त्यांना प्रीस्ट म्हणून अधिकार देऊन काय उपयोग! स्त्री प्रीस्ट होणार हे कळताच दीड हजार पुरुष प्रीस्टांनी 'ते चर्च ऑफ इंग्लंड सोडतील' अशी धमकी दिली. चर्चच्या परंपरेविरुद्ध असलेल्या ह्या निर्णयाला व्हॅटिकनमधूनही विरोध केला गेला.

इ. स. १५३४ मध्ये इंग्लंडचा तेव्हाचा सम्राट आठवा हेन्री ह्याच्या प्रयत्नामुळे चर्च ऑफ इंग्लंड रोमन कॅथॉलिक चर्चपासून वेगळं झालं. अँग्लिकनचा हा ऐतिहासिक निर्णय ऐकून पोप द्वितीय जॉन पॉल ह्यांनी स्पष्ट केलं की धर्माच्या परंपरेप्रमाणे रोमन कॅथॉलिक चर्च स्त्रीनं प्रीस्ट व्हावं ह्या निर्णयाला अनुमोदन देऊ शकत नाही. जगातील सात कोटी अँग्लिकन लोकांचे धर्मगुरू कॅन्टरबरीचे आर्च बिशप जॉर्ज केरी ह्यांनी मात्र ह्या निर्णयाचं जोरदार समर्थन केलं. कॅथॉलिक संप्रदायाचे गुरू कार्डिनल बॅसिल ह्यूम ह्यांनी अँग्लिकन चर्चनं निर्माण केलेल्या ह्या 'नवीन संकटा'तही समजूतदारपणा दाखवून चर्चमधील प्रार्थनेचं काम चालू ठेवलं.

स्त्रीच्या प्रीस्ट होण्याच्या प्रस्तावाच्या बाजूनं हाऊस ऑफ बिशपची ७५%, हाऊस ऑफ क्लर्जीची ७०.५% तर हाऊस ऑफ लेटिव्हची ६७.३% मतं मिळाली. पण सगळ्यात महत्त्वाची गोष्ट म्हणजे प्रस्ताव अखेर मंजूर झाला. ह्या प्रस्तावाच्या विरोधात लोक होते आणि ते असणारच. कारण स्त्रिया 'माणूस' म्हणून अधिकार मिळवू लागल्या की समाजातील तऱ्हेवाईक पुरुष त्याला विरोध करणारच.

साडेतीनशे वर्षांनंतर पोपनं कबूल केलं की गॅलिलिओ गॅलिलीला शिक्षा करून धर्मानं त्याच्यावर अन्याय केला. स्त्री-प्रीस्ट चर्चला निषिद्ध होती पण हा निषेध डावलून स्त्री आज सन्मानानं चर्चमध्ये पोहोचलीय.

आता ह्यापुढे स्त्री मंदिराची पुजारी आणि मशिदीची इमाम होईल अशी मी आशा करते. सध्या तिला पुजारी किंवा इमाम व्हायला मनाई आहे. मुंजीचा अधिकार स्त्रीला नाही. वेदाध्ययनाचाही नाही. मग पौरोहित्य करण्याचा प्रश्नच येत नाही. मशिदीची इमाम होणं धर्माप्रमाणे स्त्रीसाठी वैध नाही. 'इमामती' करणं हे काम स्त्रीचं नाहीच. स्त्रीचं नेतृत्व मान्य केल्यास राष्ट्राचा विध्वंस होतो, असं हादिसमध्ये लिहिलंय. स्त्रीनं प्रीस्ट होण्याच्या विरोधालासुद्धा हेच कारण होतं.

आता स्त्री एक दिवस देशाच्या मंदिर-मशिदीची इमामत करणार अशी आशा करायला हरकत नाही. चर्च ऑफ इंग्लंडच्या ह्या निर्णयानं स्त्रीला समाजात आणखी पुढच्या स्थानावर आणलंय. तिच्या पायांतील शंभर बेड्यांतील एक तुटली, एक कठीण भिंत फुटली, धर्माचं बळकट बोट अखेर वाकलं. आज खरं म्हणजे स्त्रीसाठी हर्षोल्लासाचा दिवस. एके काळी स्त्रीला मताचा अधिकार नव्हता. खूप संघर्ष केल्यानंतर फक्त बासष्ट वर्षांपूर्वी स्त्रीला तो मिळाला आणि सतरा वर्षांच्या दीर्घ संघर्षानंतर आता तिला चर्चची प्रीस्ट होण्याचा अधिकार मिळाला.

चळवळ केल्याशिवाय ह्या जगात स्त्रीला काहीही मिळत नाही. 'माणूस' म्हणून जगण्याचा जन्मसिद्ध अधिकारही तिला नव्हता. अशा स्थितीत तिचे हक्काचे अधिकार मिळवण्यासाठी स्त्रीला संघर्षात उडी घ्यावीच लागते. त्याशिवाय तिची सुटका नाही. मुक्ती कोणी हातात आणून देत नाही, सर्व अडचणींवर मात करून तिला शोधून बाहेर काढावी लागते.

स्त्रीनं मशिदीत नमाज पढण्यापेक्षा घरी नमाज पढावा असं सांगितलंय. स्त्रीला जर मशिदीत नमाज पढायचाच असेल तर सगळ्यात शेवटच्या रांगेत पढावा. 'चर्चमध्ये जाऊन सर्वसामान्यांप्रमाणे प्रार्थना करणारी' ह्या पहिल्या पायरीपासून 'प्रीस्ट' ह्या पायरीपर्यंत स्त्री आता जाऊन पोहोचलीय. तशीच ती एक दिवस मशिदीच्या शेवटच्या रांगेतून एकदम पुढे येईल. मिलाद-मैफल, जनाजा, जुम्मा ह्यांचं नेतृत्व करील. त्या वेळपर्यंत स्त्रीला सर्वत्र असलेल्या मनाईविरुद्ध जनताच चिडून उठेल. धर्मपीठ एक पवित्र जागा आहे आणि तिथं जाण्याचा अधिकार स्त्रीला मिळालाच पाहिजे, असा माझ्या म्हणण्याचा अर्थ नाही. हा पवित्र-अपवित्रचा प्रश्न नाही, खऱ्या-खोट्याचाही नाही. धर्माचं पालन केल्यामुळे लाभ होतो असंही मला वाटत नाही. पण स्त्रीनं प्रत्येक ठिकाणी पोहोचावं, सर्वत्र तिला जाता ह्यावं हाच माझा आग्रह आहे. तिला कुठंही जाण्याला मनाई नसावी. मशीद, मंदिर, चर्च, पॅगोडा ही काही माणसांच्या कल्याणाची प्रतीकं नाहीत. पण अजून त्यांचं अस्तित्व टिकून आहे म्हटल्यावर त्यांचं प्रमुख होण्याचा अधिकार स्त्रीला असायलाच हवा. कारण आतापर्यंत तो एकतर्फीच होता– फक्त पुरुषाला.

स्त्रीभोवतीच सीमा आखलीय. तिलाच सर्व मर्यादा. तिलाच सर्व ठिकाणी बंदी. तिलाच 'हे करू नको,' 'ते करू नको' हे नियम आणि नीतिकल्पना. तिच्यासाठीच जाळं, सापळा, अडचण, बाधा, बेडी– अदृश्य बेडी.

चर्च ऑफ इंग्लंडमधून बेड्या तुटल्याचा आवाज येतोय. बांगलादेशच्या असंस्कृत पुरुषांनो, तुम्ही अजूनही बहिरेच आहात का?

□

प्रीतीत जर सुख नाही...

माझ्या धाकट्या बहिणीला सुंदर मुलगी झाली. घरच्या सगळ्यांनी तिचं एक सुंदर नाव ठेवायला मला सांगितलं. मी तिचं नाव ठेवलं स्रोतस्विनी भालबासा. हाक मारायची भालबासा. भालबासा म्हणजे प्रीती, प्रेम. माझं हे नाव ऐकून सगळे माझ्याकडे पाहतच राहिले. कोणी तोंडावर हात धरून फिदीफिदी हसले, कोणी कपाळाला आठ्या घातल्या तर कोणी सरळ सरळ नाराजी व्यक्त केली, 'कसलं ग हे नाव?'

'का?' मी विचारलं.

'भालबासा' हे काय नाव झालं? घरातल्या मोठ्यांनी तिला हाक कशी मारायची?'

'का? काय झालं?'

'शी! लाजच वाटणार.'

'भालबासा' हे नाव माझ्या भाचीचं. मी ठेवलेलं. पण त्या नावानं माझ्या मेहुण्यांना चांगलंच अडचणीत टाकलं होतं. ते त्यांच्या नातेवाईकांत व मित्रमंडळीत हे नाव उच्चारू शकत नव्हते. हे नाव ठेवून घरातल्यांसकट सगळ्यांना मी किती नाराज केलंय, हे लवकरच मला कळून चुकलं.

सगळ्यांचं नाराज होण्याचं आणखी एक कारण होतं. ही पोर मोठी झाल्यावर रस्त्यात मुलं तिला ह्या नावावरून चिडवतील अशी त्यांना भीती वाटत होती. तिचे हितचिंतक 'भालबासा' ह्या नावापासून तिची सुटका करायला खंबीरपणे उभे राहिले होते. ह्या नावामुळे आमच्या समाजात खूपच नाराजी पसरली होती. ह्या शब्दाला उचलून दूर फेकून दिल्याशिवाय कोणालाच शांती मिळणार नव्हती. मला ह्या नाराजीचं कारणच कळत नव्हतं. प्रीतीपेक्षा सुंदर, महान ह्या जगात काहीही नाही, ह्याची मला खात्री आहे. मग ह्या शब्दाची सर्वांनाच एवढी लाज का वाटते? का ह्या

गुंडगिरी असलेल्या देशात घृणा व भीती ह्याच महत्त्वाच्या गोष्टी ठरल्यामुळे दुसऱ्या कुठल्याही सुखदायक अनुभवाला किंमतच राहिली नाही?

'भालबासा' ह्या देशातून, समाजातून, कुटुंबातून निर्वासितच झालीय. म्हणूनच ह्या शब्दाचा उच्चार करायला सगळ्यांना त्रासदायक वाटतं, ह्याचा अनुभव घ्यायला संकोच वाटतो. त्यांच्या मते हा शब्द लज्जास्पद. चिडविण्यास योग्य.

प्रीतीचा अनुभव मी खूप घेतलाय. मी दहावीत असताना एका देखण्या तरुणानं मला एकदा एक चिठ्ठी पाठवली होती. ती मी पुस्तकात लपवून ठेवली होती. सगळ्यांचा डोळा चुकवून मी ती वाचायची. पण एकदा कुणाला तरी ही चिठ्ठी सापडली. घरात सगळ्यांना हे प्रकरण कळलं आणि मला बेदम मार बसला. त्यानंतर माझ्याबरोबर एक पहारेकरी देण्यात आला. तो मला शाळेत पोहोचवायचा आणि पुन्हा न्यायला यायचा. ज्यानं मला चिठ्ठी पाठवली होती, त्याची आणि माझी पुन्हा भेट झालीच नाही. माझ्या कल्पनेप्रमाणे प्रीती ही अस्थिर गोष्ट आहे. एकदा एकावर प्रेम केलं की आयुष्यभर त्याच्यावरच प्रेम करायचं, दुसऱ्या कोणाकडे पाहायचंसुद्धा नाही, हे मला मान्य नाही. एवढं विरक्त होणं मला जमण्यासारखं नाही. मी ज्याच्यावर प्रेम करते, त्याच्यावर अगदी मनापासून, जीव ओतून प्रेम करते. माझ्या प्रेमात काही कमतरता नसते. पण एकदा त्या माणसावरून माझं मन उडालं तर मग ते कायमचंच उडतं. अर्थात असं व्हायला कारणही तसंच असतं.

मी ज्या कुटुंबात वाढले ते कुटुंब जुन्या विचाराप्रमाणे चालणारं आहे. ह्या कुटुंबात 'प्रेम करणं' म्हणजे फार मोठा गुन्हा. एक गर्हणीय कृत्य. मी अठरा-एकोणीस वर्षांची असताना एका तरुणाच्या प्रेमात पडले. तेव्हा प्रेमाविषयी मला फक्त पुस्तकी ज्ञान होतं. देवदासनं जसं पार्वतीवर प्रेम केलं, रोमिओनं जसं ज्युलिएटवर केलं किंवा सिक्स मिलियन मॅनचं जसं बायोनिक वुमनवर प्रेम होतं, तसं प्रेम त्यानं माझ्यावर करावं, असं मला वाटायचं. माझ्या मनात प्रेमाबद्दल खूप उदात्त कल्पना होत्या. मी सतत स्वप्नातच वावरायची. पण माझा 'तो प्रियकर' सतत स्टार सिगरेट फुंकायचा, शरीर-सुखासाठी माझ्या मागे लागायचा, दुपार झाली नाही तोच त्याला भाताबरोबर गोमांसाचं हळद घातलेलं कालवण लागायचं. मला हे सगळं विचित्र वाटायचं. माझ्या स्वप्नाबरोबर ह्याचा मेळ बसत नसे. आणि त्या वेळी मी होते लाजाळूचं झाड. आपल्या आवडत्या माणसाशीही विचार करून बोलायची. त्याला 'तुम्ही' म्हणायला मला पाच वर्षं लागली. हो. पक्की पाच वर्षं.

स्वप्न आणि वास्तव ह्यांत खूप अंतर असतं हे फार उशिरा कळलं. स्वप्नात पैशांचा हिशेब करावा लागत नाही, वाद-विवाद, भांडणतंटा ह्यांना तिथं थारा नसतो, मनाला लागेल असं काहीही घडत नाही. तिथं सदा-सर्वदा असतो रिमझिम पाऊस, नाहीतर स्वच्छ सूर्यप्रकाश किंवा पौर्णिमेचं चांदणं. त्यांत जीवन कसं तरंगत

हळुवारपणे जात असतं. पण वास्तवात? 'इकडे पाहू नकोस,' 'तिकडे जाऊ नकोस,' 'हे कर,' आणि 'ते करू नकोस' वगैरे वगैरे. ह्या सगळ्यात कसं जखडल्यासारखं वाटतं. वास्तव स्त्रियांना जखडूनच ठेवतं फक्त.

पुरुष नावाच्या प्राण्यावर मी खूप प्रेम केलं. पण त्याच्या बदल्यात मला मिळालं काय? मला वाट पाहत ठेवणारा एकजण जणू सगळा बाजार पालथा घालून आला होता. मी गुलाब घेऊन त्याची वाट पाहत होते. मला वाटायचं, 'तो येईल, येताच मला जवळ घेऊन आनंदानं नाचेल.' पण मी फक्त आशेवरच राहिले.

आणखी एकजण म्हणे माझ्यावर प्रेम करत होता. 'तुझ्याशिवाय जगू शकणार नाही' असं म्हणायचा. पण संधी मिळताच माझ्या बॅगेतून सातशे डॉलर्स आणि माझ्या गळ्यातली सोन्याची साखळी घेऊन त्यानं पोबारा केला. एकजण माझ्या तोंडावर अगदी गोड गोड बोलायचा पण मागाहून टिंगल करायचा. आणखी एकजण दारू पिऊन यायचा आणि रात्रभर मला पट्ट्यानं मारायचा. तरीही पुरुषांवरचं माझं प्रेम काही कमी झालं नाही. 'प्रेम' ही एक आश्चर्यकारक गोष्ट आहे. दिवसेंदिवस तिला उलट स्फूर्तीच येते. विनाश-विलुप्ती तिला माहीतच नाही. 'प्रेम' हळूहळू परिपक्व होतं.

आता मात्र मी प्रेम करताना सावध असते. पूर्वीसारखं मी स्वतःजवळचं सर्वच्या सर्व खर्चून टाकत नाही. स्वतःसाठी ठेवते बारा आणे आणि प्रेमासाठी चार आणे. जमलं तर ठीक, नाहीतर ज्याचा त्याला मार्ग आहेच. सरळ हिशेब. प्रथम मी प्रेमाच्या बाबतीत खूप बेहिशेबी होते. दोन आणे घेऊन सोळा आणे द्यायची. आता दोन आण्याला दोनच आणे. पण जे काही देते ते सोळा आणे सच्चं असतं.

□

कायद्यातील बदल

आता समाज खूपच बदललाय. पूर्वीचा समाज असा नव्हता. एके काळी पतिनिधनानंतर स्त्रीला बळजबरीनं तिच्या नवऱ्याच्या चितेवर जिवंत जाळत. ह्या जंगली प्रथेविरुद्ध प्रथम उभे राहिले राजा राममोहन राय. इ. स. १८२९ मध्ये त्यांनी लॉर्ड बेंटिकला कायदा नं. २७ करायला लावला. त्यामुळे स्त्री सती जाण्यातून वाचली. पण तिनं आयुष्यभर ब्रह्मचर्य पालन करण्याचा नियम समाजानं जारी केला. बालविधवांनासुद्धा पोशाख, आहार, शरीर व मन ह्यांवर संयम ठेवण्याची सक्ती केली जायची. असाच काळ जात राहिला. पण जणू समाज परिवर्तनासाठीच ह्या समाजात ईश्वरचंद्र विद्यासागरांचा जन्म झाला. त्यांनी व्यभिचाराची भीती दाखवून आणि शास्त्राला शास्त्राचीच चपराक देऊन, इ. स. १८५६ साली कायदा नं १५ च्या आधारे विधवा-विवाह कायदेशीर ठरवला.

इ. स. १८९१ मध्ये एज ऑफ कन्सेंट ॲक्टद्वारा बालविवाहावर बंदी घातली गेली. इ. स. १९२३ मध्ये कायदा नं. ३० प्रमाणे आंतरजातीय विवाह कायदेशीर ठरला. १९२९ साली कायदा नं १९ प्रमाणे विवाहात मुलाचं वय कमीत कमी अठरा व मुलीचं सोळा निश्चित केलं गेलं. इ. स. १९४६ मध्ये कायदा नं. १९ द्वारे काही विशिष्ट परिस्थितीत पत्नीला पतीचा त्याग करण्याचा अधिकार मिळाला. १९४९ साली कायदा नं. २१ प्रमाणे विवाहातील राष्ट्र, धर्म, वर्ण, श्रेणी ह्यांच्यातील भेदभावाची अडचण दूर केली गेली. १९५५ साली कायदा नं. २५ प्रमाणे विवाह कायद्याला आणखी काही कलमं जोडली गेली. त्यामुळे स्त्रीला पूर्वीपेक्षा अधिक सुखसोयी मिळाल्या.

मुसलमानांचा विवाहविषयक कायदा हिंदू कायद्यापेक्षा वेगळा आहे. पूर्वी हिंदू विवाह शास्त्राला धरून होत. मुसलमानांचेही तसेच होत. तीन वेळा 'तलाक' शब्द

उच्चारल्याबरोबर तलाक मिळत असे. तेव्हा तिथं कोणी साक्षीदार अथवा खुद्द पत्नी उपस्थित असण्याची आवश्यकता नसे. कुराणात अल्लहो त 'आलॉनं म्हटलंय, 'तुम्ही मन एकाग्र करून तलाक म्हणालात तर तलाक मिळेल कारण अल्ला सर्वज्ञ आहे, त्याला सर्व ऐकायला येतं हे लक्षात ठेवा.' आता असं होत नाही. तलाक मिळण्यासाठी युनियन परिषदेच्या चेअरमनला अर्ज करावा लागतो. त्याची एक कॉपी पत्नीला पाठवावी लागते व त्यानंतर ९० दिवसांनंतर तलाक मिळतो. इतके दिवस 'इद्दत'चा काळ संपल्यानंतर दुसरं लग्न करून मगच पहिल्या पतीकडे जाण्याचा नियम होता. तोही आता बदललाय. ह्याचं कारण माणसाच्या मानसिकतेत झालेलं परिवर्तन. मुसलमानात पुरुषाच्या इच्छेप्रमाणे तो चार विवाह करू शकत असे. तेव्हा पहिल्या पत्नीची संमती मागण्याचा नियम नव्हता. आता मात्र अशी संमती मागावी लागते. हळूहळू पूर्वीचे नियम बदलताहेत. भारतात १९८६ पूर्वी तलाक दिलेल्या मुसलमान स्त्रीला इद्दतच्या काळात पतीकडून काहीही मिळत नसे. १९८६ साली शाहाबानू खटल्यात सुप्रीम कोर्टानं तलाक दिलेल्या स्त्रीच्या 'इद्दत' च्या काळातील भरणपोषणाची जबाबदारी तिच्या पतीवर सोपवली. तेव्हा भारतामधील मुसलमानात खळबळ उडाली. 'तलाक दिलेल्या स्त्रीची जबाबदारी तिच्या पतीवर टाकून शरीयतच्या नियमाचं उल्लंघन केलं गेलं,' असं त्यांचं म्हणणं होतं. अखेर १९८६ मध्येच ८ मेला संसदेत 'तलाक नंतरचं अधिकार संरक्षण बिल' पास झालं. त्यात 'इद्दतच्या काळात पतीनं तलाक दिलेल्या पत्नीच्या भरणपोषणाची जबाबदारी घेतली पाहिजे' असंच म्हटलं गेलं.

शरीयती कायद्याप्रमाणे पतीला तलाक देण्याचा अधिकार जरी पत्नीला नसला तरी– १९६१ साली झालेल्या कुटुंबविषयक कायद्याप्रमाणे विशिष्ट परिस्थितीत बांगला देशात स्त्रीला तो अधिकार दिला गेलाय. आता तलाक मिळालेल्या स्त्रीला पहिल्या पतीशी पुन्हा विवाह करण्यासाठी दुसरा विवाह करण्याची आवश्यकता नाही. इथं शरीयतचा नियमही पाळला जात नाही आणि सभ्यताही पाळली जात नाही, अशी एक विचित्र स्थिती मुस्लिम विवाह कायद्यात निर्माण झालीय खरी! थोडा शरीयत थोडी सभ्यता मिळून हा नियम तयार झालाय. सुसंस्कृतपणाकडे जायची मुस्लिम कायद्याची गती फारच संथ आहे. ही गती इतकी संथ आहे की बंगालमधील एका संप्रदायांत पुनर्विवाह करताना वर आणि वधू ह्यांचे अगोदरचे जोडीदार जिवंत असता कामा नयेत असा कायदा आहे, तर दुसऱ्या संप्रदायांत पत्नी जिवंत असताना तिची संमती घेऊन चार चार विवाह होऊ शकतात. सतीच्या कायद्यापासून आताच्या आधुनिक कायद्यापर्यंत पोहोचायला माणसाला एकशे ऐंशी वर्षं लागली. तेव्हा मुसलमानांच्या शरीयती कायद्यापासून कुटुंबविषयक कायद्याचं मलम लावण्यासाठी तयार व्हायला दीर्घ कालावधी लागणार हे उघडच आहे. शिवाय तयार झालेला

कायदा हिंदू कायद्याइतका प्रगत, सभ्य व अत्याधुनिक असणारच नाही.

'विवाहाच्या वेळी वर व वधू ह्या दोघांचेही पूर्वीचे जोडीदार जिवंत नसावेत' असा नियम बंगाली मुसलमानांनी केल्याशिवाय ही गती वाढणार नाही. जोपर्यंत असा कायदा मुस्लिम विवाह कायद्यात समाविष्ट केला जात नाही, तोपर्यंत ही समस्या सुटणार नाही. शास्त्र वेगानं प्रगती करतेय. त्याला गाठण्यासाठी समाजाला मागे सोडून आम्ही पुढे गेलो तर ते काही खरं पुढे जाणं नाही, ती काही खरी प्रगती नाही. समाजानं शरीयतची चपराक मारून माणसांना मागेच अडकवून ठेवलंय.

हुंड्याला कायद्यानं बंदी करूनसुद्धा ही प्रथा समाजातून गेली नाही. त्यासाठी कायदा अधिक कडक करावा लागेल. शरीयती कायद्याचा जो काही अंश शिल्लक आहे त्याचं उच्चाटन व्हायला पाहिजे आणि वारसाहक्कात मुलगा-मुलगी ह्यांना समान अधिकार मिळाला पाहिजे. देनमेहेर, भरणपोषण असल्या प्रथाच नष्ट केल्या पाहिजेत. कारण ह्या प्रथाच स्त्रीच्या दृष्टीनं सर्वांत अपमानकारक आहेत. भरणपोषणाची रक्कम वाढवून किंवा 'भाया विवाहा'चं उच्चाटन करून स्त्रीचा मान वाढत नाही. स्त्री जेव्हा 'विवाहाला उभी' न राहता 'विवाह करील' तेव्हाच तिची मानमर्यादा वाढेल आणि जेव्हा 'देनमेहेर' द्यावा लागणार नाही, भरणपोषणाची गरजच भासणार नाही तेव्हाच स्त्रीनं विवाह करणं संयुक्तिक ठरेल. म्हणजेच स्त्रीला कुठलीही दान-दक्षिणा, करुणा, सहानुभूती किंवा दया नको. स्त्री-शिक्षण व स्वावलंबन सक्तीचं केल्यास शरीयती कायद्याचा आपोआपच लोप होईल. तसं झालं नाही, तर सध्याच्या समाजाला सभ्य म्हणणं म्हणजे गाढवाला माणूस म्हणणं होय!

इद्दत– मुस्लिम धर्मशास्त्राप्रमाणे स्त्रियांना घटस्फोट मिळाल्यानंतर व वैधव्य प्राप्त झाल्यानंतर दुसरे लग्न करण्यापूर्वी त्याच अवस्थेत काही काळ कंठावा लागतो. ह्यालाच 'इद्दत' म्हणतात. घटस्फोट घेतलेल्या स्त्रीची इद्दत तीन महिने व विधवेची चार महिने दहा दिवस असते. ह्या अवधीत ती पुनर्विवाह करू शकत नाही.

भाया विवाह– तलाक दिल्यावर पुन्हा पहिल्या पतीकडे जायचे असल्यास अजून एक विवाह त्या स्त्रीला करावा लागतो, तोच 'भाया' विवाह.

□

प्रथा

१.

अजूनही काही वाईट प्रथा समाजात तग धरून आहेत. ह्यात 'बहुविवाह'म्हणजेच एकानं अनेक विवाह करण्याच्या प्रथेचा उल्लेख प्रथम केला पाहिजे. एकदा मी एका विद्वान समाजशास्त्रज्ञाला विचारलं, 'पुरुषाला अनेक विवाह करण्याचा अधिकार आहे. मग स्त्रीला का नाही?' त्यांनी मला उत्तर दिलं, 'प्रकृती.' 'प्रकृती' पुरुषाची असो वा प्राण्याची त्याला बहुविवाहाची इच्छा असतेच. रानातल्या प्राण्यांचं तर सोडाच, पण पाळीव प्राण्यांचं जीवन लक्षात घेतल्यास अनेक गायी व एक बैल किंवा अनेक बकऱ्या व एकच बोकड असं असतं. त्या एका बैलापासून किंवा त्या एका बोकडापासून त्यांच्यात गर्भधारणा होते. कोंबड्यांचंही तसंच असतं. अनेक कोंबड्यांसाठी एक कोंबडा पुरेसा असतो. दुसऱ्या कोंबड्यांकडे कोंबडीनं आकर्षित व्हावं हे कोंबड्याला सहन होणार नाही. जसं प्राण्यांचं तसंच पुरुषांचं. ही तर सर्वसाधारण गोष्ट आहे.'

असेलही. पण ही साधारण गोष्ट मला असाधारण वाटते. बहुविवाहाचं समर्थन करताना पुरुषाची तुलना बैल, घोडा, रेडा, बोकड ह्यांच्याशी करायला पुरुषांना संकोच वाटत नाही. पण हेच पुरुष संधी सापडताच स्वतःला 'सृष्टीतला सर्वांत श्रेष्ठ जीव' म्हणायला मागेपुढे पाहणार नाहीत.

२.

आमच्या देशातच नव्हे, तर जगातील अनेक देशांत 'मुलगी पाहणं' हा एक मोठा कार्यक्रम असतो. स्वतःच्या भोग-विलासासाठी हक्काची स्त्री हवी म्हणून पुरुष 'विवाह' ह्या समाजमान्य पद्धतीचा आश्रय घेतात. जी वस्तू आपल्या उपभोगासाठी आणायची तिला पारखून घेणं, नीट पाहून घेणं म्हणजेच मुलगी पाहणं. विवाह मुलगा आणि मुलगी दोघांचाही होतो. पण मुलगा मुलगी पाहायला जातो. म्हणजे

भोग्यवस्तू मनात भरण्यासारखी आहे की नाही त्याची परीक्षा करायला जातो. नाणं खणखणीत हवं ना! मग ते वाजवून नको पाहायला? कुठंही मुलगा पाहयची पद्धत नाही. मुलगी आपला लवाजमा घेऊन मुलगा पाहायला जात नाही. मुलगी मुलाचे नाक, कान, डोळे, केस, छाती, पोट, पाय, बांधा पाहत नाही. त्याचं चालणं, बोलणं, गाणं, नाचणं बघत नाही. शिक्षण, नोकरी ह्याबद्दल विचारत नाही, कारण तशी पद्धत नाही.

मुलाकडची माणसं मुलीच्या घरी येऊन तिचा रंग, उंची, बांधा पाहतात. दात सरळ आहेत का वाकडे, नाक नकटं आहे का फेफटं, डोळे धड आहेत ना, केस लांब, काळे, दाट रेशमासारखे आहेत का हे सगळं बघतात. मुलीच्या पायाच्या टाचासुद्धा बघितल्या जातात. पाण्यात पाय भिजवून मुलीला फरशीवर चालायला लावतात. पायाच्या छापावरून पावलांना वक्रता आहे का ते बघतात. वक्रता नसल्यास स्त्री-चारित्र्यहीन. तिला चालायला, वाचायला, लिहायला, बोलायला आणि स्वयंपाक करायला लावून पुरती पारखून घेतात. त्यांना पाहायचं असतं की शरीर आणि मनाला खुराक म्हणून वस्तू योग्य आहे ना?

मुलगी पसंत पडल्यास भावाची घासाघीस करून वरपक्ष मुलगी विकत घ्यायची ठरवतो. ऑफ्टर ऑल ती माणूसच ना! तेव्हा भाजी विकत आणण्यासारखी नाही ही गोष्ट. मुलगी पसंत पडल्यास वरपक्ष आगाऊ किंमत देऊन मुलगी नक्की करून ठेवतो. मग भक्कम हुंडा घेऊन मुलगी उचलली जाते.

वरपक्ष मुलीच्या बोटात एक अंगठी अडकवून येतो. ह्याचा अर्थ ही सर्वच्या सर्व आमच्यासाठी राखून ठेवलीय. आता हा माल दुसरीकडे विकता येणार नाही. बस्स! मग पुढे मेहेरच्या बदल्यात तिला उचललं जातं. मेहेरमध्येही लबाडी असतेच. मेहेरची रक्कम नुसती ठरवायची असते. जेव्हा काम सरल्यावर मुलगीरूपी वस्त्राला टाकून दिलं जातं, तेव्हाच मेहेर द्यावी लागते. ह्या अटीप्रमाणे जेवढे दिवस मुलगी गहाण ठेवली जाईल, तेवढे दिवस ज्याच्याजवळ ती गहाण राहील त्याच्या इच्छा-अनिच्छा, मर्जी, बुद्धी, वासना, रुची ह्यांच्याशी तिला बांधील राहावं लागतं.

मुलगी पाहण्याची पद्धत नवीन नाही. कुराणात विवाहापूर्वी मुलगी पाहण्याला खुद्द अल्लहो त 'आलॉनं महत्त्व दिलंय. हजरत आनास ह्यांनी लिहिलेल्या एका हादिसवरून दिसून येतं की हजरत महम्मदां (साः) नी एका मुलीबरोबर विवाह करण्याचा विचार केला. तेव्हा त्यांनी मुलीला पाहण्यासाठी एका स्त्रीला पाठवलं आणि तिला सांगितलं, 'मुलीच्या दाढा नीट पाहा आणि कमरेच्या वरचा भाग मागून कसा दिसतो तेही लक्षपूर्वक पाहा. (मौलाना मुहम्मद आबदुर रहीमः परिबार ओ पारिबारिक जीबन. पृ. १३०) इमाम आओजायी म्हणतात, 'मुलगी पाहताना तिचा चेहरा व हात तर अगदी निरखून, लक्षपूर्वक पाहावेतच. पण त्याशिवाय तिचे

स्नायूही पाहावेत.' दाउद जाहेरी म्हणतात, 'मुलीचं सर्व शरीरच पाहावं.' इमाम हाजम म्हणतात, 'तिचं गुह्यांग पाहायला पाहिजे.' (वरीलप्रमाणे पृ. १२८)

गुह्यांग तर पाहायलाच हवं. कारण तिथंच तर असते खरी मजा! तिथंच तर असतात 'सतीत्व' आणि 'असतीत्व' ह्यांच्या खुणा. पुरुषांच्या गुप्तांगावर काही चिन्हं नसतात त्यामुळे ते पाहण्यात काही फायदा नाही. समजा, कुणी ते पाहिलंच आणि त्याच्यावर उपगमनाचे डाग असलेच तरीसुद्धा पुरुषाला दोष द्यायची कुणाची हिंमत आहे? नाही. पुरुष कधीच दोषी नसतो. पुरुष नेहमीच पवित्र, कलंकहीन साधू-संत. त्याच्या चुना लावलेल्या शरीरावर कधीच कुठल्याही घाणीचा डाग पडत नाही.

या 'सुसंस्कृत' देशात मुलगी पाहण्याची प्रथा अजूनही आहे. ह्या कार्यक्रमात सुशिक्षित स्त्रिया नटून-सजून भाग घेतात, हे पाहून मला आश्चर्य वाटतं. कुर्बानीसाठी विकायच्या गुरांनासुद्धा रंगीत माळा घालून सजवलं जातं. पण गुरंसुद्धा स्त्रियांपेक्षा जास्त व्यक्तित्वशाली असतात, असं वाटतं. कारण वेळप्रसंगी ती आपल्या मालकांवर शिंगं रोखतात आणि लाथाही झाडतात. पण स्त्रिया सदैव मूग गिळून, मान खाली घालून बसतात. स्त्रीला ज्या स्थळी दिलं जातं, तिथं तिची अवहेलना होतेच. तिच्या इच्छा-आकांक्षांना काहीही किंमत नसते. तिच्या इच्छा-भावना ह्यांचं नियंत्रण पुरुषाच्या हातात असतं.

३.

ह्या देशात हुंड्याची किंवा वरदक्षिणेची प्रथा फार लोकप्रिय आहे. वधूपक्ष वरपक्षाला हुंडा देतो. कायद्यानं ह्या प्रथेला बंदी असूनही व्यवहारात ती चालूच आहे. कारण वरपक्षाची मागणी मान्य केली नाही, तर मुलगी मरेपर्यंत बिनलग्नाचीच राहील. त्यामुळे मुलींची काही गैरसोय झाली नाही तरी समाजाची होते. हुंडा मोठ्या हौसेनं दिला जातो, अशातली गोष्ट नाही. दरिद्री वधू-पक्ष हुंड्यांची अट मान्य करून मुलीची सासरी बोळवण करतात. पण हुंडा देता आला नाही की आमचे 'विवेकी पुरुष' मुलीची गुरांप्रमाणे कत्तल करतात. एखादा ट्रॅन्झिस्टर, एखादी सायकल वा घड्याळ ह्यांच्या लोभानं लाळ गाळणारे पुरुषच दरिद्री मुलीला फाशी देतात किंवा जाळतात अथवा गळा दाबून तिचा जीव घेतात. म्हणजे मग कुठली अडचणच राहिली नाही. कुणी काही म्हणो, ट्रॅन्झिस्टर, सायकल वा घड्याळ ह्यांपेक्षा स्त्रीचा जीव मोलाचा नाही, हे मान्य करायलाच पाहिजे. म्हणून तर रोज शेकडो स्त्रिया हुंडाबळी ठरतात. आमच्यापर्यंत ही बातमी पोहोचली तरी आमच्यावर त्याचा काहीही परिणाम होत नाही, की संवेदनेचा फटकारा आम्हाला बसत नाही!

□

द्विखंडित

('आमार मेयेबेला' आणि 'उधाण वारा'नंतरचा भाग ३)

तसलिमा नासरिन

अनुवाद

विलास गीते

'द्विखंडित' हा तसलिमा नासरिन यांच्या आत्मचरित्राचा तिसरा भाग आहे. या भागात तसलिमांच्या सत्तावीस ते तीस वर्षांपर्यंतच्या वयाची कहाणी आहे. तसलिमांच्या स्त्रीवादी लेखनाला आलेला वेग, त्यांचे स्तंभलेखन, कवितालेखन व कादंबरीलेखन याबद्दल त्यांनी या पुस्तकात सविस्तरपणे लिहिले आहे. स्तंभलेखनाचे 'निर्बाचित कलाम' हे पुस्तक व 'लज्जा' ही कादंबरी प्रकाशित झाल्यावर बांगलादेशामध्ये त्यांच्याविरुद्ध तयार झालेले वातावरण, त्यांचा खून करण्याचा फतवा, त्यांना 'आनंद' पुरस्कार मिळाल्याबद्दल ज्येष्ठ लेखकांना वाटणारी ईर्ष्या, पुस्तकजत्रेत त्यांच्यावर झालेला हल्ला व त्यांच्या पुस्तकांची होळी, या सर्वच घटनांबद्दल त्यांनी या पुस्तकात लिहिले आहे.

केवळ विषयाच्या महत्त्वामुळेच नव्हे, तर प्रसादगुणानेही या भागाला वाचनीय बनवले आहे. 'द्विखंडित' हे पुस्तक एकाच वेळी साहित्य, एका असामान्य महिलेची कहाणी आणि एक देश आणि समाज यांच्यामधल्या वादळाची कहाणी आहे.

आमार मेयेबेला

(माझं कुवारपण)

तसलिमा नासरिन

अनुवाद

मृणालिनी गडकरी

तसलिमा नासरिन या बांगलादेशीय लेखिकेनं शब्दांत बांधलेलं हे तिचं लहानपण आहे. बांगलादेशात मुक्तिवाहिनीनं स्वातंत्र्यासाठी जो निर्वाणीचा लढा दिला, त्यावेळी तसलिमाचं वय होतं फक्त नऊ वर्षांचं; पण त्याही वेळी ती आताएवढीच चिंतनशील आणि संवेदनशील होती. तिची दृष्टी अतिशय तीक्ष्ण आणि शोधक होती. तिची स्मरणशक्ती तल्लख होती.स्वतंत्र प्रज्ञा असलेल्या बुद्धिवादी वडिलांचं स्खलन, ममताळू आणि धार्मिक आईचं धर्माच्या सोपानावरून हळूहळू अंधाऱ्या खाईत उतरणं, दादाचं प्रेम, प्रौढ नातेवाइकाकडून तिचा झालेला लैंगिक छळ व त्यामुळं वाटणारी लाज आणि अपमान, धर्म आणि शास्त्र यांच्या नावांवर पीर अमीरुल्लाहांनी चालवलेला अत्याचार याचं तिनं धीट आणि थेट चित्रण या आत्मपर आणि कथात्म लेखनात केलं आहे.

या अतिशय संवेदनशील आणि बंडखोर लेखिकेची आम्ही आतापर्यंत लज्जा (कादंबरी), फेरा (कादंबरी), निर्बाचित कलाम (लेखसंग्रह), निर्बाचित कविता (काव्य), नष्ट मेयेर नष्ट गद्य (लेखसंग्रह) अशी वेगवेगळ्या साहित्यप्रकारांतील पाच पुस्तकं प्रसिद्ध केली आहेत. यांतून तिचं समग्र व्यक्तिमत्त्व प्रक्षेपित झालं आहे.

या नव्या पुस्तकातील तिनं निवेदन केलेली एकही घटना खोटी नाही. कुठलंही पात्र काल्पनिक नाही. असं प्रामाणिक, स्पष्ट आत्मवृत्त बंगालीत अजून कोणी लिहिलेलं नाही. धारदार-तेजस्वी भाषा, जिवंत व्यक्तिचित्रण आणि लेखणीच्या जादूच्या स्पर्शानं गद्याला आलेलं काव्याचं सौंदर्य ह्यांमुळं ह्या आत्मचरित्राचं वाचन हा वाचकाच्या दृष्टीनं एक आश्चर्यकारक अनुभव ठरणार आहे.